பதிப்புகள் மறுபதிப்புகள்

பெருமாள்முருகன் (பி. 1966)

படைப்புத்துறைகளில் இயங்கிவருபவர். அகராதியியல், பதிப்பு ஆகிய கல்விப்புலத் துறைகளிலும் ஈடுபாடுள்ளவர். அரசு கல்லூரி ஒன்றில் தமிழ்ப் பேராசிரியராகப் பணியாற்றுகின்றார்.

பெருமாள்முருகன்

பதிப்புகள்
மறுபதிப்புகள்

காலச்சுவடு பதிப்பகம்

பதிப்புகள் மறுபதிப்புகள் • கட்டுரைகள் • ஆசிரியர்: பெருமாள்முருகன் • © மு. இளம்பிறை, எ.மு. இளம்பரிதி • முதல் பதிப்பு: மே 2011, திருத்தப்பட்ட மூன்றாம் பதிப்பு: டிசம்பர் 2016 • வெளியீடு: காலச்சுவடு பப்ளிகேஷன்ஸ் (பி) லிட்., 669 கே. பி. சாலை, நாகர்கோவில் 629001

patippukaL maRupatippukaL • Essays • Author: PerumalMurugan • © M. Elampirai, E.M. Elamparithi • Language: Tamil • First Edition: May 2011, Revised Third Edition: December 2016

Published by Kalachuvadu Publications Pvt.Ltd., 669 K.P. Road, Nagercoil 629001, India •Phone: 91-4652-278525 • e-mail: publications @kalachuvadu.com

ISBN: 978-93-80240-44-2

12/2016/S.No.390, kcp 1630, 18.6 (3) ILL

பதிப்பாய்வுகளில்
என் கவனம் குவியக் காரணமாகிய நண்பர்
பொ. வேல்சாமி அவர்களுக்கு

பொருளடக்கம்

மூன்றாம் பதிப்பின் முன்னுரை

புத்துணர்ச்சி

எனக்கு விருப்பமான துறை பதிப்பு. பதிப்பிப்பதிலும் பதிப்பாய்வு செய்வதிலும் கணிசமாக என் காலத்தைச் செலவிட்டிருக்கிறேன். பதிப்புத் துறையில் செயல்படத் தெளிவான மனநிலையும் நினைவாற்றலும் இரவுபகல் பாரா உழைப்பும் தேவை. தெளிவான மனநிலை வாய்க்கும் பேறுதான் எனக்கில்லை. அப்படிக் கிடைத்தாலும் தொடர் ஈடுபாட்டை நிலைநிறுத்திக்கொள்வது கடினம். 'ஊக்கத்தின் ஊக்கி இடைக்கண் முரிந்தார் பலர்' என்னும் குறள் அடிகள் பதிப்புச் செயல்பாடுகளில் உள்ளோர் பெரிதும் உணர வாய்ப்பதாகும்.

பேருழைப்பைக் கொடுத்து இத்துறையில் செயல்பட்டாலும் வருத்தமே மிஞ்சும். செம்மாந்த இலக்கியம் பலவற்றையும் கொண்ட மரபின் தொடர்ச்சியில் வரும் நமக்குப் பதிப்புணர்வு பெருமளவுக்கு இருக்க வேண்டும். எழுத்தாளர்களுக்கும் சரி, வாசகருக்கும் சரி பதிப்புணர்வு அறவே கிடையாது. பதிப்பகங்களுக்கோ எல்லாமே அச்சுத்தான். கல்வித்துறையில் இவ்வுணர்வைத் தக்க வைத்திருப்போர் எண்ணிக்கை ஒற்றை இலக்கத்தில் அமையக்கூடும். ஆய்வு மாணவர்களின் நிலையோ பரிதாபம். மெய்ப்புப் பார்த்தல் என்பது பதிப்புப் பணியின் ஒரு கூறு. ஆனால் அதுதான் பதிப்பு என்று கருதும் மனநிலை நிலவும் சூழல். இச்சூழலில் பதிப்பாய்வில் ஈடுபடுவோர் எதிர்கொள்ளும் சிரமங்கள் பல.

பதிப்பு பற்றிய அடிப்படை விஷயங்களையும் விவரித்த பின்னரே ஆய்வுக்குள் செல்ல வேண்டியிருக்கிறது. அப்படியும் ஆய்வைப் புரிந்து வாசிப்போர் குறைவு. எனினும் புத்தாயிரத்திற்குப் பிறகு பதிப்பாய்வில் ஏற்பட்ட புத்துணர்ச்சியை மனங்கொள்ள வேண்டும். அப்புத்துணர்ச்சியை உருவாக்கியதில் என் கட்டுரைகளுக்கும் இந்நூலுக்கும் சிறுபங்குண்டு என நம்புகிறேன்.

நான் எழுதியவற்றில் மிகக் குறைவான படிகள் விற்பனையான நூல் இது. ஆனால் அதிகமாக விற்றிருக்க வேண்டிய நூல் இதுதான் என நினைக்கிறேன். கல்வித்துறை சார்ந்தவர்களுக்கு மட்டுமே உரிய துறை பதிப்பு எனக் கருதிப் பொது வாசகர்கள் புறக்கணித்திருப்பார்களோ என எண்ணியதுண்டு. ஆனால் என் மொழிநடையும் ஆய்வை விவரிக்கும் விதமும் கல்வித்துறை ஆய்வுகளிலிருந்து வெகுவாக வேறுபட்டவை. பொதுவாசகரின் கவனத்தில் பதிப்புணர்வை இருத்த வேண்டும் என்பதே என் நோக்கம். நூல்களைத் தேடித் தேடி வாங்கி வாசிக்கும் வாசகர் நல்ல பதிப்புகளை நாடிச் சென்றால் அவர்களின் வாசிப்பு எளிமையானதாகவும் மகிழ்ச்சியானதாகவும் அமையும். அதற்கு உந்தித் தள்ளும் கட்டுரைகள் இவை எனத் தாராளமாகச் சொல்ல முடியும். அந்த நோக்கிலேயே இந்நூலின் மறுபதிப்பு இப்போது வெளியாகிறது. நன்றி.

நாமக்கல் **பெருமாள்முருகன்**
02-12-2016

முதல் பதிப்பின் முன்னுரை

விரிந்து கிடக்கும் வெற்றுவெளி

பழம்பெரும் இலக்கியச் செழுமை கொண்ட மொழியாகத் தமிழ் இருந்தபோதும் அதற்கேற்ற வகையில் பதிப்பு தொடர்பான பார்வைகள் வளரவில்லை. தமிழ்க் கல்விப்புலம் சார்ந்தவர்களில் பெரும்பாலோர் பதிப்பு, உரை, தொகுப்பு ஆகியவற்றுக்கிடையே உள்ள வேறுபாடுகளைக்கூட அறியாதவர்களாக உள்ளனர். வெவ்வேறு நோக்கங்களைக் கொண்டு வெளிவந்திருக்கும் பதிப்புகளைத் தரம் பிரித்துப் பயன்படுத்தத் தெரிவதில்லை. முனைவர் பட்ட ஆய்வு செய்பவர் பட்ட வகுப்புக்களுக்குப் பயன்பட வெளியிடப்படும் குறிப்பு நூல்களைத் தம் ஆய்வுக்கான ஆதாரமாகக்கொள்ளும் அவலத்தைக் காணமுடிகிறது.

பதிப்பியல் தொடர்பான பாடத்திட்டம் கிடையாது. நம் கல்விமுறையில் எந்தச் சந்தர்ப்பத்திலும் பதிப்பு பற்றி அறிந்துகொள்ள வாய்ப்பில்லை. சங்க இலக்கியம் போன்ற பாடங்களுக்கு மாணவர்கள் எந்தப் பதிப்பைப் பயன்படுத்த வேண்டும், யார் உரையைப் பயில வேண்டும் என்று பாடத்திட்டத்தில் தருவதில்லை. முதுகலை மாணவர்களுக்குக்கூடக் குறிப்பான பதிப்பைப் பயன்படுத்தப் பாடத்திட்டம் வலியுறுத்துவதில்லை. ஆசிரியர்கள் அவர்களுக்கு எளிதான ஏதாவது உரை நூல்களைக் கொண்டு பயிற்றுவிப்பதும் மாணவர்கள் அவர்களுக்கு எளிதான குறிப்புரைகளைப் பயன்படுத்துவதுமான போக்குத்தான் பரவலாக உள்ளது. தமிழ்க் கல்வியே இவ்விதம் இருக்கும்போது அதற்கு அப்பாற்பட்ட பொது வாசகர்களுக்குப் பதிப்புகளைப் பற்றிய அறிதல் இருக்கும் என எதிர்பார்க்க இயலாது.

ஏதேனும் ஒரு வகையில் பதிப்பார்வம் ஏற்பட்டுப் பதிப்பு நுட்பங்களைக் கற்க வேண்டும் என விரும்புபவர்களுக்குக் கருவியாக ஏதுமில்லை. இத்துறையின் அடிப்படைகளை விளக்கும் குறிப்பிடத் தகுந்த நூல் எதுவும் இதுவரை தமிழில் எழுதப்படவில்லை. இத்துறையில் ஈடுபாடு கொண்ட அறிஞர்கள் எழுதிய மிக முக்கியமான கட்டுரைகளும்கூட ஒருசேரத் தொகுக்கப்படாமல் ஆங்காங்கே சிதறிக்கிடக்கின்றன. தமிழின் முக்கியமான பதிப்பாசிரியர்களின் பதிப்பு நுட்பங்களை அவர்களின் பதிப்புகளை நுணுகிக் கற்பதன் மூலமாகவே ஒருவர் அறிந்துகொள்ள முடியும். அவற்றை அணுகும்போது ஏற்படும் பல்வேறு குழப்பங்களுக்குத் தெளிவு பெற உடனடி வழியேதும் இல்லை. ஒரு பதிப்பில் என்னென்ன கூறுகள் இடம்பெறும், அவை எத்தகைய தேவைகளுக்கு உதவும், அவற்றை எப்படிப் பயன்படுத்துவது என்பவற்றை எல்லாம் அறியத் தேடினால் வெறுமைதான் மிஞ்சும். பொருளடைவு தயாரிப்பதற்கான வழிகாட்டுதல்கூட அற்ற நிலையே இங்குள்ளது. பதிப்புத்துறையில் வெற்றுவெளி விரிந்து கிடக்கிறது. காலப் பழமையும் இலக்கியப் பெருவளமும் கொண்ட இந்தச் செம்மொழியின் நிலை மிகவும் இரங்கத்தக்கதாகும்.

ஆகவே பதிப்பு தொடர்பான ஆய்வுகளும் பெருகவில்லை. ஆய்வுகள் பெருகப் பெருக அவை பல தேவைகளைக் கோரும். தேவைகளை நிறைவேற்ற வேண்டிய தரவு உருவாக்கம் அதனால் நிகழும். இங்கே ஏற்கனவே வந்துள்ள ஆய்வுகளே பல தேவைகளைக் கோரியுள்ளன. ஆனால் அவற்றை நிறைவேற்றும் பார்வைகளோ நடைமுறைகளோ பெரிதாக இங்கில்லை. தம் சுய வசதிகளைப் பெருக்கிக்கொள்ளவே எதையும் பயன்படுத்தும் அரசியல்வாதிகளின் செயல்பாட்டுத் தாக்கம் அறிவுத்துறைகளிலும் நீக்கமற நிறைந்திருக்கிறது. பதவி என்றே எதையும் காணும் நீசத்தனம் பொறுப்புக்களைப்பற்றிக் கவலைப்படுவதேயில்லை. அறியாமைகள் அதிகாரத்தைக் கைப்பற்றிக்கொண்டு தான் என்னும் அகங்காரத்தால் அறியாமையை மறைத்துக்கொள்ளத் தந்திரம் செய்யும் அவலநிலையே நிறுவனங்களில் நிலவுகின்றன. ஆய்வுக்கு ஏற்ற சூழல் முற்றிலுமாக நீக்கப்பட்டுவிட்டது.

பதிப்புகளை அடிப்படையாகக்கொண்டு செய்யப்பட வேண்டிய மூலபாட ஆய்வுகள் முதலியவையும் பெரிய அளவில் வளரவில்லை. பழைய இலக்கியம் ஒவ்வொன்றும் ஏராளமான பாட வேறுபாடுகளுடன் காணப்படுகின்றன. ஆனால் பாட நிர்ணயம் செய்யும் மூலபாட ஆய்வு தனிப்பெரும் துறையாக உருவாகவில்லை. பழைய பதிப்பாசிரியர்கள் தாங்கள் பாட

நிர்ணயத்திற்கு எத்தகைய வழிமுறைகளைப் பின்பற்றினர் என்பதைப் பற்றி விரிவாக எழுதி வைக்கவில்லை. அவர்களுக்கு அத்தகைய ஆய்வுகளைப் பதிவு செய்வது நோக்கமும் அல்ல. ஆனால் அத்தகைய பதிப்புகளுக்குப்பின் பாட ஆய்வுகள் வளர்ந்திருக்க வேண்டும். கம்ப ராமாயணத்தில் ஒவ்வொரு பாடலும் பல பாட வேறுபாடுகளைக் கொண்டிருக்கின்றது. எல்லாச் சொல்லுக்கும் பாட வேறுபாடு கொண்ட பாடல்களும் உள்ளன. ஆனால் இத்துறையில் ஈடுபட்டு எழுதப்பட்ட முக்கிய மான கட்டுரைகள் மிகச் சிலவே உள்ளன. பதிப்புகளில் சீர் பிரிப்பு, சந்தி பிரிப்பு பற்றிய ஆய்வுகளுக்கும் பெரும் வாய்ப்பு உள்ளது. இதுவரை ஆய்வுக் கைபடாத துறை இது எனலாம். இந்நிலையில் தமிழ்க் கல்விப்புலம் சார்ந்தவர்கள், தமிழ் மாணவர்கள் ஆகியோரிடையே பதிப்புணர்வு இருக்கும் என்று எதிர்பார்ப்பது பேராசைதான்.

பத்தொன்பதாம் நூற்றாண்டில் தொடங்கிய தமிழ் நூல் பதிப்பு இருபதாம் நூற்றாண்டு நடுப்பகுதிவரை வேகமாகவும் பல்வேறு நிலைகளிலும் தொடர்ந்திருக்கிறது. ஓலைச்சுவடி களிலிருந்து அச்சுக்குக் கொண்டுவரும் முதற்கட்டப் பணிக்குப் பின் வாசிப்போருக்கும் பயன்தரும் வகையில் பல்வேறு குறிப்புக் களுடனும் பல தன்மைகளிலும் பதிப்புகளை உருவாக்குவதும் நடந்திருக்கிறது. சீர் பிரிக்காமலும் சந்தி பிரிக்காமலும் தொடங்கப்பட்ட பதிப்பு முறை, அவை பிரிக்கப்பட்டு எவரும் மிக எளிதாக வாசிக்கும் வகையில் பதிப்பிக்கப்பட்ட வரலாறு நமக்குண்டு. ஆனால் இந்த வரலாறும் முழுமையாக எழுதப் படவில்லை. ஒரு பதிப்பில் நூலுக்கு முன்னும் பின்னும் எவை எவை இடம்பெற வேண்டும், அப்படி இடம் பெறுபவற்றை எவ் விதம் பயன்படுத்த வேண்டும் என்பவை பற்றியெல்லாம் இன்று யாரும் கவலைப்படுவதில்லை. சொல்லடைவு, பொருளடைவு களோடு பதிப்பிக்கப்பட்ட பழைய நூல்களை இன்று மறுபதிப்பாக்கும்போது அவற்றை நீக்கிவிட்டுப் பதிப்பிக்கும் முறை பெருகி வருகிறது. சொல்லடைவு, பொருளடைவுகளால் பக்கங்கள் கூடும், அச்சுச் செலவு அதிகமாகும் என்று கருது கின்றனர். அவ்வாறு நீக்கிவிட்டுப் பதிப்பிக்கும் நூல்களை வாங்கும் வாசகரிடத்தும் இவை இவை இருக்க வேண்டும் எனக் கோரும் விழிப்புணர்வு இல்லை.

இத்தகைய சூழலில் பதிப்பு முயற்சிகளிலும் பதிப்பு ஆய்வு களிலும் ஈடுபடுவோர் மிகக் குறைவே. அவர்களிலும் தங் களுக்குக் கிடைத்த பழம் பதிப்புகளை மறைத்துக்கொள் வோரும் தகவல்களை ரகசியமாக வைத்துக்கொள்வோரும் பலர் உண்டு. தங்கள் துறையில் பிறர் யாரும் நுழைந்துவிடக்

கூடாது என உடைமை பாராட்டும் மனோபாவம் வந்துவிடு கிறது. நானும் சில சமயங்களில் இதன் தாக்கத்திற்கு ஆட் பட்டும் இதிலிருந்து வேகமாக விலகியும் பெரும் தடுமாற்றத் திற்கு ஆளானதுண்டு. மேலும் ஈடுபடும் பிறரை எதிரிகளாகப் பாவித்துக் குதறும் மனோபாவம் அறிவுப் பரவலாக்கத்திற்கு எதிரானது. இதனால் இத்துறைக்குக் கூடுதல் வாசகர்களைக் கூட உருவாக்க முடியாது. வாசகர் எண்ணிக்கை கூடும் போதுதான் சூழலில் பதிப்புணர்வு உண்டாகும். ஆய்வுப் பதிப்பு, பாடநூல் பதிப்பு, வெகுஜனப் பதிப்பு, மூலப் பதிப்பு, உரை வேறுபாட்டுப் பதிப்பு, உரை வளப் பதிப்பு, பொருள் அடிப்படைப் பதிப்பு என விதவிதமான பதிப்புக்களை உருவாக்க வேண்டிய தேவையும் அவற்றை விரிவாக ஆய்வுக்கு உட்படுத்த வேண்டிய அவசியமும் தொடர்ந்து இருக்கின்றன. ஆகவே பலர் இத் துறையில் ஈடுபட்டு உழைக்க வேண்டிய தேவை உள்ளது.

இவையெல்லாம் இருப்பினும் சமீப காலத்தில் பதிப்பு தொடர்பான கவனம் ஓரளவு உருவாகி வருகிறது என்பது மகிழ்ச்சி தரும் செய்தி. காலச்சுவடு பதிப்பகம் வழியாக ஆ.இரா. வேங்கடாசலபதி பதிப்பில் வெளியான 'புதுமைப்பித்தன் கதைகள்' நூல் நவீன இலக்கியங்களையும் செம்மையாகப் பதிப்பிக்க வழிகாட்டியது. செம்பதிப்பு என்னும் சொல்லாட்சியும் அதன் மூலம் வழக்கிற்கு வந்தது. பழந்தமிழ் இலக்கியப் பதிப்பு கள் பற்றிய ஆய்வுகளில் செம்மொழி நிறுவனக் கருத்தரங்குகள் மூலம் கவனம் உருவாயிற்று. உ.வே. சாமிநாதையர் பற்றியும் பதிப்புகள் பற்றியும் *காலச்சுவடு* வெளியிட்ட சிறப்புப் பகுதிகள் பொதுத்தளத்தில் பதிப்பு குறித்த பார்வை உருவாகக் காரண மாயின. தொடர்ந்து *புத்தகம் பேசுது* இதழும் *உங்கள் நூலகம்* இதழும் பதிப்புகள் தொடர்பான கட்டுரைகளையும் தொகுப்பு நூல்களையும் வெளியிட்டு வருகின்றன. இவற்றில் இளைஞர்கள் பலர் பங்காற்றுவது கவனத்திற்குரியது. இவை அனைத்தும் இன்றைய சூழலில் ஆரோக்கியமான அறிகுறிகள். இவற்றில் என் பங்களிப்பும் ஓரளவு இருக்கிறது என்பது மகிழ்ச்சி தருகிறது.

நவீன இலக்கியத்தில் செயல்படுபவனாக இருந்தபோதும் கல்விப்புலம் சார்ந்தவன் ஆகையால் அவ்வப்போது ஆய்வு முயற்சிகளிலும் நான் ஈடுபடுவதுண்டு. ஆனால் பதிப்புத் துறை யில் தொடக்கத்தில் எனக்குப் பெரிய அறிவோ, பார்வையோ இல்லை. *2001*ஆம் ஆண்டு பணியிட மாறுதல் பெற்று நாமக்கல்லிற்கு வந்தபோது பொ. வேல்சாமி அவர்களுடன் நெருங்கிய நட்பு ஏற்பட்டது. அவருடனான உரையாடல்கள் மூலமே பதிப்புத் துறை சார்ந்து சில கட்டுரைகள் எழுத

உத்வேகம் உண்டாயிற்று. தமிழைப் பொருத்தவரைக்கும் அறிவுத் துறைகள் எல்லாவற்றிலும் செய்வதற்கு ஏராளமான வேலைகள் உள்ளன. செய்யும் ஆர்வமுள்ளவர்களின் எண்ணிக்கைதான் குறைவு. அவ்வகையில் பதிப்புத் துறையில் ஆய்வு செய்வதற்கான பெரும் களம் இருப்பதை உணர்ந்தேன். அத்துறையில் எனக்கு மிகுந்த ஈடுபாடும் உண்டாயிற்று. இந்த அடிப்படையில் நான் எழுதிய கட்டுரைகள் பல கருத்தரங்குகளில் வாசிக்கப்பட்டும் இதழ்களில் வெளியாகியும் குறிப்பிடத்தக்க எதிர்வினைகளைப் பெற்றன.

காலச்சுவடு இதழில் வெளியான கட்டுரைகளால் பதிப்பகங்கள் சிலவற்றின் எதிர்ப்பையும் புறக்கணிப்பையும் பெற வேண்டியதாயிற்று. விமர்சனங்களைப் பொருட்படுத்தும் உயர் மனம் வெகுசில பேருக்கே வாய்க்கிறது. சில சந்தர்ப்பங்களில் இது போன்ற வேலைகளில் ஏன் ஈடுபட வேண்டும் எனச் சலிப்புத் தோன்றிவிடுகிறது. நான்தான் செய்தாக வேண்டும் என்னும் உளநிர்ப்பந்தம் படைப்புத் துறையைப்போல இதில் பெரிதாக இல்லை. சில நூல்களைப் பயிலும்போது கண்டறியும் நுட்பங்களும் உருவாகும் பார்வைகளுமே என்னை இதில் செலுத்திக்கொண்டிருக்கின்றன. உழைப்பைத் தவிரப் பெரிய சவால் இதில் இருப்பதாகத் தோன்றவில்லை. ஆகவே படிப்படியாக இத்தகைய ஆய்வு ஈடுபாட்டைக் குறைத்துக்கொள்ள வேண்டும் என்றே நினைத்திருக்கிறேன். இந்த நூலுக்குக் கிடைக்கும் வரவேற்பு ஒருவேளை என் எண்ணத்தை மாற்றவும் கூடும்.

பதிப்புப் பிரச்சினைகள் தொடர்பாகத் தொடர்ந்து உரையாடல்களை நடத்திவரும் பொ. வேல்சாமி, இத்துறையில் என்னைச் செழுமைப்படுத்திக்கொள்ள ஆலோசனைகள் வழங்கும் நண்பர்கள் ஆ.இரா. வேங்கடாசலபதி, பழ. அதியமான், என் கட்டுரைகள் குறித்து உடனுக்குடன் கருத்துகளைப் பகிர்ந்துகொள்ளும் க. காசிமாரியப்பன், பா. ஜெய்கணேஷ் ஆகியோருக்கு மிக்க நன்றி.

கட்டுரைகள் வெளியிட்ட *காலச்சுவடு*, *உங்கள் நூலகம்*, *புத்தகம் பேசுது*, *உயிர் எழுத்து*, *சிந்தனையாளன்* ஆகிய இதழ்களுக்கும் பொ. வேல்சாமியுடன் இணைந்து பதிப்பு பற்றிய சிறப்புப் பகுதிகளைத் தொகுக்கக் கேட்டுக்கொண்ட காலச்சுவடு ஆசிரியர் கண்ணன் அவர்களுக்கும் செம்மொழி நிறுவனத்துடன் இணைந்து நடத்திய கருத்தரங்குகள், பயிலரங்கங்கள் ஆகியவற்றில் கட்டுரை வாசிக்க எனக்கு வாய்ப்பு வழங்கிய கல்வி நிறுவனங்களுக்கும் மிகுந்த நன்றிகள்.

கட்டுரைகளுக்கான ஆதாரத் தரவுகளைப் பெறுவதற்குப் பல நூலகங்கள் காரணமாக இருந்தன. அதில் சென்னை, ரோஜா முத்தையா நினைவு ஆராய்ச்சி நூலகமே பெரிதும் பயன்பட்டது. அதன் இயக்குநர் சுந்தருக்கும் அந்நூலக ஊழியர்கள் அனைவருக்கும் நன்றி. புதுக்கோட்டை ஞானாலயா நூலகம், நாமக்கல் நா.ப. ராமசாமி அவர்களின் நூலகம் ஆகிய வையும் உதவின. அவற்றிற்கும் நன்றி. பொ. வேல்சாமி தம் நூலகத்திலிருந்தும் தம் நண்பர்களின் நூலகத்திலிருந்தும் எனக்கு வேண்டிய தரவுகளைக் கொடுத்துதவினார். அந்த அன்புக்கும் நன்றி.

இக்கட்டுரைகளின் உருவாக்கத்தின்போது உடனிருந்து உதவிய என் மாணவர்கள் முனைவர் மு. நடராஜன், வீ. ராஜீவ் காந்தி ஆகியோருக்கும் மெய்ப்புப் பார்த்தும் பொருளடைவு தயாரித்தும் உதவிய மாணவர் ரெ. மகேந்திரனுக்கும் நன்றிகள்.

கட்டுரைகளைப் படைப்பூக்க உணர்வுடன் நான் எழுதச் சூழலை உருவாக்கிக் கொடுத்த என் மனைவி பி. எழிலரசிக்கும் என் பிள்ளைகள் இளம்பிறை, இளம்பரிதி ஆகியோருக்கும் நன்றிகள்.

பெருமாள்முருகன்

சங்க இலக்கியப் பதிப்புச் சிக்கல்கள்

சங்க இலக்கியப் பதிப்புகள் தொடர்பான சிக்கல்கள் பல தளம் சார்ந்தவை. பதிப்பாசிரியர்களின் பின்னணி, பதிப்பு நோக்கு, பாடபேத ஆய்வுகளின் நிலை, வெவ்வேறு வகையான பயன்பாட்டுப் பதிப்புகளின் தன்மை, மறுபதிப்புகளில் நேர்ந்துள்ளவை, பாட நீக்கங்கள், சேர்க்கைகள், திருத்தங்கள் உள்ளிட்ட பலவற்றையும் விரிவாக ஆய்வுக்கு உட்படுத்த வேண்டியுள்ளது. பதிப்பு களில் நேர்ந்த வளர்ச்சி, தேக்கம் உள்ளிட்டவற்றைக் காணவும் இன்றைய பதிப்புத் தேவைகளை அறியவும் இத்தகைய ஆய்வுகள் அவசியம். விரிவான தளத்தில் அல்லாமல் மிகச் சில அவதானிப்புகளை மட்டுமே முன்வைப்பதாக இக்கட்டுரை அமைகின்றது.

1937ஆம் ஆண்டு உ.வே. சாமிநாதையரின் குறுந் தொகைப் பதிப்பு வெளியிடப்பட்டபோது பேராசிரியர் ச. வையாபுரிப்பிள்ளை, 'தமிழுலகு வெகுகாலமாக எதிர் பார்த்துக்கொண்டிருந்த குறுந்தொகைப் பதிப்பு டாக்டர் சாமிநாதையரவர்களால் சில நாட்களுக்கு முன்பு வெளியிடப்பட்டுள்ளது. ஆகவே எட்டுத்தொகை என வழங்குவனவற்றுள் அனைத்து நூல்களும் ஒருவாறு பரிசோதிக்கப் பெற்றுப் பெரும்பாலும் நல்ல பதிப்பு களாக வெளிவந்துவிட்டன. இவற்றில் இனி நிகழ வேண்டும் ஆராய்ச்சியாலும் பிரதிகளின் உதவியாலும் சிற்சில திருத்தங்கள் ஏற்படக்கூடும்' (ப.413) என்று எழுதி னார். இனி நிகழ வேண்டும் ஆராய்ச்சி என்று அவர் குறிப்பிடுவது பாடபேத ஆராய்ச்சியையே. பிரதிகளின் உதவியால் ஏற்படும் சிற்சில திருத்தங்கள் என்பவையும் பாடபேதத் திருத்தங்களைத்தான்.

ஒரு நூலுக்குப் பல பதிப்புகள் உண்டாவதற்கு முக்கியமான காரணம் பாடபேதங்கள். சங்க இலக்கிய நூல்களில் பாடபேதங்களின் எண்ணிக்கை மிகுதி. ஆனால் பாடபேதங்களை அடியொற்றி வந்த பதிப்புகள் குறைவு. குறுந்தொகையை முதன் முதலில் பதிப்பித்தவர் சௌரிப்பெருமாள் அரங்கன். 1915ஆம் ஆண்டில் வெளிவந்த இப்பதிப்பில் 'எத்தனையோ பெரும் பிழைகள் காணப்படுவதாக'க் (ப.202) கூறும் வையாபுரிப்பிள்ளை அப்பதிப்பு 'மேற்கொண்டுள்ள பாடங்கள் திருத்தமான பாடங்களல்ல' (ப.221) என்றும் கூறுகிறார். மேலும் அப்பதிப்பில் உள்ள மூலபாடப் பிழைகள் பலவற்றை எடுத்துக்காட்டுகிறார்.

உ.வே.சாவின் பதிப்பைப் பற்றி எழுதும்போது 'நூற்றுக் கணக்கான வருடங்களாக ஏறியிருந்த துரு முதலிய மலினங்கள் போகப் பரிசோதிக்கப் பெற்று' (ப.196) வெளியிடப்பட்ட பதிப்பு என்று குறிப்பிடுகின்றார். துரு முதலிய மலினங்கள் என்று அவர் குறிப்பிடுவதில் முக்கியமானவை பாடபேதங்களே. உ.வே.சாவின் பதிப்பு 'பல சுவடிகளை ஒப்பு நோக்கித் திருத்தமான பாடங்களைக் கண்டு' (ப.222) வெளியிடப்பட்ட பதிப்பு என்பது அவர் கருத்து. பாடபேத ஆய்வுகள் அடுத்தடுத்த பதிப்புகளை உருவாக்கும் முக்கியக் காரணிகளாக இருக்கின்றன என்பதை உ.வே.சாவின் பதிப்புக்குப் பின்வந்த குறுந்தொகைப் பதிப்புகள் உணர்த்துகின்றன.

வையாபுரிப்பிள்ளையின் 'சங்க இலக்கிய'ப் பதிப்பில் 'சிறந்த மூலபாடங்கள் நூற்றுக்கணக்கில்' (ப.12) கொள்ளப்பட்டதாகத் தெரிகிறது. உ.வே.சாவின் பதிப்புப் பாடங்கள் 234 இடங்களில் திருத்தப்பட்டு வையாபுரிப்பிள்ளையின் சங்க இலக்கியக் குறுந்தொகை பதிப்பிக்கப்பட்டுள்ளதாக மு. சண்முகம் பிள்ளை (ப.27) குறிப்பிடுகின்றார். 1994இல் தமிழ்ப் பல்கலைக்கழக வெளியீடாக வந்த மு. சண்முகம் பிள்ளையின் குறுந்தொகைப் பதிப்புப் பாடபேத ஆய்வுகள் அடுத்தடுத்த பதிப்புகளைச் சாத்தியப்படுத்துவதற்கான மிக முக்கியமான சான்றாகும். தம் பதிப்பில் பாடபேதங்கள் பெறும் முக்கியத்துவம் குறித்துப் பதிப்புரையில் அவர் கூறுவன:

'தமிழ்ப் பல்கலைக்கழகத்தின் வழி வெளிவரும் இப்பதிப்பு டாக்டர் ஐயரவர்கள் பதிப்பிலிருந்து 260 இடங்களில் வேறுபட்டுப் புதிய பாடங்களைத் தருகின்றது. சங்க இலக்கியப் பதிப்பிற்கும் தமிழ்ப் பல்கலைக்கழகப் பதிப்பிற்கும் 225 இடங்கள் வேறுபடுகின்றன. டாக்டர் ஐயர் அவர்கள் பதிப்பிலும் சங்க இலக்கியப் பதிப்பிலும் இடம்பெறாத 131 புதிய பாடங்கள் இப்பதிப்பில் இடம் பெற்றுள்ளன.' (ப.27 – 28)

பாடபேதங்கள் அனைத்தையும் தொகுத்து நூலின் மிக விரிவான பின்னிணைப்பு தரப்பட்டுள்ளது. பாடபேத அடிப்படையிலான சிறந்த பதிப்பு இதுவாகும். இத்தகைய பதிப்புகள் மூலபாட ஆய்வின் வழியாக உருவாகின்றன.

ஏராளமான பாடபேதங்கள் கொண்ட தமிழ் இலக்கியங்கள் தொடர்பான மூலபாட ஆய்வுகள் அவ்வளவாகத் தமிழில் வளரவில்லை. வையாபுரிப்பிள்ளை பாடபேத ஆய்வு தொடர்பாகச் சில குறிப்பிடத்தக்க கட்டுரைகளை எழுதியுள்ளார். குறுந்தொகைப் பாடபேதங்கள் பற்றி அவர் எழுதிய இரண்டு கட்டுரைகள் மிக முக்கியமானவை. 'எருமணம்' என்னும் கட்டுரை உ.வே.சா. கொண்ட பாடம் ஒன்றை மறுத்து எழுதப்பட்டது. 'குறுந்தொகைச் செய்யுளில் ஒரு சரித்திரக் குறிப்பு' என்னும் தலைப்பில் அமைந்த கட்டுரை ஒரு பாடபேதம் வரலாற்றையே மாற்றி அமைக்கும் முக்கியத்துவம் வாய்ந்ததாக இருப்பதை வெளிப்படுத்துவது. 'பொன்மலி பாடலி' என்பதைப் 'பொன்மலி பாடிலி' என்று பாடம் கொண்டதால் நேர்ந்த பொருத்தமின்மையை விளக்குகிறது அக்கட்டுரை. சோணை நதிக்கரையில் அமைந்த பாடலிபுத்திரம் என்னும் நகரம் பற்றிய குறிப்பு இது என்று அறியும்போது இந்தப் பாடபேதத்தின் முக்கியத்துவம் விளங்கும். ஆகவே பாடபேத ஆய்வுகள் வரலாற்று முக்கியத்துவம் வாய்ந்த முடிவுகளுக்கும்கூட வழி வகுப்பவை. ஆனால் தமிழில் இத்துறை ஆய்வுகள் முடங்கிவிட்ட நிலையைத்தான் காண்கிறோம்.

வையாபுரிப்பிள்ளை சங்க இலக்கியம், சீவக சிந்தாமணி, பதினெண் கீழ்க்கணக்கு நூல்கள் ஆகியவற்றின் பதிப்புரைகளில் சில பாடங்களை அவர் தேர்வு செய்தமைக்கான காரணங்களை ஆய்வு நோக்கில் விளக்கி உள்ளார். ஆனால் பெரும்பான்மையான பாடபேதங்களுக்கான காரணங்களை விளக்கும் வாய்ப்பு அவருக்கு இல்லை. மு. சண்முகம் பிள்ளை தம் பதிப்பில் அவர் கொண்ட புதிய பாடங்களுக்கான காரணங்களை ஓரளவு விளக்கி உள்ளார். உ.வே.சா. பதிப்புகள், மர்ரே ராஜம் பதிப்புகள் உள்ளிட்டவற்றில் இத்தகைய விளக்கங்கள் இடம் பெறுவதில்லை. குறுந்தொகைக்கு அமைந்ததைப் போலச் சங்க இலக்கியப் பிற நூல்களுக்குப் பதிப்புகள் வெளிவராமைக்குக் காரணம் பாடபேத ஆய்வுத்துறை வளர்ச்சி பெறாமையே. சங்க இலக்கியப் பதிப்பு முயற்சிகள் தேங்கிப் போனமைக்கான காரணமாக இதையே கருதத் தோன்றுகின்றது.

சங்க இலக்கியப் பதிப்புகளில் மூலம், மூலமும் பழையவுரையும், மூலமும் புதிய உரையும் என்னும் வகையிலான பதிப்புகள் அனைத்தும் அடிப்படையானவை. அடிப்படைப் பதிப்புகளுக்குப் பின்னர் ஆய்வுகளுக்கான ஆதாரத் தரவுகளை

வழங்கும் வகையிலான கருவிநூல் பதிப்புகள் உருவாக்கப்பட்டிருக்க வேண்டும். அவ்வகையிலும் மிகச் சில பதிப்புகளே வந்துள்ளன. வையாபுரிப்பிள்ளையின் 'சங்க இலக்கியம் பாட்டும் தொகையும்' இவ்வகையில் முக்கியமானது. ஆராய்ச்சிக்கு உதவும் வகையில் ஒரு பதிப்பை உருவாக்க முடியும் என்பதற்கான முதல் சான்று இதுதான். 'இப்பதிப்பை ஆராய்ச்சிக்கு ஓரளவு எளிய வசதி அளிக்கும் குறிப்பு நூலாகக் கொள்ள வேண்டுமே யொழிய எட்டுத்தொகையும் பத்துப்பாட்டும் மூலமும் உரையுமாக வெளிவந்துள்ள அருமையான பதிப்புக்களுக்குப் பதில் இதை உபயோகிக்கலாம் என்று எவரும் கனவிலும் எண்ணி ஏமாற்றமடைதல் கூடாது' (ப.15) என்று அதன் பதிப்புரை கூறுகின்றது.

இதன்பின் வந்த மர்ரே ராஜம் பதிப்புகள் உரைநடையின் வளர்ச்சி மிகுந்த காலத்தில் புணர்ச்சி விதிகளில் தெளிவான அறிவு பெற்றிருந்தால்தான் சங்க இலக்கியத்தை வாசிக்க முடியும் என்றிருந்த நிலையை மாற்றும் விதத்தில் அமைந்த பதிப்புகள். இவ்விரண்டு பதிப்பு முறைகளையும் இணைத்துச் செய்யப்பட்ட புறநானூற்றுப் பதிப்பு ஒன்று குறிப்பிடத்தகுந்தது. 1976ஆம் ஆண்டு அ.சீனிவாசனைப் பதிப்பாசிரியராகக் கொண்டு பி.கே.புக்ஸ் வெளியிட்ட இப்புறநானூற்றுப் பதிப்பு ஆசிரியர் அகர வரிசையில் பாடல்களைத் தொகுத்துத் தருகிறது. இது 'சங்க இலக்கிய'ப் பதிப்பைப் பின்பற்றிய முறை. பாடல்கள் மர்ரே பதிப்பில் கொடுக்கப்பட்ட முறையில் சந்தி பிரித்துத் தரப்பட்டுள்ளன. சங்க இலக்கியப் பதிப்பு எட்டுத்தொகை, பத்துப்பாட்டு ஆகிய அனைத்து நூல்களின் பாடல்களையும் ஆசிரியர் அகர வரிசையில் தொகுத்துத் தருவதாகும். புறநானூற்றுப் பாடல்களை மட்டும் ஆசிரியர் அகரவரிசையில் அறிய விரும்புவோர்க்கு அ.சீனிவாசனின் புறநானூற்றுப் பதிப்பு பயன்படும். இத்தகைய நோக்கில் சங்க இலக்கியப் பிற நூல்களுக்குப் பதிப்பு எதுவும் வந்ததாகத் தெரியவில்லை.

ஆசிரியர் அகரவரிசையில் பாடல்களைத் தொகுக்கும் முறை போலத் திணை துறை அகர வரிசைகளில் பாடல்களைத் தொகுக்கும் பதிப்புகள் அவசியம். அகத்திணைக்குத் தனியாகவும் புறத்திணைக்குத் தனியாகவும் இப்பதிப்புகள் அமையலாம். ஒவ்வொரு நூலுக்கும் தனித்தனியாகவும் இத்தகைய பதிப்புகள் அமைவது தேவை. இவை மிக முக்கியமான கருவி நூல்களாகத் திகழும். இவ்வாறு பொருள் அடிப்படையிலான பல்வேறு வகைப்பட்ட கருவிநூல் பதிப்புகளை உருவாக்கலாம். அகத்திணைப் பாடல்களில் வரலாற்றுக் குறிப்புகள் கொண்டவற்றை மட்டும் தொகுக்கலாம். கூற்று முறையில் பாடல்களை

வரிசைப்படுத்தலாம். புறப்பாடல்களைப் பாடப்பட்டோர் அகர வரிசையில் தொகுக்கலாம். ஆனால் இத்தகைய கருவிநூல் பதிப்புகள் உருவாகவில்லை. சங்க இலக்கியம் தமிழர் பெருமை பேசுவதற்கானது என்னும் ஒற்றைத்தன்மையில் கட்டமைக்கப் பட்ட காரணத்தால் பல்நோக்கு ஆய்வுகள் வளராமல் போயின. அத்தகைய ஆய்வுகள்தான் கருவிநூல் பதிப்புகளின் தேவையைக் கோருபவை. ஆய்வுகளில் ஏற்பட்ட முடக்கம் பதிப்புச் சூழலையும் பாதித்ததாகக் கருதலாம்.

முந்தைய பதிப்புகள் மறுபதிப்புகளாக வரும்போது ஏற்படும் சிக்கல்கள் தனித்துப் பேசப்பட வேண்டியவை. பதிப்பாசிரியர் தம் வாழ்நாளிலேயே அடுத்தடுத்த பதிப்புகளைக் கொண்டுவர நேரலாம். அத்தகையவற்றில் ஒவ்வொரு பதிப்பும் பதிப்பு வரலாற்றிற்கு மிகவும் முக்கியமானதாகும். அப்பதிப்பாசிரியர் தம் பதிப்புகளில் செய்துள்ள மாற்றங்களைச் சிலசமயம் சுட்டிக் காட்டுகின்றனர். பல சமயங்களில் காட்டுவதில்லை. விடுபாடுகள் நேர்கின்றன. உ.வே. சாமிநாதையர் தம் பதிப்பு ஒவ்வொன்றிலும் மிகப் பெரிய மாற்றங்களைச் செய்கிறார். அவற்றைக் கண்டறிவதே பதிப்பு வரலாற்றிற்குப் பங்களிப்பு செய்வதாக உள்ளது. அரும் பதம் முதலியவற்றின் அகராதி என்று அவர் கொடுக்கும் அகராதியின் தொடக்கத்தில் ஒவ்வொரு சொல்லுக்கும் நேராகப் பக்க எண்களைக் கொடுத்துள்ளார். பின்னர் மறுபதிப்புகள் கொண்டுவர வசதியாகப் பக்க எண்களைச் செய்யுள் எண்களாக மாற்றுகின்றார். இந்த மாற்றத்தை எந்தப் பதிப்பில் முதன் முதலாகச் செய்தார் என்பதை இன்னும் கண்டறிய இயல வில்லை. பின்வந்த பதிப்பாசிரியர்கள் பலரும் ஏற்றுக்கொண்டு பின்பற்றிய மாற்றம் இது. அவருடைய பதிப்புகள் அனைத்தையும் ஒருசேரக் கண்டு ஆராயும்போதுதான் அதனைக் கண்டறிய முடியும்.

அவருடைய பதிப்பு முன்னுரைகள் முக்கியமானவை. ஆனால் அடுத்தடுத்த பதிப்புகள் வரும்போது முந்தைய பதிப்பு முன்னுரைகளை நீக்கிவிடவோ அவற்றில் இருந்த செய்திகள் சிலவற்றை எடுத்துவிடவோ செய்திருக்கிறார். குறிப்பாக முதல் பதிப்புக்கு உதவிய புரவலர்களின் பெயர்களை அடுத்த பதிப்பில் நீக்கிவிடுகிறார். ஆனால் இன்றைய சூழலில் அவை அவசிய மானவையாக இருக்கின்றன. சீவக சிந்தாமணியைப் பதிப்பிக்க அவர் கையொப்பம் பெற்றுப் பணம் திரட்டிய காலகட்டத் திற்கும் குறுந்தொகையைப் பதிப்பிக்கச் சென்னைப் பல்கலைக் கழகம் நிதி உதவி கொடுத்த காலகட்டத்திற்கும் இடையே நிகழ்ந்த மாற்றங்கள் தமிழ்ப் புலமை மரபுக்கான ஆதரவு புரவலர்களாகிய தனிநபர்கள், மடங்கள் ஆகியவற்றிடம் இருந்து

நிறுவனங்களிடம் கையளிக்கப்பட்ட வரலாற்றுக்கான ஆதாரங் களாகும். அவற்றை அறிய அவரது பதிப்பு முன்னுரைகள் ஒவ்வொன்றும் அவசியம்.

ஒருவரது பதிப்பை அவரது காலத்திற்குப் பிறகு மறுபதிப்புச் செய்யும்போது நேரும் சிக்கல்கள் ஏராளம். இதற்கு எந்த வகையான வழிகாட்டு நெறிமுறைகளும் உருவாக்கப்படவில்லை. ஆகவே மனம் போனபடி மறுபதிப்புகள் அச்சிடப்படுகின்றன. ஒரு பதிப்பிற்குரிய முக்கியத்துவம் என்ன என்பதை மறுபதிப்பு செய்வோர் உணர்ந்திருக்க வேண்டும். வையாபுரிப்பிள்ளையின் சங்க இலக்கியத்தை இரண்டாம் பதிப்பாகக் கொண்டு வந்தவர் அவரது மாணவராகிய மு. சண்முகம் பிள்ளை. இரண்டாம் பதிப்பில் நிகழ்ந்த மாற்றங்கள் குறித்து அவர் இவ்வாறு எழுது கின்றார்:

'இந்த இரண்டாம் பதிப்பு முந்தைய பதிப்புப் போலவே பாடங்களில் மாறுதலின்றி அச்சிடப்பட்டுள்ளது. ஆயினும் அமைப்பு முறையில் ஒரு சில மாறுதல்கள் செய்யப்பெற்றுள்ளன. பக்கத் தலைப்புகளில் இடப்பக்கம் (இரட்டை எண்) முதலில் இடம்பெறும் புலவர் பெயரும் வலப்பக்கம் (ஒற்றை எண்) முடிவுறும் இடத்து அமைந்த புலவர் பெயருமாக அமைக்கப் பெற்றுள்ளன. இவற்றால் பக்கங்களைத் திருப்பியவுடன் தானே அவற்றில் இடம்பெற்றுள்ள புலவர் பெயர்களைக் கண்டு கொள்ளுதல் எளிதாகும். மற்றொன்று பாடல் அடிகளின் முதலில் ஐந்து அடிகளுக்கு ஒருமுறை அமைக்கப் பெற்றிருந்த அடி எண்கள். இவை இப்பொழுது முடிவிடங்களுக்கு எதிராக மாற்றித் தரப்பட்டுள்ளன.' *(ப.8)*

வையாபுரிப்பிள்ளை கொண்ட பாடங்கள் பற்றிய உணர் வுடையவராக இவர் உள்ளார். மேலும் அமைப்பு முறையில் செய்துள்ள மிகச் சிறு மாற்றங்களையும் பதிவு செய்துள்ளார். இந்த எச்சரிக்கை உணர்வு மறுபதிப்பு செய்வோருக்கு அவசியம். இல்லாவிட்டால் தமிழ்ப் பல்கலைக்கழகம் உ.வே.சாவின் பதிப்பு களை வெளியிட்ட முறையே மிகவும் உகந்தது. அதாவது உ.வே.சாவின் பதிப்பை அப்படியே நகல் வடிவாக மறுஅச்சு செய்யும் முறை. இதிலும்கூட மறுஅச்சுக்கு எந்தப் பதிப்பை எடுத்துக் கொள்வது எனத் தீர்மானிப்பது முக்கியம். அவரது வாழ்நாளில் இறுதியாக வெளியிடப்பட்ட பதிப்பை எடுத்துக் கொள்வதே சரியானது. ஏனெனில் அதற்குப் பின் மற்றவர்கள் செய்த மாற்றங்கள் எத்தகையவை என்று கண்டறிவதில் பல சிக்கல்கள் உள்ளன. ஆனால் தமிழ்ப் பல்கலைக்கழகம் உ.வே.சா வின் இறப்புக்குப் பிந்தைய பதிப்புகளையே எடுத்துக்கொண்டிருக்

கிறது. உ.வே.சா. நூல் நிலையத்தினர் வெளியிட்ட பிந்தைய பதிப்புகளை எச்சரிக்கையோடுதான் காண வேண்டியுள்ளது.

புறநானூறு நான்காம் பதிப்புக்கு எழுதப்பட்ட முகவுரையில் 'ஐயரவர்களுடைய கைப்புத்தகங்களாலும் பலவகைக் குறிப்புக் களாலும் கிடைத்த பல திருத்தங்களை இப்பதிப்பிற் காணலாம்' (ப.vii) என்று குறிப்பிடப்பட்டுள்ளது. உ.வே.சா கொண்ட பாடங்கள் பல மாற்றப்பட்டுள்ளன என்பதை இது வெளிப்படுத்துகின்றது. பாடபேத ஆய்வுகளுக்கு முக்கியமானவையாகிய உ.வே.சாவின் பாடங்கள் மாற்றப்பட்டுள்ளன எனில் இப்பதிப்பை எவ்வாறு ஆய்வுக்குப் பயன்படுத்த முடியும்? அவ்வாறு மாற்றப்பட்ட பாடங்கள் குறிப்பிடப்பட்டுள்ளனவா என்றால் அதுவும் இல்லை. ஆனால் இந்தப் பதிப்பைத்தான் தமிழ்ப் பல்கலைக்கழகம் மறுஅச்சுக்கு எடுத்துக்கொண்டுள்ளது.

மறுபதிப்பு செய்வோர் தம் புலமைத் திறத்தைக் காட்டும் வகையில் செய்யும் மாற்றங்கள் பெரும் குழப்பங்களை ஏற்படுத்துவனவாக உள்ளன என்பதற்குச் சமீபத்தில் வந்துள்ள சௌரிப்பெருமாள் அரங்கனாரின் குறுந்தொகைப் பதிப்பின் மறுபதிப்பு நல்ல சான்று. நா. சந்திரசேகரன் என்பவர் இதன் பதிப்பாசிரியர். குறுந்தொகையின் முதல் அச்சு வடிவம் அரங்க னாரின் இந்தப் பதிப்புத்தான். ஆனால் அதைப் பற்றிய உணர் வேதும் இப்பதிப்பாசிரியர்க்குக் கிடையாது. 1915க்குப் பின் இப்போதுதான் மறுபதிப்பு செய்யப்படுகிறது இந்நூல். 'முதற் பதிப்பு எவ்வாறு இருந்தது என்று அறிய அவாவுவார்க்கும் ஆய்வாளர்க்கும் பெரிதும் உதவும் இப்பதிப்பு' (ப.vii) என்று குறிப்பிடப்பட்டுள்ளது. ஆனால் 'சில பகுதிகள் வேண்டா என நீக்கப்பெற்றன. பெரும்பான்மைய அந்நூலில் கிடந்தவாறே கொள்ளப்பெற்றன' என்றும் கூறப்பட்டுள்ளது. எந்தச் சில பகுதிகள் நீக்கப்பட்டன என்பது விளங்கவில்லை.

அரங்கனாரின் விரிவான முன்னுரை நீக்கப்பட்டுவிட்டது. அத்தோடு பல பாடல்களில் பாடங்கள் மாற்றப்பட்டுவிட்டன என்பதைப் புரிந்துகொள்ள முடிகிறது. 247ஆம் பாடலின் இறுதி யில் 'ஐயர் பதிப்பின்படி மாற்றம்பெற்றது' (ப.253) என்றுள்ளது. ஆனால் என்ன மாற்றம் செய்யப்பட்டது எனத் தெரியவில்லை. பாடம் மாற்றப்பட்டது என்றால் எந்த அடியில் செய்யப்பட்டது, பாட மாற்றத்திற்கு ஏற்ப உரையும் மாற்றப்பட்டிருக்கிறதா என எதுவும் விளங்கவில்லை. 'ஐயர் பதிப்பின்படி மாற்றப் பட்டுள்ளது', 'மர்ரே பதிப்பின்படி மாற்றம்' எனப் பல பாடல் களில் குறிப்புள்ளது. என்ன மாற்றம் என்பதே இல்லை. ஏன்

மாற்றப்பட்டது என்றும் தெரியவில்லை. குறிப்பிட்ட பாடல்களில் மட்டும் மாற்றம் செய்யக் காரணமும் புரியவில்லை. இந்த மறுபதிப்பினால் ஆய்வுக்கு எந்தப் பயனும் இல்லை என்பது மட்டும் புரிகிறது. வையாபுரிபிள்ளையின் சங்க இலக்கியம் மூன்றாம் பதிப்பாக இப்போது வந்துள்ளது. அதற்கு உதவியவராக இதே நா.சந்திரசேகரன் குறிப்பிடப்பட்டுள்ளார். அவர் செய்த உதவி எப்படிப்பட்டதோ என்னும் ஐயம் எழுவதைத் தவிர்க்க இயலவில்லை.

அடுத்து சங்க இலக்கியப் பதிப்புகளில் நடைபெற்றுள்ள நீக்கங்கள், சேர்க்கைகள், திருத்தங்கள் தொடர்பாகச் சில சான்றுகளைக் காணலாம். சங்க இலக்கிய நூல்களில் முதன் முதலாகப் பதிப்பிக்கப்பட்டது கலித்தொகை. 1887ஆம் ஆண்டு சி.வை. தாமோதரம் பிள்ளை பதிப்பித்தார். அவர் பதிப்பிலேயே நீக்கமும் சேர்க்கையும் தொடங்கிவிட்டன. ஒரு நூலைப் பதிப்பிக்கும்போது ‘ஓர் அக்ஷரமாவது மாற்றுதல் பெருந்தவறென் பது’ (ப.78) தான் அவர் கருத்து. ஆனால் கலித்தொகைப் பாடல்களில் பதினொரு இடங்களில் வரும் அல்குல் என்னும் சொல்லை நீக்கிவிட்டு அதற்குப் பதிலாகக் குறி, ஆகம், நுசுப்பு, பிறைநுதல், நகிலம் உள்ளிட்ட சொற்களைச் சேர்த்துள்ளார். இந்த நீக்கம் சேர்க்கை குறித்து அவர் கூறுவன:

‘. . . இந்நூல் துரைத்தன வித்தியாசாலைகளிலும் பிற கல்லூரி களிலும் பாடசாலைகளிலும் பயிலல் வேண்டுமென்னும் அவாவினாலே தற்காலம் அவையிற்றுக்கு இணங்காததோர் இழிசொல்லும் மகளிர் சிறப்பவயத்தின் இடக்கர்ப் பெயருமாகிய குஃறொடர்ந்த அன்மொழி இந்நூல் முழுதினும் பதினோரிடத்திற் பிரயோகிக்கப்பட்டதை ஒழித்துஞ் செய்யுள் ஊனமுறா திருத்தற் பொருட்டு அதற்குப் பதிலாக அவ்வவ்விடத்திற்கு இசைந்த பிற அவயத்தின் பெயரைச் சந்தத்திற்கு வேண்டிய அளவு விசேஷணத்தோடு புணர்த்தியும் இருக்கின்றேன் . . . மாற்றி வைத்த பிரதி மொழியின் பொருளே உரையகத்தும் மாறியிருக்கு மென்பதும் சொல்ல வேண்டியதில்லை.’ (ப.78–79)

மூலம், உரை ஆகிய இரண்டு இடத்திலும் மாற்றம் செய்தவர் அந்தப் பாடல்களின் பட்டியலைக் கொடுத்துவிட்டு ‘இவ்வாறு மாற்றியது குற்றமாயின் அதனை உலகம் மன்னிக்கும்படி பலமுறையும் பிரார்த்திக்கின்றேன்’ (ப.79) என்றும் கூறியுள்ளார்.

இவரைத் தொடர்ந்து குறுந்தொகையைப் பதிப்பித்த சௌரிப்பெருமாள் அரங்கனும் தமது பதிப்பில் அல்குல் என்னும் சொல் வரும் ஒன்பது இடங்களில் அச்சொல்லை நீக்கிவிட்டு அதற்குப் பதிலாக ஆகம், மருங்குல், ஆடை, உடை,

மென்தோள் ஆகிய சொற்களைச் சேர்த்துள்ளார். 'இந்நூலகத்து மாற்றப்பட்ட இடக்கர்ச்சொல்லாகிய குஃறொடரன்மொழி வந்துள்ள இடங்களைக் குறிக்கும் அட்டவணை' (ப.viii) என்று மாற்றிய விவரத்தைக் கொடுத்துள்ளார். இவர்கள் பதிப்பிலேயே தாங்கள் மாற்றிய விவரத்தைக் கொடுத்துள்ளனர்.

ஆனால் உரைவேந்தராகிய ஔவை சு.துரைசாமிப்பிள்ளை தாம் உரை எழுதிய சங்க இலக்கிய நூல்கள் அனைத்திலும் பல பாடங்களைத் திருத்தியும் மாற்றியும் அமைத்துள்ளார். புறநானூற்றின் பிற்பகுதிப் பாடல்கள் பலவற்றில் பாடங்களை மாற்றியுள்ளார். ஆசிரியர் பெயர் கிடைக்காமல் உ.வே.சா., வையாபுரிப்பிள்ளை ஆகியோர் விட்டிருந்த பாடல்களுக்கு எல்லாம் ஆசிரியர் பெயர் கொடுத்து நிரப்பி உள்ளார். இதனைப் பற்றிப் புறநானூறு முதல் பகுதிப் பதிப்புரை 'பாட்டும் உரையும் ஏட்டுப் பிரதிகள் சிலவற்றோடு ஒப்பு நோக்கப் பெற்றுச் சில திருத்தங்களும் பெற்றுள்ளன' (ப.6) என்று குறிப்பிடுகிறது. இரண்டாம் பகுதிப் பதிப்புரை 'இதன்கண் ஏட்டுப்படிகள் பல கொண்டு ஒப்பு நோக்கித் திருந்திய பாடங்கள் அமைக்கப் பெற்றுள்ளன' (ப.iv) என்று கூறுகின்றது. இவற்றில் குறிக்கப்படும் ஏட்டுப்படிகள் பற்றிய விவரம் எதுவும் நூலில் தரப்படவில்லை. பதிப்பிப்போர் தாம் பயன்படுத்திய ஏட்டுப்படிகள் குறித்த முழுவிவரங்களை நூலில் கொடுப்பது வழக்கம். உ.வே.சா. உள்ளிட்டோர் பயன்படுத்திய ஏட்டுச் சுவடிகளைப் பார்வையிட விரும்புவோருக்கு இன்றும் பார்க்க வாய்ப்பு இருக்கிறது. ஆனால் ஔவை துரைசாமிப்பிள்ளை பயன்படுத்திய ஏட்டுச் சுவடிகள் பலவற்றைப் பற்றிய விவரம் எதுவும் தெரியவில்லை.

இரண்டாம் பகுதி முன்னுரையில் அரித்துவாரமங்கலம் வா.கோபாலசாமி ரகுநாத ராசாளியார் என்பவரிடம் இருந்து பெற்ற ஓலைச்சுவடியை ஒருவர் பிரதி செய்து வைத்திருந்ததாக வும் அதனைப் பயன்படுத்திப் பல பாடங்களைத் திருத்திய தாகவும் அவர் குறிப்பிடுகின்றார். ஒரு கையெழுத்துப் பிரதியைக் கொண்டு நூற்றுக்கும் மேற்பட்ட பாடங்களைத் திருத்தியதோடு கிடைக்காமல் இருந்த ஆசிரியர் பெயர்களை எல்லாம் கண்டு பிடிக்கிறார். ஆனால் அந்தக் கையெழுத்துப் பிரதியை யாரும் பார்வையிட முடியாது. எங்கிருக்கிறது என்றே யாருக்கும் தெரியாது.

ஔவை துரைசாமிப்பிள்ளை நற்றிணை உரைநூல் முன்னுரையில் அவர் பயன்படுத்திய சில ஏட்டுச் சுவடிகள் பற்றிய விவரங்களைக் கொடுத்துள்ளார். மர்ரே ராஜம் பதிப்பு வரைக்கும் கிடைக்காத ஆசிரியர் பெயர்களை எல்லாம் இவர் கண்டறிந்துள்ளார். உ.வே. சாமிநாதையரும் வையாபுரிப்பிள்ளை

யும் தமக்கு உதவியதாகச் சில சம்பவங்களைக் குறிப்பிட்டு நம்பகத்தன்மையை உருவாக்க முயன்றுள்ளார். அவர்கள் இறந்த பின்னரே இந்த முன்னுரைகளை ஔவை துரைசாமிப்பிள்ளை எழுதினார் என்பதையும் கவனத்தில் கொள்ள வேண்டும். ஏராளமான திருத்தங்களைச் செய்துள்ள அவர் பதிப்பிற்குரிய நெறிமுறைகளைச் செம்மையாகக் கையாளவில்லை. அதனால் தான் அவரைச் சிறந்த உரையாசிரியராக மதிக்கும் புலமை உலகம் பதிப்பாசிரியராகக் கருத்தில் கொள்வதில்லை. அவரது புறநானூற்று உரைக்கு (இரண்டாம் பகுதி) அணிந்துரை வழங்கிய அ. சிதம்பரநாதன் செட்டியார், 'இவ்விளக்கவுரையாசிரியர் சங்கப்புலவர் பெயர்களுட் சிலவற்றை உய்த்துணர்ந்தும் பாட வேறுபாடு கண்டும் திருத்தியுள்ளார்' (ப.xii) என்று குறிப்பிட்டு விட்டு 'இவை அறிஞர்கள் ஆராய்தற்கு உரியன' (ப.xiii) என எழுதியுள்ளார். ஔவை துரைசாமிப்பிள்ளையின் திருத்தங்கள் குறித்து உடன்படாமல் எழுதிய இவரைப் போலவே இன்றுவரை பதிப்பு தொடர்பான ஆய்வாளர்களும் ஐயம் கொண்டுள்ளனர்.

ஆனால் இத்தகைய நீக்கம், சேர்க்கை, திருத்தங்கள் தொடர்பாக எதுவும் கருத்துத் தெரிவிக்காதவர்கள் ஆதாரமே இன்றி உ.வே. சாமிநாதையர்மீது ஒரு குற்றச்சாட்டைக் கூறி வருகின்றனர். புறநானூறு 34ஆம் பாடலில் 'குரவர்த் தப்பிய கொடுமையோர்க்கும்' என்று பாடம் உள்ள அடியைப் 'பார்ப்பார்த் தப்பிய கொடுமையோர்க்கும்' என மாற்றி உ.வே.சா. பதிப்பித் துள்ளார் என்பது அந்தக் குற்றச்சாட்டு. இது தொடர்பாகச் செந்தமிழ்ச் செல்வி இதழில் வந்த கட்டுரையை மேற்கோள் காட்டி சாரதா நம்பி ஆரூரன் இவ்வாறு எழுதுகின்றார்:

'சங்க இலக்கியங்களை அரும்பெரும் முயற்சியுடன், அயரா உழைப்புடன் ஏட்டுச் சுவடிகளைத் தேடித் தொகுத்தளித்தவர் உ.வே.சா. ஆயினும் ஆங்காங்கு வடமொழிப் பற்றுடனும் இனப் பற்றுடனும் செயல்பட்டதையே இச்சான்றுகள் உணர்த்து கின்றன.' (ப.60)

எட்டுத்தொகை நூல்களில் ஆறு, பத்துப்பாட்டு ஆகிய வற்றைப் பதிப்பித்தவர் உ.வே.சா. ஏறத்தாழ 70க்கும் மேற்பட்ட இலக்கியங்கள் அவர் பதிப்பித்தவை. அவர் கொண்ட பாடம் தவறு என்று மூலபாட ஆய்வுமுறை மூலம் வையாபுரிப்பிள்ளை போன்றோர் நிறுவியுள்ளனர். ஆனால் எங்குமே அவர் பாடத்தை மாற்றிவிட்டதாக யாராலும் எந்தச் சான்றும் காட்ட இயல வில்லை.

குரவர் என்பது பார்ப்பார் என மாற்றப்பட்டதா பார்ப்பார் என்பது குரவர் என மாற்றப்பட்டதா என்பது ஆய்வுக்குரியது.

திருக்குறள் பதிப்பில் (ஆறுமுக நாவலர்) 110ஆவது குறளின் பரிமேலழகர் உரைமூலத்தில் 'பார்ப்பார்த் தபுதலும்' என்றே வருகிறது. அடிக்குறிப்பில் புறநானூற்றுப் பாடலைக் காட்டும் போது 'குரவர்த் தப்பிய கொடுமையோர்க்கும்' என ஆறுமுக நாவலர் தந்துள்ளார். (ப.34). குரவர் என்னும் பாடம் வேறு எங்குமே தரப்படவில்லை. வையாபுரிப்பிள்ளையின் சங்க இலக்கியப் பதிப்பு, மர்ரே ராஜம் பதிப்பு ஆகியவற்றில் பாடபேத மாகக்கூடக் குரவர் வரவில்லை. இப்புறநானூற்றுப் பாடல் புறத்திரட்டில் உள்ளது. அதிலும் பார்ப்பார்தான். குரவர் இல்லை. வ.உ.சி. பதிப்பித்த தொல்காப்பியப் பொருளதிகாரம் இளம்பூரணர் உரையில் இப்பாடல் மேற்கோளாக வருகிறது. அதிலும் பார்ப்பார் என்றுதான் உள்ளது.

குரவர் என்று பாடம் கொண்டவர் ஆறுமுக நாவலரை அடுத்து ஔவை துரைசாமிப்பிள்ளைதான். அவரும்கூட விளக்க வுரையில் 'குரவர்த் தப்பிய என்பது பார்ப்பார்த் தப்பிய கொடுமையோர்க்குமெனத் திருத்தப்பட்டிருக்கிறது. இத்திருத்தம் பரிமேலழகர் காலத்தேயே செய்யப்பட்டுள்ளதென்பது திருக்குறளுரையாற் காணப்படுகிறது' (ப.98) என்று எழுதியுள்ளார். ஏட்டுச் சுவடியில் குரவர் என்னும் பாடம் இருந்திருப்பின் உ.வே.சா. மட்டுமல்ல அப்பாடல் வரும் பிறநூல்களின் பதிப் பாசிரியர்களும் பாடபேதத்தில் காட்டாமல் தவிர்த்திருக்க வாய்ப்பில்லை. ஆகவே குரவர் என்னும் பாடம் இருந்ததா என்பதே ஐயத்திற்குரியதாகி விடுகின்றது. உ.வே.சா. மாற்றினார் என்று எவ்விதம் சொல்வது? அவரது இனப்பற்றை அம்பலப் படுத்த இந்த இட்டுக்கட்டிய சான்று போதாது என்பது வெளிப்படை.

1903ஆம் ஆண்டு அச்சிடப்பட்ட வேளாளர் பெருமை பேசும் நூலாகிய 'வருணசிந்தாமணி'யில் 'நூற்புரட்டுகள்' என்றொரு பகுதி உள்ளது. அதில் பெரிய புராணம், தேவாரம், திருவாசகம், திருவிளையாடற்புராணம், நிகண்டு ஆகியவற்றில் செய்யப்பட்டுள்ள புரட்டுகள் பற்றி விளக்கப்பட்டுள்ளது. ஆறுமுக நாவலர் பதிப்பித்த சூடாமணி நிகண்டில் அவர் செய்துள்ள புரட்டுகள் பற்றிக் கடுமையாக எழுதப்பட்டுள்ளது. முதற்பதிப்பில் சேர்த்திருந்த பாடல்களை அடுத்த பதிப்பில் நீக்கி விட்டதை யும் சொற்களை மாற்றிவிட்டதையும் அதில் குறிப்பிட்டுள்ளனர். அந்நூல் வாசகம் வருமாறு:

'... ஈழநாட்டு வித்துவான்களில் சிறந்துள்ள யாழ்ப்பாணம் ஆறுமுக நாவலரென்பவர் இந்நிகண்டைச் சென்ற சௌமிய வருடத்தில் பரிசோதித்து அச்சிட்டனர். (1850) அக்காலத்தில் மேற்கண்ட 3 பாடல்களையும் உண்மையானவையென்றே

ஒப்புக்கொண்டு அச்சிட்டிருக்கின்றார். அங்ஙனமிருப்பவும் அவர் பின்னர் அச்சிட்ட பிரதிகளில் மேற்கண்ட பாடல்களை நீக்கி அடியிற் கண்ட பாடல்களைச் சேர்த்திருக்கிறார்.' (ப.517)

'...பின்னர் அச்சிட்ட பிரதிகளிற் அச்செய்யுளினிரண்டாமடியில் "மருவியவேழு செய்யுள்" என்பதை யழித்து "மருவியவாறு செய்யுள்" எனப் புரட்டி அச்சிட்டிருக்கின்றார். இவர் இப்பாடல்களைப் புரட்டினாலும் புரட்டுக. மண்டல புருடன் வைத்த முத்திரையை அழித்து அவர் முத்திரையைப் போலும் வேறு முத்திரையிடலாமா?' (ப.518).

இவற்றைக் காணும்போது குரவர் என்று மாற்றியது ஆறுமுக நாவலர் வேலையாக இருக்குமோ என்று ஐயம் உண்டாகின்றது. ஆனால் வருண சிந்தாமணி எழுதியவர்கள் நோக்கம் வேளாளர் சிறப்புகளை எடுத்துப் பேசுவதுதான். அதற்கு இணங்கி வரவில்லை என்பதால் ஆறுமுக நாவலர் மீது குற்றம் சுமத்துகின்றனரோ என்றும் எண்ணத் தோன்றுகின்றது. நீக்கம், சேர்க்கை, திருத்தம் ஆகிய அனைத்திற்கும் அவ்வக்கால அரசியல், சமூகக் காரணங்கள் இருப்பதை விளங்கிக் கொள்ள முடிகிறது. ஆகவே சங்க இலக்கியப் பதிப்புகள் தொடர்பான பல சிக்கல்களுக்கும் இத்தகைய காரணங்களையும் கணக்கில் கொண்டாக வேண்டியுள்ளது. அவ்வகையில் விரிவான ஆய்வுத்தளம் இதில் உள்ளது எனலாம்.

பயன்பட்ட நூல்கள்

1. எஸ். வையாபுரிப்பிள்ளை, 1989, இலக்கியச் சிந்தனைகள், சென்னை, வையாபுரிப்பிள்ளை நினைவு மன்றம்.
2. எஸ். வையாபுரிப்பிள்ளை (ப.ஆ.), 2000, சங்க இலக்கியம் பாட்டும் தொகையும் முதல் தொகுதி, சென்னை, முல்லை நிலையம், மூன்றாம் பதிப்பு.
3. மு. சண்முகம் பிள்ளை (ப.ஆ.), 1985, குறுந்தொகை மூலமும் உரையும், தஞ்சாவூர், தமிழ்ப் பல்கலைக்கழகம்.
4. அ. சீனிவாசன்(ப.ஆ.), 1976, புறநானூறு, மதுரை, பி.கே.புக்ஸ்.
5. உ.வே. சாமிநாதையர் (ப.ஆ.), 1950 புறநானூறு மூலமும் உரையும், சென்னை, ஜோதி அச்சுக்கூடம், நான்காம் பதிப்பு.
6. சௌரிப்பெருமாள் அரங்கன் (ப.ஆ.), 2000, குறுந்தொகை மூலமும் உரையும், சென்னை, முல்லைப் பதிப்பகம்,

இரண்டாம் பதிப்பு.

7. சி.வை. தாமோதரம் பிள்ளை, 2004, தாமோதரம், சென்னை, குமரன் பப்ளிஷர்ஸ், மறுபதிப்பு.

8. ஔவை சு. துரைசாமிப்பிள்ளை (உ.ஆ.), 1967, புறநானூறு முதற்பாகம், சென்னை, கழகம், மறுபதிப்பு.

9. ஔவை சு.துரைசாமிப் பிள்ளை (உ.ஆ.), 1968, புறநானூறு இரண்டாம் பகுதி, சென்னை, கழகம், மறுபதிப்பு.

10. சாரதா நம்பி ஆரூரன், 1994, தனித்தமிழ் இயக்கத்தின் தோற்றமும் வளர்ச்சியும், சென்னை, சேக்கிழார் பதிப்பகம்.

11. ஆறுமுக நாவலர் (ப.ஆ), பிங்கள வருசம், திருக்குறண் மூலமும் பரிமேலழகருரையும், சென்னபட்டணம், வித்தியாநுபாலனயந்திரசாலை.

12. கனகசபைப் பிள்ளை, 1901, வருண சிந்தாமணி, சென்னை, அல்பியன் அச்சியந்திர சாலை.

கவிதையியல் நோக்கில் சங்க இலக்கியப் பதிப்புகள்

நவீன கவிதையில் ஆர்வமுள்ளவர்கள் தமிழ்ச் செவ்வியல் இலக்கியங்களாகிய சங்க இலக்கிய நூல்களைத் தமக்கு நெருக்கமாக உணர முடியும். நவீனத் தமிழ்க் கவிதையின் பல கூறுகள் சங்க இலக்கியத்தில் உள்ளன. கறாரான இறுகிய யாப்பு விதிகள் சங்க இலக்கியத்திற்கு இல்லை. மிக எளிய கட்டமைப்பு கொண்ட கவிதைகள் அவை. நவீன கவிதையும் இத்தகைய எளிய கட்டமைப் புடனே இயங்கிக்கொண்டிருக்கிறது. எதுகை மோனை உள்ளிட்ட மொழி அலங்காரங்களில் அதிக அக்கறை செலுத்தாத சங்கக் கவிதைகள் எதிரில் உள்ள நபருடன் உரையாடும் தன்மை கொண்டவை. நவீன கவிதையிலும் இந்த உரையாடல் தன்மையைப் பார்க்க முடியும். இவ்வாறு பலவகைகளில் நவீன கவிதைக்கு நெருக்கமான சங்கக் கவிதைகளைச் சுயமாக ஒருவர் அணுகி வாசித்து உணர்ந்து கொள்ளப் பல தடுப்புச்சுவர்கள் முன்னிற்கின்றன.

அவற்றுள் முதலாவது, சங்க இலக்கியப் பதிப்புகள். செம்மொழி, செவ்விலக்கியம் என்று ஆரவாரமாக முழங்கு வதில் தேர்ந்த நாம் பதிப்புகளில் கவனம் செலுத்துவதே இல்லை. நவீன வாசகன் சங்க இலக்கியத்தை இயல்பாக அணுகி உணர்வதற்கேற்ற பதிப்பு எதுவும் இல்லை. ஓலைச் சுவடிகளிலிருந்து சங்க இலக்கியத்தைப் பதிப்பிக்கத் தொடங்கி நூற்றைம்பது ஆண்டுகள் கடந்துவிட்டன. செவ்விலக்கியமாகப் போற்றப்படும் நூல்களுக்கு வித விதமான பதிப்புகள் வந்து குவிந்திருக்க வேண்டாமா? பயன்படுத்துவோர் தேவைக்கேற்பப் பதிப்புகள் உருவாகி யிருக்க வேண்டும். எல்லாத் தரப்பு மக்களையும் ஈர்க்கும் விதத்தில் வெவ்வேறு பதிப்புகள் வந்திருக்க வேண்டும்.

ஆனால் அப்படி நடக்கவில்லை. சங்க இலக்கியப் பதிப்புகளை எடுத்துப் பார்த்தால் இரண்டு வகையான பதிப்புகளே இன்று கிடைக்கின்றன. ஒன்று ஆராய்ச்சிப் பதிப்புகள். மற்றொன்று பாடத்திட்டப் பதிப்புகள். இவை இரண்டுமே நவீன இலக்கிய வாசகருக்கு உகந்தவை அல்ல.

ஆராய்ச்சிப் பதிப்புகள் பழைய உரைகளைக் கொண்டுள் ளவை. அல்லது பழைய உரைகளை முன்மாதிரியாகக் கொண்டு எழுதப்பட்ட புதிய உரைகளைக் கொண்டிருப்பவை. இத்தகைய பதிப்புகளில் ஒரு நூலுக்குள் உள்ள பல்வேறு வகையான தகவல்கள் திரட்டிக் கொடுக்கப்பட்டிருக்கும். சங்க இலக்கியம் குறித்த ஆராய்ச்சியில் ஈடுபடுவோருக்கு இத்தகைய பதிப்புகள் பயன்படக் கூடியவை. இப்பதிப்புகளில் உள்ள உரைகள் மரபிலக் கணத்தை முழுவதும் பின்பற்றி எழுதப்பட்டுள்ளவை. கவிதையை அதன் அழகியல் அம்சங்களின் அடிப்படையில் உள்வாங்கிக் கொள்ளும் சமகாலத்தன்மை கொண்ட நவீன வாசகரின் ஈடுபாடு, தமிழ் இலக்கிய நெடும்பரப்பில் இன்றைய கவிதைக்குச் சமமாகச் சங்கக் கவிதைகளில் உண்டாக முடியும். ஆனால் நவீன வாசகருக்குப் பயன்படும் வகையிலான சங்க இலக்கியப் பதிப்பு என்று எதுவுமில்லை.

சங்க இலக்கிய உரைகளை வாசித்துச் சங்கக் கவிதைகளின் சுவையை உணர வேண்டுமானால் அதற்குப் பல முன்நிபந்தனை கள் உண்டு. தமிழுக்கு மட்டுமே உரியதாகச் சிறப்பிக்கப்படும் அகப்பொருள், புறப்பொருள் என்று பாகுபடுத்தப்பட்டுள்ள பொருள் இலக்கண அறிவு ஓரளவுக்கேனும் தேவை. இந்த இலக்கண அறிவைப் பெற்றுக் கொண்ட பின்னரே கவிதைக்குள் செல்ல முடியும் என்று நவீன வாசகரை வற்புறுத்த முடியாது. ஒரு கவிதைக்கு உரை வழங்கும் மரபு முழுவதுமாக இந்தப் பொருள் இலக்கணத்தை அடியொற்றியே அமைந்திருக்கும். மரபான இலக்கணம் தமிழ்க் கவிதைக் கோட்பாடுகளை உள்ளடக்கியது, தமிழுக்கே உரிய சிறப்பான அம்சம் அது என்பனவெல்லாம் உண்மைதான். அவ்விலக்கண மரபை உதறச் சொல்வதோ புறக்கணிப்பதோ தேவையும் இல்லை. ஆனால் கவிதையை நோக்கி வாசகரை ஈர்ப்பதற்கு அவ்விலக்கணம் தடையாக இருக்குமானால் அதன் அடிப்படையில் உருவாக்கப் பட்டுள்ள பதிப்புக்கும் நவீன வாசகருக்கும் இடையே உறவு இருக்க முடியாது. நவீன வாசகரை உள்ளே ஈர்த்துச் சங்கக் கவிதைச் சுவையை உணர வாய்த்தபின் அடுத்தகட்ட நகர்வாக அவ்வாசகருக்கு இத்தகைய ஆராய்ச்சிப் பதிப்புகள் பயன்படக் கூடும். ஆகவே இவை தொடக்கநிலை ஈர்ப்புக் கொண்ட பதிப்புகள் அல்ல.

சங்க இலக்கிய நூல்களுள் செறிவான கவிதைகளைக் கொண்ட நூலாகக் கருதப்படுவது குறுந்தொகை. அதை முதலில் பதிப்பித்தவர் திருமாளிகை சௌரிப்பெருமாள் அரங்கன் ஆவார். 1915இல் அவரே உரையெழுதி இந்நூலைப் பதிப்பித்தார். இடக்கர் சொல் என்று அவர் கருதிய சொற்களை நீக்கிவிட்டு வேறு சொற்களை அவராகவே போட்டு நிரப்பிப் பல பாடல் களில் மாற்றங்களைச் செய்துள்ளார். வெள்ளிவீதியாரின் பாடலான 'கன்றும் உண்ணாது கலத்தினும் படாது' என்பதன் கடைசி அடி 'திதலை அல்குல் என்மாமைக் கவினே' என்று முடியும். இதனைத் 'திதலை ஆகத்தென் மாமைக் கவினே' என்று மாற்றியுள்ளார். 'திதலை ஆகம்' என்பதற்குச் 'சுணங்கு நிறைந்த மார்பு' என்று பொருளும் எழுதியுள்ளார். 'அல்குல்' வரும் இடங்களை எல்லாம் இப்படி அவர் மாற்றிவிட்டார். 'எல்லாச் சொல்லும் பொருள் குறித்தனவே' என்னும் நம் இலக்கண மரபைக்கூட அவர் புறந்தள்ளியுள்ளார். இத்தகைய பதிப்புகளை நவீன வாசகருக்குப் பரிந்துரைக்க இயலாது. இடக்கர் சொற்களை இன்றைய பெண் கவிஞர்கள் தாராளமாகப் பயன்படுத்துகின்றனர். நவீன கவிதைக்கும் சங்கக் கவிதைக்கு மான இத்தகைய சொல்லாட்சி ஒற்றுமைகளையும் கவனத்தில் கொள்ள வேண்டும்.

குறுந்தொகைக்குப் பழைய உரை மரபைப் பின்பற்றி உ.வே. சாமிநாதையர் உரையெழுதிப் பதிப்பித்துள்ளார். இந்த உரையிலிருந்து சான்று ஒன்றைப் பார்க்கலாம். குறுந்தொகையின் 399ஆம் பாடல்:

> ஊருண் கேணி யுண்டுறைத் தொக்க
> பாசி யற்றே பசலை காதலர்
> தொடுவுழித் தொடுவுழி நீங்கி
> விடுவுழி விடுவுழிப் பரத்த லானே.

இந்த நான்கடிப் பாடலுக்கு அவர் விரிவான உரை எழுதி யுள்ளார். பாடல் தலைப்பு, 'தலைவி கூற்று' என்று குறிக்கிறது. அதையடுத்துப் பிறையடைப்புக்குள் துறை விளக்கம், பாடல், துறை, பாடலாசிரியர் பெயர் ஆகியவை உள்ளன. இவற்றுள் தலைப்பும் துறை விளக்கமும் சாமிநாதையருடையவை. அவற்றிற் குப் பின் பிரதிபேதம், பதவுரை, முடிபு, கருத்து, விளக்கவுரை, மேற்கோள், ஒப்புமை ஆகியவை உள்ளன. இவற்றுள் பதவுரை, விளக்கவுரை ஆகியவையே கவிதையை உணர்ந்து கொள்ள முயல்பவருக்குத் தேவை. 'பாசி, மக்கள் நீர் கொள்ளுங்கால் விலகியும் பின் கூடியும் நிற்றல் போலப் பசலை தலைவன் முயங்குங்கால் நீங்கியும் பிரியுங்கால் பரந்தும் நின்றதென்றாள்' (ப.785) என்பது அவருடைய விளக்கம்.

இந்த விளக்கமும் பதவுரையும் பாடல் பொருளைப் புரிந்து கொள்ளப் போதுமானவையாக உள்ளன. ஆனால் பாடலில் பொதிந்துள்ள கவித்துவத்தை உணர்ந்து கொள்ளும் விதத்தில் இவை இல்லை. ஊர் முழுவதும் நீருக்காகப் பயன்படுத்தும் கிணறு. ஆகவே இடைவிடாமல் கிணற்றிலிருந்து நீரை மொண்டு கொண்டே இருக்கிறார்கள். நீர் எடுக்கும் இடத்தில் கூடியிருக்கும் பாசியின் நிலைதான் இங்கு உவமை. நீர் எடுக்கும் பாத்திரம் நீரைத் தொட்டவுடன் பாசி விலகிப் போய்விடுகிறது. பாத்திரத்தை அசைப்பதன் மூலமாகப் பாசியை விரட்டிவிட்டு நீர் எடுப்பது இயல்பு. நீரை நிறைத்துப் பாத்திரத்தைச் சற்றே மேலே இழுத்த வுடன் விலகியிருந்த பாசி சட்டென அவ்விடத்தில் கூடி நின்றுகொள்கிறது. இந்த உவமையைப் பசலையின் இயல்புக்குப் பொருத்துகிறார் கவிஞர். பசலை என்பது பிரிவினால் உடலில் ஏற்படும் ஒருவகை மாற்றம். தேமல் போலப் படரும் ஒருவித நோய் அது. காதலன் தொடும்போது தொடும்போது பசலை விலகி ஓடிப் போகிறது. அவன் அவளை விட்டுச் சற்றே நீங்கி னாலும் போதும், பசலை ஓடி வந்து உடல் முழுக்கப் பரவி விடுகிறது. இப்பாடலில்

தொடுவுழித் தொடுவுழி நீங்கி
விடுவுழி விடுவுழிப் பரத்த லானே

என வருகின்ற அடுக்குத் தொடர்கள் பாசி, பசலை இரண்டின் செயல்களையும் ஒருசேரக் காட்சியாக்கும் வகையில் அற்புத மாகப் பொருந்தியுள்ளன. இந்த அடுக்குத் தொடர் பற்றி உ.வே. சாமிநாதையரும் எழுதியுள்ளார். அவர் குறிப்பு:

விடுவுழி விடுவுழியென்று பன்மை கூறியது வரையாது ஒழுகும் களவொழுக்கத்தில் அடுத்தடுத்துப் பிரிவு நேர்வது குறித்து. (ப.786)

அகப்பொருள் இலக்கணத்தை அடிப்படையாகக் கொண்ட குறிப்பு இது. திருமணத்திற்கு முன்னான காதல் வாழ்க்கையில் அடுத்தடுத்து நேரும் பிரிவு குறித்து 'விடுவுழி விடுவுழி' என்று அடுக்குத்தொடர் வருவதாக அவர் குறிக்கிறார். பாடலுக்குள் திருமணம் பற்றியோ பிரிவைக் குறித்தோ பேச்சே இல்லை. வரைவு, களவொழுக்கம், பிரிவு ஆகிய அகப்பொருள் இலக்கணச் சொற்களை வைத்து விளக்க வேண்டிய தேவையே இங்கு வரவில்லை. பாடலுக்கான துறைக்குறிப்பு, 'வரைவு நீட்டித்தவிடத்துத் தலைமகள் தோழிக்குச் சொல்லியது' என்றிருக்கிறது. எனவே உரையாசிரியரும் அதையொட்டியே விளக்கம் எழுத நேர்கிறது. 'விடுவுழி விடுவுழி' என்பதற்குக் காரணம் சொன்னவர் 'தொடுவுழித் தொடுவுழி' என வருவதை

அப்படியே விட்டுவிடுகிறார். தொடுதல் என்பதை 'இடக்கரடக்கல்' என்று குறிப்பிடுகின்றார்.

அகப்பொருள் இலக்கணத்தை அடிப்படையாகக் கொண்ட இந்த விளக்கங்களை விட்டுவிட்டுப் பாடலைப் பார்த்தால் சிறப்பான கவிதைக் கூறுகள் இப்பாடலுக்குள் இருப்பதை உணர முடியும். இப்பாடல் புணர்ச்சி பற்றியது. அதாவது காதலனும் காதலியும் சேர்ந்து அனுபவிக்கும் உடல் இன்பம் குறித்த நேரடிப் பதிவு. 'விடுவுழி விடுவுழி' என்பது பிரிவைக் குறிப்பதல்ல. காதலனின் அணைப்பிலிருந்து விடுபடுவதைக் குறிப்பது. அவன் அணைத்துக் கொண்டே இருக்க வேண்டும் என்னும் பெருவிருப்பம் காதலியின் சொற்களில் வெளிப்படுகிறது. திருமணத்திற்கு முன்னான காதல் வாழ்க்கையில் நடைபெறும் நிகழ்ச்சி என்பதைவிடத் திருமணமானவுடன் நிகழ்வது என்பது மிகவும் பொருத்தமாக அமையும். புதுமணப் பெண்ணின் கூற்றாக இது இருக்கலாமல்லவா? கிணறு, உண்ணுதல், தொடுதல், விடுதல் முதலிய சொற்கள் உடலுறவு தொடர்பான குறியீடுகளாக அமைந்துள்ளன. இதனைக் காட்சியாக விரிக்கும் போது இன்னும் தெளிவான நேரடிச் சித்திரம் கிடைக்கும்.

ஆனால் ஆராய்ச்சியுரையுடன் கூடிய பதிப்புகள் இத்தகைய விளக்கங்களில் கவனம் கொள்பவையல்ல. பொருள் சொல்வது, இலக்கணத்தைப் பேணுவது, இப்பாடலில் வரும் சொற்களும் தொடர்களும் வேறிடங்களில் வருவது குறித்த தகவல்கள் ஆகியவையே ஆராய்ச்சியுரையின் கவனம். நவீன வாசகரை உள்ளிழுக்கக்கூடிய மொழிநடையும் இல்லை.

இருபதாம் நூற்றாண்டில் வெளியான உரைப் பதிப்புகளுக்கு இன்னொரு முக்கியக் காரணம் பாடத்திட்டம். பாடத்திட்டங்கள், அவற்றைக் கற்பிக்கும் முறைகள் ஆகியவை நவீன காலத்தையோ கவித்துவ வெளிப்பாட்டையோ கருத்தில் கொண்டவை அல்ல. தமிழ்ப் பண்பாடு என்பதை வலியுறுத்தி அதற்குள் சங்கப் பாடல்கள் அனைத்தையும் போட்டு அடைத்து விடும் வேலையைப் பாடத்திட்டங்கள் செய்கின்றன. பாடலுக்குப் பொருள் சொல்வது, அப்பொருளை வினாவாகவும் விடையாகவும் மாற்றுவது என்பதைத் தவிரக் கல்வி நிறுவனங்கள் தமிழ்க் கவிதைக்கு எந்தப் பங்களிப்பும் செய்யவில்லை. சங்கப் பாடல்களை நவீன காலத்துக்குக் கொண்டு வரும் முயற்சி அவற்றில் இல்லை. தமிழரின் பழம் பெருமையைக் காட்டும் வரலாற்று ஆதாரங்களாக அவை விளக்கப்பட்டன. பாடத்திட்டத்தைக் கருத்தில் கொண்டு உருவாக்கப்பட்ட உரை நூல்கள் பல. சைவ சித்தாந்த நூற்பதிப்புக் கழக வெளியீடுகள், புலியூர்க்

கேசிகன் உரை, இன்று குவியல் குவியலாக வந்து விழும் வர்த்தமானன் பதிப்பக உரைகள் போன்ற அனைத்தும் பாடத் திட்ட நோக்கில் வெளிவந்தவையே.

புறநானூற்றில் இருந்து பாடலொன்றைப் பார்க்கலாம்.

ஊர்க்குறு மாக்கள் வெண்கோடு கழாஅலின்
நீர்த்துறை படியும் பெருங்களிறு போல
இனியை பெரும எமக்கே மற்றதன்
துன்னருங் கடாஅம் போல
இன்னாய் பெருமநின் ஒன்னா தோர்க்கே (94)

அதியமானைப் பற்றி ஔவையார் பாடிய பாடல் இது. அதியமான் என்றில்லாமல் யாரோ ஓர் அரசன் அல்லது தலைவன் என்று கொண்டாலும் தவறில்லை. ஏனென்றால் பாடலுக்குள் பெயர் பற்றிய குறிப்பு ஒன்றும் வரவில்லை. புறத்தகவலாக வரும் 'அதியமானை ஔவையார் பாடியது' என்பதைக் கொண்டால் இது அதியமான் என்று கருதலாம். இப்பாடலுக்கு முன்விளக்கமாக ஔவை சு.துரைசாமிப்பிள்ளை கீழ்வருமாறு எழுதியுள்ளார்.

"திருவோலக்கத்தின்கண் அரசர் சூழவிருப்பினும் போர்க் களத்தே படை நடுவண் இருப்பினும் ஔவையார்க்கும் அவரொத்த புலவர்க்கும் அதியமான் இன்முகமும் இன் சொல்லும் உடையவனாய் இருந்துவந்தான். அவனது அவ் வொழுகலாறு மிக்க மகிழ்ச்சி தந்தமையின் அதனையவர் இப்பாட்டின்கண் 'பெரும, நீ எமக்கு இனிமையாய் ஒன்னாதார்க்கு இன்னா செய்பவனாய் உள்ளாய்' என்று சிறப்பித்துள்ளார்." (ப.220)

இந்த விளக்கமும் சரி, பாடலுக்குப் பின் வரும் பதவுரை, விளக்கம் ஆகியவையும் சரி இப்பாடலின் அழகுக்குக் காரண மான விஷயத்தைப் பற்றி எதுவும் பேசவில்லை. இப்பாடலில் 'பெரும' என்னும் அழைப்பு இருமுறை வருகின்றது. 'பெரும என இருமுறை கூறியது அவரது காதன்மையுணர்த்தி நின்றது' என்று அவர் கூறுகின்றார். அதியமானைச் சிறப்பிக்க வேண்டும் என்பது உரையாசிரியரின் நோக்கமே தவிரப் பாடலின் சிறப்பை உணர்த்துவது அல்ல. இப்பாடலைக் கவிதையாக்கும் விஷயம், இதனுள் கையாளப்பட்டிருக்கும் முரண் என்னும் உத்திதான். ஒரு மனிதனுக்குள்ளேயே இருவிதமான இயல்புகள் பொருந்தி யுள்ளன. அவை வெளிப்படும் சூழல் மட்டும் மாறுகின்றது. அதியமான் இனியவனாக இருக்கிறான்; இன்னாதவனாகவும் இருக்கிறான். இது எப்படிச் சாத்தியம்? அதற்கு ஓர் உவமையைக் கொடுத்து ஔவையார் விளக்குகின்றார்.

பெருங்களிற்று யானை. நீர்த்துறையில் நீராடுகின்றது. சிறுவர்கள் யானையோடு விளையாடிக்கொண்டே அதனைக் குளிப்பாட்டுகிறார்கள். அதன் வெண்மையான தந்தத்தைக் கழுவுகிறார்கள். யானையும் அவர்களோடு சேர்ந்து விளையாடு கின்றது. இதே யானைதான். மதம் கொண்டபோது அதன் தந்தத்தை யாராலாவது தொட முடியுமா? அதியமான் தம் மக்களுக்கு நீர்த்துறை படியும் யானை போன்றவன். பகைவருக்கு, மதம் கொண்ட யானையின் இயல்பைக் காட்டுபவன். இனியை, இன்னாய் என்னும் முரண் இப்பாடலுக்குச் சிறப்பு சேர்க்கிறது. உவமையைப் பொருளுடையதாக, நுட்பமான இயல்புகளுடன் பொருத்திக் காட்டும் கவித்திறம் அருமையானது. ‘வெண்கோடு கழாஅல்’ என்று யானையின் தந்தத்தைப் பாடலுக்குள் கொண்டு வருகிறார். தந்தம் அழகு தருவது ஒருபுறம். அதுவே கொலைக் கருவியாக மாறுவது இன்னொருபுறம். பெருங்களிறு, துன்னரும் கடாஅம் போன்ற சொல்லாட்சிகள் ஆழ்ந்த பொருளுடையன வாகக் கையாளப்பட்டுள்ளன. இவற்றை எல்லாம் பாடத்திட்ட உரைகள் விளக்குவதில்லை. யானை தொடர்பான இந்தப் பாடல் உவமை இன்றைய காலத்திலும் காண முடிகின்ற காட்சிதான். யானைத் தந்தங்கள் தொடர்பான பல சித்திரங் களைக் காட்சியாக்கும் இயல்பு இந்தப் பாடலின் முரணுக்குள் இருக்கிறது.

இன்றைய வாசகருக்குக் கிடைக்கும் இத்தகைய பதிப்புகள் மரபான இலக்கணச் சட்டகத்தினுள் சங்கப் பாடல்களை அடைத்துப் பார்க்கும் நோக்கையே கொண்டுள்ளன. திணை, துறை என்னும் அகப்பொருள் இலக்கணச் செய்திகள் ஒரு பாடலைக் குறிப்பிட்ட ஒற்றைப் பொருளுக்குள் கொண்டு நிறுத்துகின்றன. அப்பாடலை வாசகர் சுதந்திரமாகப் பொருள் கொள்ளும் வாய்ப்புகளை நிராகரிக்கின்றன. பல இடங்களில் கவிதைக்கு எதிரான பொருள்படும் வகையில் துறைக் குறிப்புகள் அமைக்கப்பட்டுள்ளன. பாடல் தன்னளவில் விரிந்து செல்லும் பரப்பைக் குறுக்கும் இவை பாடலின் முன்பின்னாக அமைக்கப் பட்டு விடுகின்றன. சுதந்திரமாகச் சிறகடித்துப் பறந்து திரிய வேண்டிய பறவை ஒன்றைச் சிறகுகளைப் பிய்த்துவிட்டுக் கூண்டில் அடைத்து வைப்பது போன்றதுதான் சங்கப் பாடல் களுக்கான திணை துறைக் குறிப்புகளும். சான்றாகக் குறுந்தொகை யின் இரண்டு பாடல்களைப் பார்க்கலாம்.

வெள்ளிவீதியாரின் பாடல் ஒன்று:

காலே பரிதப் பினவே கண்ணே
நோக்கி நோக்கி வாளிழந் தனவே
அகலிரு விசும்பின் மீனினும்
பலரே மன்றஇவ் வுலகத்துப் பிறரே (44)

இப்பாடல் பாலைத்திணை. 'இடைச்சுரத்துச் செவிலித்தாய் கையற்றுச் சொல்லியது' என்னும் துறை. தலைவி, தலைவனுடன் போனபின்பு அவர்களைப் பாலை நில வழியாகத் தேடிச் சென்ற செவிலி அவர்களைக் காணாமல் வருந்திக் கூறியது என்று விளக்கம் தருகின்றனர். செவிலித்தாய் சொல்கிறாள்: என் கால்கள் நடந்து நடந்து நடை ஓய்ந்தன. இணைந்து எதிர் வருவோரைப் பார்த்துப் பார்த்து என் கண்கள் ஒளியை இழந்தன. நிச்சயமாக இந்த உலகத்தில் நம் மகளும் அவள் தலைவனும் அல்லாத பிறர், அகண்ட பெரிய வானத்திலுள்ள மீன்களைக் காட்டிலும் பலராவர்.

இந்தப் பாடலைச் செவிலித்தாயின் கூற்று எனக் கொள்வது அவ்வளவு பொருத்தமாக இல்லை. பாடலைக் காதலியின் கூற்றாக வைத்துப் பார்த்தால் பொருள் பொருத்தம் மட்டுமல்ல, பாடலின் உணர்வும் ஒத்துப் போவதை அறியலாம். காதலனை எதிர்பார்த்துக் கொண்டிருக்கும் பெண், நெடுநேரம் ஒரே இடத்தில் நிற்கிறாள். அதனால் அவள் கால்கள் நடக்க முடியாமல் ஆயின. கண்ணுக்கெட்டிய தூரம் வரை வருவோர், போவோரைத் தன் காதலன் தானோ என்று பார்த்துப் பார்த்துக் கண்கள் பூத்துப் போயின. ஆனால் அவள் காதலன் வரவேயில்லை. வானத்து விண்மீன்களின் எண்ணிக்கையைக் காட்டிலும் மிகுதியான மக்கள் இவ்வுலகத்தில் இருக்கின்றனர். அவனை மட்டும் காணவில்லை என்று அவள் கூறுவதாகக் கொண்டால் பாடற்பொருள் மிகப் பொருந்தும். காதலனைப் பல இடங்களில் தேடியலையும் காதலியின் கூற்றாகக் கொண்டாலும்கூடச் சரியே. இப்போதுதான் ஏராளமான மக்களைப் பார்க்கும் வாய்ப்பு அவளுக்குக் கிடைக்கிறது. அதனால் வானத்து மீன்களைக் காட்டிலும் மிகுதியான மக்கள் இவ்வுலகத்தில் வாழ்வதாகத் தோன்றுகிறது.

காலே, பரிதப்பினவே, கண்ணே, வாளிழந்தனவே, பலரே, உலகத்துப் பிறரே எனப் பாடலில் வரும் ஏகாரங்கள் காதலியின் வருத்தத்தை வெளிப்படுத்தும் விதத்தில் உணர்ச்சிமயமாக அமைந்துள்ளன. 'நோக்கி நோக்கி' என்னும் தொடர் நீண்ட நேரத்தை உணர்த்துகின்றது. வெள்ளிவீதியாரின் பிற பாடல்களை எடுத்துக்கொண்டாலும் காதலனைத் தேடும் காதலியின் துன்ப உணர்ச்சி வெகுவாக வெளிப்படுவதைக் காணலாம். ஆகவே இப்பாடலைச் செவிலி கூற்றாகக் கொள்ளாமல், இடைச்சுரத்துச் செவிலித்தாய் கையற்றுச் சொல்வதாகக் கருதாமல், அவ்விளக்கங்களை விட்டுவிட்டுப் பாடலைப் பார்த்தால் வெவ்வேறு வகையான கோணங்கள் தென்படும். காதலியைப் பிரிந்த அல்லது இழந்த காதலன் வருந்திக் கூறுவதாகவும் இப்பாடலைக் கொள்ளலாம். இழப்பு, தேடல் என்னும் இரண்டையும் கொண்ட

யாருக்கும் எந்தச் சூழலுக்கும் பொருந்தும் வகையில் பொதுத் தன்மை கொண்டது இப்பாடல். இலக்கணச் சிறைக்குள் அடைபடாதபோதுதான் இந்தப் பாடலின் பொதுத்தன்மை வெளிப்படுகின்றது.

இன்னொரு பாடல்:

> செங்களம் படக்கொன் றவுணர்த் தேய்த்த
> செங்கோல் அம்பில் செங்கோட்டி யானைக்
> கழல்தொடிச் சேஎய் குன்றம்
> குருதிப் பூவின் குலைக்காந் தட்டே (1)

போர்க்களம் சிவக்கும்படி அசுரர்களைக் கொன்ற சிவந்த அம்பினையும் இரத்தம் படிந்த தந்தங்களை உடைய யானையை யும் வீரக்கழலையும் கொண்ட முருகனுக்குரிய மலையில் சிவப்பு நிறமுடைய காந்தள் மலர்கள் கொத்துக் கொத்தாகப் பூத்திருக்கின்றன என்பது இப்பாடலுக்குரிய பொருள்.

காந்தள் மலர்கள் பூத்துக் கிடப்பதை இப்பாடல் சொல்கிறது. இதற்குத் துறை வகுத்தோர் 'தோழி கையுறை மறுத்தது' என்று கூறியுள்ளனர். கையுறை என்பது காதலன், காதலிக்குக் கொடுக்கும் பரிசுப்பொருள். தலைவியைச் சந்திக்க விரும்பிய தலைவன் காந்தள் மலர்களைப் பரிசாகத் தோழியிடம் கொடுத்துத் தலைவியைச் சந்திக்க உதவுமாறு வேண்டுகிறான். இந்த மலர்கள் எங்கள் மலையிலேயே நிறையப் பூத்திருக்கின்றன என்று சொல்லித் தோழி மறுப்பதுதான் இப்பாடல் என்கிறது துறை. இப்பாடலை மேற்கோள் காட்டிய உரையாசிரியர்கள் சிலர் 'இது தோழி தலைவியை இடத்துய்த்து நீங்கியது' என்று துறை கூறியுள்ளனர். தலைவனால் குறிப்பிடப்பட்ட இடத்திற்குத் தலைவியை அழைத்துச் சென்று நிறுத்திவிட்டுச் செங்காந்தள் மலர்களைப் பறித்து வருகிறேன் என்று கூறித் தோழி சென்று விடுதல்தான் 'இடத்துய்த்து நீங்கியது' என்பதாகும்.

இரண்டு துறைகளுமே தோழி கூற்று என்றாலும் ஒன்றற்கொன்று எதிரெதிரான பொருளைக் கூறுகின்றன. முதலாவது, தலைவனை நோக்கித் தோழி கூறுவதாக அமைகிறது. அத்தோடு தலைவனுக்கு உதவி செய்ய முடியாது என்று மறுப்பதாகிறது. இரண்டாவதோ தலைவியை நோக்கித் தோழி கூறுவதாக அமைகிறது. இங்கே தலைவனின் வேண்டுகோளை ஏற்று அவனுக்கு உதவும் விதமாகத் தோழி நடந்து கொள்கிறாள். இவை இரண்டும் மரபான விளக்கங்கள். எனினும் ஒன்றை மறுக்கும் விதத்தில் இன்னொன்று உள்ளது.

இந்தப் பாடலை வேறொரு விதமாகப் பொருள் கொள்ளப் பார்க்கலாம். இந்தப் பாடல் கொண்டிருக்கும், வெளிப்படுத்தும்

உணர்ச்சி என்ன? மகிழ்ச்சி. அசுரரை முருகன் வென்றதால் உண்டான மகிழ்ச்சி. மலை முழுவதும் கொத்துக் கொத்தாகக் காந்தள் மலர்கள் பூத்துக் கிடப்பதால் ஏற்பட்ட பரவச மகிழ்ச்சி. மாபெரும் போர் வெற்றியோடு சேர்த்துப் பூவின் மலர்ச்சி காணப்பட்டுக் கொண்டாட்ட மனநிலை உருவாக்கப்படுகிறது. செங்களம், செங்கோல், செங்கோடு, சேய், குருதிப்பூ ஆகிய சொற்கள் அனைத்தும் சிவப்பைக் குறிக்கப் பயன்படுத்தப்பட்டுள்ளன. பாடலின் நான்கு அடிகளிலும் சிவப்பு பற்றிய குறிப்பு வெளிப்படுகிறது.

குருதிப்பூ என்னும் அற்புதமான சொல்லாட்சி இறுதி அடியில் கையாளப்பட்டுள்ளது. போர்க்களத்தின் வீரச் செய்தியைப் பூவின் மலர்ச்சியோடு இணைத்துப் பேசும் இந்தக் குரல் ஏன் ஓர் ஆணுடையதாக இருக்கக் கூடாது? தனக்குப் பிரியமான பெண்ணின் பூப்பு நிகழ்ச்சியைக் கொண்டாடும் காதலன் ஒருவனின் குரல் இது என்று படுகிறது. பூப்புச் செய்தியை அறிவிக்கும் பெண்ணொருத்தியின் குரலாகவும் கொள்ளலாம். செங்களம், செங்கோல், செங்கோடு, குருதிப்பூ முதலிய சொற்கள் புணர்ச்சி சார்ந்த குறியீட்டு அர்த்தத்தைக் கொண்டுள்ளன. புணர்ச்சி விருப்பம் உள்ளடங்கிய கொண்டாட்ட மனநிலை வெளிப்பாட்டை இப்பாடல் கொண்டிருக்கிறது. ஆண்குரல், பெண்குரல் ஆகியவற்றைப் பிரித்துப் பார்க்க முடியாத சந்தோசம் ததும்பும் பொதுக்குரல் ஒன்று இதற்குள் செயல்படுகிறது. கவிதை இந்தப் பொதுக்குரலினால்தான் தன்னை உயிர்ப்புடையதாக்கிக் கொள்கிறது. இன்றைய வாசகருக்கும் நெருக்கமானதாக, புதுமையானதாக இயங்கிக் கொண்டிருக்கிறது.

ஆகவே சங்க இலக்கியங்களுக்கு அகப்பொருள் இலக்கண வரம்புகளை வலியுறுத்தும் பழந்தன்மை கொண்ட உரைப் பதிப்புகள், பாடத்திட்டப் பதிப்புகள் ஆகியவை நவீன வாசகருக்கு உகந்தவை அல்ல. அத்தகைய பதிப்புகள் கூடாது என்பதல்ல. அவை போதுமானவை அல்ல என்பதுதான். இலக்கண வரம்புகளைக் கடந்து கவிதையை உணர வாய்க்கும் சுதந்திர உரைப் பதிப்புகள் அவசியம். அவற்றைக் கொண்டு நவீன வாசகர், கவிதையைத் தம் மனோநிலை, அனுபவம் ஆகியவற்றுக்கேற்ப மனதினால் உணர முடியும். செவ்விலக்கியம் ஒன்றிற்குப் பல் வேறு பதிப்புகள் அவசியம். ச. வையாபுரிப்பிள்ளை உருவாக்கிய புலவர் அகர வரிசைப் பதிப்பு, உ.வே.சாவின் பழம் உரை முறையிலான உரைப் பதிப்பு, பொ.வே. சோமசுந்தரனார், புலியூர்க் கேசிகன் முதலியோரின் பாடத்திட்ட நோக்கு உரைகள் ஆகியவை உள்ளன. இன்னும் திணைப் பாகுபாட்டுத் தொகுப்பு முறைப் பதிப்பு, வரலாற்றுக் குறிப்பு முறைப் பதிப்பு, தொடர்

ஒப்புமைப் பாடல் பதிப்பு முதலிய பல்வகைப் பதிப்புகள் தேவை.

அவ்வகையில் முக்கியமானது திணை, துறைக் குறிப்புக்கள் நீக்கப்பட்ட நவீன வாசகர் நோக்கிலான பதிப்பாகும். இப்பதிப்பு சமகாலக் கவிதை வாசகரைச் சங்கக் கவிதைகளை நோக்கி ஈர்க்கும். அவற்றை வரலாற்றுத் தரவுகளாக, பண்பாட்டு ஆவண மாக மட்டும் கருதும் போக்கிலிருந்து மாற்றிக் கவிதையியல் நோக்கில் பார்க்க உதவும். சமகால வாசகருடன், சமகால வாழ்க்கையுடன், சமகால இலக்கியப் போக்குடன் இயையாத இலக்கியம், அது செவ்வியல் இலக்கியமாக இருப்பினும் அதன் வாசிப்புப் பயிற்சி அருகிப் போகும். அந்நிலை சங்க இலக்கியத் திற்கு நேராமல் இருக்கவும் பரவலாக்கவும் கவிதையியல் நோக்கிலான பதிப்பு உதவும்.

அத்தகைய பதிப்புகள் உடனடிச் சாத்தியம் இல்லை எனில், பழைய உரை நூல்களைத் திணை, துறை உள்ளிட்ட இலக்கண விளக்கங்களை விடுத்துக் கடினமான சொற்களுக்குப் பொருள் காணவும் சொற்களை இயைத்துப் பொருள் கொள்ள வும் மட்டும் பயன்படுத்திக் கொள்ளலாம். பாடலைத் தம் மனோநிலைப்படி சுதந்திரமாகப் பொருள் உணரலாம். அப்போது சங்கக் கவிதைகள் நவீன கவிதைகளுக்கு மிக நெருக்கமாக இருப்பதையும் நம் மரபு எத்தகைய மேன்மையான கருவூலங்களைக் கொண்டிருக்கிறது என்பதையும் இன்றைய கவிதை வாசகர் அறிய இயலும்.

பயன்பட்ட நூல்கள்

1. உ.வே. சாமிநாதையர் (ப.ஆ.), குறுந்தொகை, 1983, அண்ணாமலை நகர், அண்ணாமலைப் பல்கலைக்கழகம்.
2. ஒளவை சு. துரைசாமிப்பிள்ளை (உ.ஆ.), புறநானூறு (முதற்பாகம்), 1967, சென்னை, கழகம்.
3. சௌரிப்பெருமாள் அரங்கன் (உ.ஆ.), குறுந்தொகை மூலமும் உரையும், 2000, சென்னை, முல்லை நிலையம்.

சங்க இலக்கியம்: துறைகளின் பொருத்தப்பாடு

சங்க இலக்கியத் தொகை நூல்களுக்குத் திணை, துறை வகுக்கப்பட்ட காலம் பற்றித் தெளிவில்லை. அவை தொகுக்கப்பட்ட காலத்திலேயே தொகுத்தவராலேயே திணை வகுக்கப்பட்டுத் துறைக் குறிப்புக்கள் எழுதப் பட்டனவா பிற்காலத்தில் இந்த வேலை செய்யப்பட்டதா என்பதைப் பற்றியும் ஒருமித்த கருத்துக்கு வர முடிய வில்லை. சில நூல்கள் தொகுக்கப்பட்டபோதே திணை வகுக்கப்பட்டிருக்கலாம் என்று தோன்றுகின்றது. துறைக் குறிப்புக்கள் எழுதப்பட்டால்தான் திணை வகுப்பது எளிதாகும். ஆகவே இரண்டும் ஒரே சமயத்தில் செய்யப் பட்டிருக்கலாம். அகநானூறு இதற்குத் தெளிவான உதாரண மாகும். குறுந்தொகை, நற்றிணை ஆகிய இரண்டும் தொகுக்கப்பட்ட பின்னர் அகநானூறு தொகுக்கப்பட் டிருக்கும் என்பது பலரும் ஏற்றுக்கொண்ட செய்தி. அகநானூற்றின் பாடல் வைப்புமுறை திணை அடிப்படை யில் ஆனதாகும். ஒற்றைப்படை எண்களில் அமைந்த பாடல்கள் அனைத்தும் பாலைத்திணை. நான்கு என்னும் எண்ணில் வருபவை முல்லைத்திணை. ஆறாம் பாடல்கள் மருதம். பத்து நெய்தல். இரண்டு, எட்டு குறிஞ்சி. இவ்வாறு திட்டமிட்ட அமைப்புமுறை கையாளப்படுவதற்குத் திணை, துறை வகுத்தல் இன்றியமையாததாகும்.

அகநானூற்றைப் போலப் பிற நூல்களுக்கும் தொகுக்கப்பட்டபோதே திணை, துறை உருவாக்கப்பட் டிருக்கும் என்று கூற இயலவில்லை. புறநானூற்றுக்கு மிகப் பிற்காலத்தில்தான் இவ்வேலை நடந்திருக்கும் என்று கருதச் சான்று உண்டு. தொல்காப்பியப் புறத்திணை இயல் 29ஆவது நூற்பா உரையில் நச்சினார்க்கினியர், 'தத்தம் புதுநூல் வழிகளால் புறநானூற்றிற்குத் துறை

கூறினாரேனும் அகத்தியமும் தொல்காப்பியமுமே தொகைகளுக்கு நூலாகலின் அவர் சூத்திரப் பொருளாகத் துறை கூற வேண்டுமென்றறிக' (ப.324) என்று கூறுகின்றார். தொகை நூல்களின் பழமை பற்றிய உணர்வும் அகத்தியம், தொல்காப்பியம் ஆகிய இலக்கண நூல்களின்மேல் அவர் கொண்டிருந்த மதிப்பும் இதனால் புலனாகின்றன. புறநானூற்றுக்குத் திணை, துறைப் பகுப்பு பன்னிருபடலத்தின் அடிப்படையிலும் புறப்பொருள் வெண்பாமாலை அடிப்படையிலும் செய்யப்பட்டிருக்கலாம் என்று கருதுகின்றனர். ஆகவே அதில் நச்சினார்க்கினியருக்கு உடன்பாடில்லை. இதனால் புறநானூற்றுக்கு அமைக்கப்பட்ட துறைகள் பிற்காலத்தவரால் சேர்க்கப்பட்டவை என்று உ.வே.சாமிநாதையர் கருதுகின்றார். அக்கருத்து பொருத்தமானதே.

இத்தொகுப்பு நூல்களில் காலத்தால் முற்படத் தொகுக்கப் பட்டது குறுந்தொகை என்பது ச. வையாபுரிப்பிள்ளை அவர்களின் கருத்து. குறுந்தொகைக்கு உள்ள துறைக்குறிப்புக்கள் காலத்தால் பழமையானவை என்று அதன் பதிப்பாசிரியர்கள் கருதுகின்றனர். 'இவற்றிற்குரிய பழைய கருத்துக்கள் தொகுத்தவ ராலேனும் பிற்காலத்தாராலேனும் அமைக்கப்பட்டிருத்தல் வேண்டும்' (ப.v) என்று உ.வே.சா. கருதுகின்றார். மர்ரே பதிப்பில், 'பாடல்களின் அடியில் கொடுக்கப்பட்டிருக்கும் கருத்துக்கள் பழமையானவை. ஆனால் பாடல்களின் தலைப்பில் இடம் பெற்றிருக்கும் திணைக்குறிப்புக்கள் பழமையானவை அல்ல. நற்றிணையிற் போலப் பதிப்பாசிரியர்களால் ஊகித்துக் கொடுக்கப் பெற்றனவே' (ப.4) என்று கூறப்பட்டுள்ளது. தமிழ்ப் பல்கலைக்கழக வெளியீடாக வந்துள்ள பதிப்பில் துறைக்குறிப்புக் கள் பழமையானவை என்றும் திணை வகுத்தது மட்டும் குறுந்தொகையின் முதல் பதிப்பாசிரியராகிய சௌரிப்பெருமாள் அரங்கன் என்றும் மு. சண்முகம்பிள்ளை கூறுகின்றார். அதனால் தான் உ.வே.சா. தமது பதிப்பில் திணைக்குறிப்புக்களைக் கொடுக்க வில்லை. ஒவ்வொரு பாடலின் தலைப்பிலும் யார் கூற்று என்னும் தகவல் மட்டும் கொடுக்கப்பட்டிருக்கும். ஓலைச் சுவடியில் இல்லாத ஒன்றைத் தான் தரக்கூடாது என்று அவர் கருதியிருக்கலாம். அல்லது சௌரிப்பெருமாள் அரங்கன் கொடுத்ததை அப்படியே எடுத்தாள்வதைத் தவிர்க்க அவர் நினைத்திருக்கலாம். துறைக்குறிப்பு கொடுத்தவர்கள் ஏன் திணை பற்றிய குறிப்பைத் தரவில்லை எனத் தெரியவில்லை. துறைக் குறிப்பைக் கொண்டு திணையை அறிவது எளிது என்பதனால் விட்டிருக்கலாம். நற்றிணையிலும் இதுதான் நடந்திருக்கிறது.

குறுந்தொகை, நற்றிணை, அகநானூறு ஆகிய அகநூல் களுக்குக் கொடுக்கப்பட்டுள்ள துறைக்குறிப்புக்கள் பழமை

யானவை என்பதை வேறு சில சான்றுகளாலும் அறியலாம். இம்மூன்று நூல்களுக்கும் உள்ள துறைக்குறிப்புக்கள் கிட்டத் தட்ட ஒரே தன்மை உடையவை. தொடர் அமைப்பு, சொல்முறை ஆகியவை மிகவும் ஒத்துள்ளன. 'பகல் வந்து ஒழுகுவானைத் தோழி இரா வா என்றது' என்பது குறுந்தொகையின் ஒரு துறைக்குறிப்பு. 'தோழி இரவு வருவானைப் பகல் வா என்றது' என்பது அகநானூற்றுக் குறிப்பு. இவ்வாறு பலவற்றைக் காட்டலாம். இந்நூல்களுக்குத் தொல்காப்பியத்தின் அடிப்படையிலேயே துறைக்குறிப்புக்கள் எழுதப்பட்டுள்ளன. குறுந்தொகையில் இரண்டு துறைக்குறிப்புக்கள் தொல்காப்பிய நூற்பாத் தொடர் களை அப்படியே எடுத்தாண்டுள்ளன. பாடல் 14இன் துறைக் குறிப்பு: 'மடன்மா கூறும் இடனுமார் உண்டே' என்பதனால் தோழி குறை மறுத்துழி தலைமகன் 'மடலேறுவல்' என்பதுபடச் சொல்லியது. பாடல் 48இன் துறைக்குறிப்பு: பகற்குறிக்கட் காணும் பொழுதினும் காணாப் பொழுது பெரிதாகலின் வேறுபட்ட கிழத்தியது வேறுபாடு கண்டு தோழி சொல்லியது. இக்குறிப்புக்களில் தொல்காப்பியக் களவியல் நூற்பாக்கள் 11, 16 ஆகியவற்றின் தொடர்கள் அமைந்துள்ளதை உ.வே.சா. குறித்துள்ளார். ஆகவே புறநானூற்றின் துறைக்குறிப்புக்களைப் போலல்லாமல் இவை காலத்தால் பழமையானவை என்பது உறுதி. அகநானூற்றுக்குத் தொகுக்கப்பட்ட காலத்திலேயே இக்குறிப்புகள் எழுதப்பட்டிருக்குமாயின் குறுந்தொகை, நற்றிணைக்கும் அக்காலத்திலேயே எழுதப்பட்டிருக்கலாம் எனக் கருதமுடிகிறது.

இந்தத் துறைக்குறிப்புக்கள் ஒற்றைத் தன்மையில் ஆனவை அல்ல. இவற்றை உருவாக்குவதில் பல உத்திகள் கையாளப்பட் டுள்ளன. குறுந்தொகைப் பாடல்களின் துறைக்குறிப்புக்களின் அமைப்பைப் பற்றி மட்டும் காணலாம். ஒற்றைச்சொல்லால் ஆன குறிப்புக்கள் கிட்டத்தட்டப் பத்துப் பாடல்களுக்குக் காணப்படுகின்றன. அகத்துறைக் கலைச்சொல் குறிப்புக்கள் என இவற்றைச் சொல்லலாம். கழற்றெதிர்மறை, சிறைப்புறம் என்பன அவை. கழற்றெதிர்மறை என்பது இடித்துரைக்கும் பாங்கனை நோக்கி அவனை மறுத்துத் தலைமகன் கூறுதல் ஆகும். ஒற்றைச்சொல்லைக் கொடுப்பதால் கூற்றுமுறைக் குழப்பம் எதுவும் இதில் இல்லை. ஆனால் 'சிறைப்புறம்' என்பதில் அக்குழப்பம் ஏற்பட வழியுண்டு. மேலும் சூழல் குழப்பமும் உண்டாகலாம். தலைமகன் சிறைப்புறமாக இருக்கத் தோழி கூற்றும் நிகழலாம்; தலைவி கூற்றும் நிகழலாம். அதேபோலச் சூழலும் வெவ்வேறு விதமாக அமையலாம். 219ஆம் பாடலின் துறைக்குறிப்பு சிறைப்புறம். அதனைத் தலைவி கூற்றாகக் கொண்டு உ.வே.சா. விளக்கம் கூறுகின்றார். 'தலைவன் சிறைப்

புறத்தில் இருப்பத் தலைவி தோழிக்குக் கூறுவாளாய்த் தன் துயரின் மிகுதி கூறி "தலைவர் நம் துயர் நீக்க இது செவ்வி" என்று உணர்த்தியது' என்பது அவ்விளக்கம். 227ஆம் பாடலும் சிறைப்புறம் என்னும் துறைக்குறிப்பைக் கொண்டதுதான். அதற்கு 'அல்லகுறிப்பட்டு மறுநாள் வந்த தலைவன் மறைவில் இருப்ப அவன் முதல்நாள் வந்ததைத் தோழி தலைவிக்கு உணர்த்தியது' என்று விளக்கம் எழுதியுள்ளார் அவர். கூற்று, சூழல் அனைத்திலுமே வேறுபாடு. 'சிறைப்புறம்' என்று மட்டும் கொடுத்தால் இத்தகைய பொருள் மாறுபாடுகள் வரும் என்பதை அறிந்தேதான் கொடுத்திருக்க வேண்டும். வாசிப்போர் தமது விருப்பத்திற்கேற்பப் பொருள்கொள்ள வாய்ப்பை வழங்குகிறது இந்தச் சிறைப்புறம்.

அடுத்துச் சில பாடல்களுக்குக் கூற்றை மட்டும் தெரிவிக்கும் துறைக்குறிப்பு கொடுக்கப்பட்டுள்ளதைப் பார்க்கலாம். தலைமகன் பாங்கற்குச் சொல்லியது, பாங்கன் தலைமகற்குச் சொல்லியது, தலைமகன் பாங்கற்கு உரைத்தது என்னும் கூற்றுக்கள் அவை. கூற்றை மட்டும் உணர்த்தும் குறிப்புக்கள் அனைத்தும் தலைவனோடு மட்டும் தொடர்புடையனவாய் இருக்கின்றன. பாங்கன் தலைமகற்குச் சொல்வது இடித்துரைத்தல் ஆகும். தலைமகன் பாங்கற்குச் சொல்வது இடித்துரைத்தலை மறுத்துத் தன்னிலையை விளக்குவதாக அமையும். 'கழற்றெதிர்மறை' என்பதும் இதுதான். ஆனால் ஏன் சில பாடல்களில் 'கழற்றெ திர்மறை' எனத் துறைக்குறிப்பும் வேறு சிலவற்றில் 'தலைமகன் பாங்கற்கு உரைத்தது' எனத் துறைக்குறிப்பும் அமைய வேண்டும்? தலைமகன் தன் நிலையைப் பாங்கனுக்கு உரைப்பதில் பலவித மான சூழல்கள் உள்ளன. சிலசமயம் தலைவிபால் கொண்ட காமம் விடுவதாயில்லை எனப் புலம்புகிறான். சிலசமயம் தன் காமத்தை நியாயப்படுத்திப் பேசுகிறான். ஆனால் எந்தப் பின்புலத்தையும் விளக்காமல் கூற்றை மட்டும் இவை சொல் வதேன்? பின்புலத்தைத் தமக்கேற்ற வகையில் வாசிப்போர் விளங்கிக்கொள்ளலாம் என்னும் சுதந்திரத்தை இக்குறிப்பு முறை வழங்குகிறது. சூழலை உரைப்பதில் துறை வகுத்தோருக்குக் குழப்பம் ஏற்பட்டிருக்கக் கூடும். வாசிப்போரின் முடிவுக்கு அக்குழப்பத்தை விட்டுவிடும் நோக்கம் இவ்வகை அமைப்பில் தென்படுகின்றது என்று சொல்லலாம்.

யார் கூற்று என்பதைச் சொல்லாமல் சூழலை மட்டும் கூறும் வகையில் சில துறைக்குறிப்புக்கள் காணப்படுகின்றன. அவற்றில் சிலவற்றிற்கு யார் கூற்று என்பதை வெளிப்படையாக அறியமுடியும். 'பொருள் கடைக்கூட்டிய நெஞ்சிற்குச் சொல்லியது' என்பது தலைவன் கூற்றாகத்தான் இருக்கமுடியும். ஆனால்

'வேற்று வரைவு மாற்றியது' என்னும் குறிப்பைக் கொண்டு அது தலைவி கூற்றாகவும் இருக்கலாம், தோழி கூற்றாகவும் இருக்கலாம் என்று கருத இடமுண்டு. குறுந்தொகையின் 385ஆம் பாடல் இத்துறைக்குறிப்பைக் கொண்டது. இதனை உ.வே.சா. தலைவி கூற்றாகக் கொள்கிறார். நச்சினார்க்கினியர் தொல்காப்பிய உரையில் தலைவி கூற்றாக இதனைக் கூறுவதை அடியொற்றி உ.வே.சா. கூறுகிறார். ஆனால் சௌரிப்பெருமாள் அரங்கனாரும் ரா. இராகவையங்காரும் இதனைத் தோழி கூற்றாகக் கொள்கின்றனர். பாடற்பொருள் கொள்வதிலும் வேறுபாடுகள் உள்ளன. தலைவனின் பெருமையைச் சொல்வதாக உ.வே.சா. பொருள் காண்கின்றார். தலைவன் அஞ்சி அகன்றதைச் சுட்டிக்காட்டு வதாக அரங்கன் பொருள் உரைக்கின்றார். ஆகவே யார் கூற்று என்பதைச் சுட்டாமல் சூழலை மட்டும் குறிப்பிடும் துறைக்குறிப்புக்களிலும் வெவ்வேறு வகையாக வாசிப்பதற்கான இடம் வைக்கப்பட்டுள்ளது என்பதை அறியலாம்.

கூற்று, சூழல் ஆகிய இரண்டையும் சுருக்கமாகக் கூறும் வகையிலான துறைக்குறிப்புக்கள் பெரும்பாலானவையாக உள்ளன. கூற்றையும் சூழலையும் வரையறுப்பதில் சிக்கல் பெரிதாக இல்லாத பாடல்களுக்கு இத்தகைய துறைக்குறிப்புக்கள் அமைக்கப்பட்டுள்ளன என்று கருதலாம். இவ்வகையான பாடல் கள் சிலவற்றிற்குத்தான் ஒன்றுக்கு மேற்பட்ட துறைக்குறிப்புக்கள் கொடுக்கப்பட்டுள்ளன. குறுந்தொகையின் 258ஆம் பாடலுக் கான துறைக்குறிப்பு 'தோழி தலைமகற்கு வாயில் மறுத்தது; வாயில் நேர்ந்ததூஉம் ஆம்' என்றுள்ளது. வாயில் மறுத்தல், வாயில் நேர்தல் ஆகிய முரண்பட்ட பொருள்கள் ஒரே பாடலில் அமைவதைத் துறைக்குறிப்பு அங்கீகரிக்கிறது. 110ஆம் பாடலின் துறைக்குறிப்பு, 'பருவம் கண்டு அழிந்த தலைமகள் தோழிக்கு உரைத்தது; தலைமகனைக் கொடுமை கூறித் தலைமகளைத் தோழி வற்புறீஇயதூஉம் ஆம்' என்று உள்ளது. ஒரு பாடலுக்கு இரண்டு துறைக்குறிப்பு. கூற்றும் வேவ்வேறு. சூழல்களும் மாறு பட்டவை. இத்தகைய முரண்பாடுகளை ஏற்றுக்கொண்ட துறைக் குறிப்புக்கள் இவை. கூற்றும் சூழலும் தெளிவாக இருப்பினும் அவற்றிலும் மாறுபட்ட வாசிப்பிற்கான வாய்ப்பை இந்தத் துறைக்குறிப்புக்கள் மறுக்கவில்லை என்பது முக்கியம்.

சில பாடல்களுக்குக் கூற்று, சூழல் ஆகியவற்றைப் பாடலின் அளவைவிடப் பெரிதாக விளக்கும் வகையிலான துறைக்குறிப்புக் கள் சில பாடல்களுக்கு அமைந்துள்ளன. 130ஆம் பாடல் வெள்ளிவீதியார் பாடியது. அதற்கு உள்ள துறைக்குறிப்பு வருமாறு: பிரிவிடை அழிந்த தலைமகளைத் தோழி வற்புறுத்தியது. 'நீ "அவர் பிரிந்தார்" என்று ஆற்றாயாகின்றது என்னை?

யான் அவர் உள்வழி அறிந்து தூது விட்டுக்கொணர்வேன்; நின் ஆற்றாமை நீங்குக' எனத் தோழி தலைமகளை ஆற்றுவித்தது; 'தோழி தூது விடுவாளாகத் தலைமகள் தனது ஆற்றாமையால் கூறியதூஉம் ஆம்.' துறை பற்றிச் செறிவான குறிப்பு முதலில் அமைகிறது. அதன்பின் அதற்கு விரிவான விளக்கம். மேலும் இன்னொரு துறையும் பொருந்தும் என மற்றொரு துறைக்குறிப்பு. இந்தப் பாடலுக்கு இத்தகைய குறிப்பு அமையக் காரணம் என்ன? பாடலுக்கான துறைக்குறிப்பைக் கொண்டு சரியாகப் பொருத்தி விளங்கிக்கொள்ள முடியாது என்று கருதி விளக்கம் தரப்படுகின்றது. அதிலும் வாசிப்போருக்குத் திருப்தி இல்லை என்றால் மற்றொரு துறையைப் பொருத்திக்கொள்ளவும் வாய்ப்புத் தருகிறது. பாடலை விளங்கிக்கொள்ளத் துணை செய்வது துறைக்குறிப்பின் முக்கிய நோக்கம் என்பதை இதில் உணரலாம். அதே சமயம் பல்வேறு சாத்தியப்பாடுகளை நம் முன் திறந்தும் வைக்கிறது இக்குறிப்பு.

துறைக்குறிப்புக்கள் பாடலை வாசிப்போருக்கு உதவுவனவே தவிர அவற்றை ஏற்றுக்கொள்ளச் சொல்லி எந்த நிர்ப்பந்தத்தையும் தருவனவல்ல. ஆகவே ஏற்கனவே இரண்டு துறைக் குறிப்புக்கள் இருந்தால் அவற்றில் எது பொருத்தம் என்று நமக்குத் தோன்றுகின்றதோ அதனை எடுத்துக்கொள்ளலாம். உ.வே. சாமிநாதையர் பாடல்களுக்குக் கூற்று அமைக்க முதலாவது துறைக்குறிப்பையே எடுத்துக்கொண்டிருக்கின்றார். ஆனால் முதலாவது குறிப்புத்தான் பொருத்தமானது என்று அவர் கருதவில்லை. இரண்டாவது குறிப்பை அடிப்படையாகக் கொண்ட துறையைத் தம் உரையின் பின்பகுதியில் விளக்கிப் பொருத்திக் காட்டுவார். அதேபோலக் குறுந்தொகைப் பாடல்கள் பலவற்றிற்குத் தொல்காப்பிய உரையாசிரியர்கள் வேறு துறை கூறுகின்றனர். துறைக்குறிப்பு கூறும் துறையைவிட உரையாசிரியர்கள் கூறும் துறை பொருத்தமானதாகத் தோன்றும் இடங்களும் உண்டு. 'நூலிற் கண்ட துறைகள் சிலவற்றில் இரண்டாவதாக அமைந்ததும் சிலவற்றிற்கும் உரையாசிரியர்கள் எழுதுவதும் பிறவற்றைவிடப் பொருத்தமுள்ளனவாகத் தோன்றுகின்றன' (ப.vi) என்று உ.வே.சா. தம் முன்னுரையில் எழுதுகின்றார். இரண்டு துறைக்குறிப்புக்களைக் கொண்ட பாடல் ஒன்றைப் பார்க்கலாம். 101ஆவது பாடல். இப்பாடல் தலைவன் கூற்று. 'தலைமகட்குப் பாங்காயினார் கேட்பச் சொல்லியது' என்பது முதல் துறைக்குறிப்பு. தலைவியோடு இன்புற்று இல்லறம் நடத்தும் தலைவன் அத்தலைவியினால் வரும் இன்பம் எப்பொருளினும் சிறப்புடையதென்று பாங்காயினார் கேட்பக் கூறியது என இதற்கு உ.வே.சா. விளக்கம் தருகின்றார்.

மற்றொரு துறைக்குறிப்பு, 'வலித்த நெஞ்சிற்குச் சொல்லிச் செலவழுங்கியதூஉமாம்' என்பது. பாடல் வருமாறு:

விரிதிரைப் பெருங்கடல் வளைஇய உலகமும்
அரிதுபெறு சிறப்பிற் புத்தேள் நாடும்
இரண்டும் தூக்கிற் சீர்சா லாவே
பூப்போல் உண்கண் பொன்போல் மேனி
மாண்வரி அல்குல் குறுமகள்
தோள்மாறு படூஉம் வைகலொடு எமக்கே.

இந்தப் பூவுலகம், தேவருலகம் ஆகிய இரண்டையும் ஒருசேரக் கொடுத்தாலும் தலைவியைத் தழுவிப் பெறும் இன்பமுடைய ஒருநாளுக்கு அவை ஈடாகா என்பது இதன் பொருள் சுருக்கம். தலைவியோடு கூடிப் பெறும் இன்பம் மிக்க நாளையும் எல்லாவகை இன்பங்களும் நிறைந்த பூவுலகம், தேவருலகம் இரண்டையும் ஒப்பிட்டு இவற்றில் ஒன்றுதான் உயர்ந்தது என்று தலைவன் பேச ஏதாவது குறிப்பிடத்தக்க பின்னணி இருப்பின் பொருள் சிறக்கும். ஆனால் முதல் துறைக்குறிப்பில் தலைவிக்குப் பாங்காயினோருக்குச் சொல்வதாக மட்டும் வருகின்றது. இரண்டாவது குறிப்பிலோ பொருளீட்டப் போவதற்கு வற்புறுத்தும் நெஞ்சை நோக்கிப் பேசுவதாகத் துறை அமைகின்றது. பூவுலகம் தேவருலகம் ஆகிய இரண்டைவிடவும் தலைவியிடம் பெறும் இன்பமே சிறந்தது என்பதில் பெரும் பொருளைவிடவும் காம இன்பம் சிறந்தது என்னும் ஒப்பீட்டுப் பொருள் சிறக்கிறது. ஆகவே இரண்டாம் துறைக்குறிப்பே இப்பாடலுக்குப் மிகப் பொருந்துவதாகிறது.

உ.வே.சாவும் இரண்டாம் துறைக்குறிப்பே பொருத்தம் என்று எழுதுகின்றார். அவரது விளக்கம் வருமாறு: 'பொருள் தேடும் பொருட்டுத் துணிந்த நெஞ்சை நோக்கி "இவளைப் பிரிந்து பொருள் தேடலாற் பெறும் பயன் யாது? பொருளால் இல்லறமாகிய இம்மைப் பயனும் அவ்வறத்தான் வரும் சுவர்க்க இன்பமாகிய மறுமைப் பயனும் உண்டாமாதலின் அதனைத் தேடுதல் இன்றியமையாததெனின் இவளால் வரும் இன்பம் அவ்விருவகை இன்பத்தினும் உயர்வுடையது" (ப.229) என்று கூறித் தலைவன் செலவு தவிர்த்தது. இக்கருத்து முன்னைய தினும் சிறப்புடையதாகத் தோன்றுகின்றது.

குறுந்தொகையின் முதல் பாடலுக்குத் துறைக்குறிப்பு 'தோழி கையுறை மறுத்தது' என்பதாகும். பாடல்:

செங்களம் படக்கொன் றவுணர்த் தேய்த்த
செங்கோல் அம்பின் செங்கோட்டி யானை
கழல்தொடி சேஎய் குன்றம்
குருதிப் பூவின் குலைக்காந் தட்டே.

முருகனுக்கு உரியதாகிய இம்மலையில் செங்காந்தள் மலர்கள் கொத்துக் கொத்தாகப் பூத்துள்ளன என்பதுதான் இதன் நேர்பொருள். இதில் என்ன பொருள் சிறப்பிருக்கிறது? தலைவன் செங்காந்தள் மலர்களைக் கையுறையாகக் கொடுத்தான் எனவும் அதைத் தோழி மறுத்துரைத்தாள் எனவும் வருவித்துத் 'தோழி கையுறை மறுத்தது' எனக் கூறுவது வழக்கம். ஆனால் தொல்காப்பிய உரையாசிரியர்கள் நச்சினார்க்கினியர், பேராசிரியர் ஆகியோரும் பிற்கால அக இலக்கண நூல்களும் இப்பாடலுக்கு வேறொரு துறை கூறுகின்றன. 'இது தோழி தலைவியை இடத்துய்த்து நீங்கியது' என்பது அது. 'தலைமகனது வரவுணர்ந்து தோழி தலைமகளைக் குறியிடத்துக் கொண்டு சென்று யான் செங்காந்தட் பூக் கொய்து கொடு வருவல்; அவ்விடம் தெய்வமுடைத்து; நின்னால் வரப்படாது; நீ அவ்வளவும் இப்பொழிலிடத்தே நில் என்று நிறீஇ நீங்குவது' என இறையனார் களவியலும் நம்பியகப்பொருளும் இப் பாடலைக் காட்டுகின்றன. கையுறை மறுத்ததைவிட இடத்துய்த்து நீங்குதல் பொருத்தம் உடையதாகத் தோன்றுகின்றது. இப்பாடலில் அடிதோறும் சிவப்பு நிறம் பற்றிய குறிப்பு இடம் பெறுகின்றது. அதனைக் கொண்டு வேறுவகைப் பொருள் கூறவும் இடமுண்டு.

குறுந்தொகை 44ஆவது பாடல் வெள்ளிவீதியார் பாடியது. இடைச்சுரத்துச் செவிலித்தாய் கையற்றுச் சொல்லியது என்னும் துறைக்குறிப்பு இதற்கு உள்ளது. இளம்பூரணர், நச்சினார்க்கினியர் ஆகியோரும் நம்பியகப்பொருளும் இப்பாடலை முறையே 'சுரத்திடை வினாயது நிகழ்ந்த பின்னர்ச் செவிலி கூறியது, செவிலி கடத்திடைத் தன்னெஞ்சிற்குக் கூறியது, செவிலி புதல்வியைக் காணாது கவலை கூர்தல்' எனக்கூறி மேற்கோள் காட்டுகின்றனர். செவிலி கூற்று என்பதில் ஒருமித்த கருத்து காணப்படுகின்றது. பாடல்:

> காலே பரிதப் பினவே கண்ணே
> நோக்கி நோக்கி வாளிழந் தனவே
> அகலிரு விசும்பின் மீனினும்
> பலரே மன்றஇவ் வுலகத்துப் பிறரே

இப்பாடலைச் செவிலி கூற்றாகக் கொள்வதற்குக் காரணம், பல இடத்தும் சென்று தேடுதல் என்னும் பொருள் இதில் வருவதாகும். தலைவி வீடு, அது சார்ந்த இடங்களில் மட்டும் இருப்பாள் என்பதால் இதைத் தலைவி கூற்றாகக் கொள்ள அனைவருக்கும் தயக்கம் இருந்துள்ளது. ஆனால் பாடலின் பொருளும் அதில் உள்ளடங்கி உள்ள உணர்ச்சி நிலையும் தலைவனைத் தேடும் தலைவியின் கூற்றாகக் கொள்ளப் பெரிதும் இடம் தருகின்றன. செவிலியின் தேடுதல் என்பதை விடவும்

தலைவியின் தேடுதல் என்பது கவிதைப் பொருளுக்கு நெருக்க மானதாக இருக்கிறது. ஆனால் அவ்வாறு கொள்ள இலக்கணம் இடம் தரவில்லை. ஆனால் ஆதிமந்தி தன் காதலனைத் தேடியதைப் பற்றிய செய்திகள் சங்க இலக்கியத்தில் வருகின்றன. வெள்ளிவீதியாரைப் பற்றியும் அத்தகைய செய்திகள் உள்ளன. ஆகவே இப்பாடலைத் தலைவி கூற்றாகக் கொள்வதில் தயக்கம் வேண்டியதில்லை.

ஏனெனில் தமிழ் இலக்கணங்கள் கூறும் திணைக் கோட்பாடு கறாரானதல்ல. துறை வகுப்பதில் கட்டாயமான வரையறை களைப் பின்பற்ற வேண்டும் என விதிப்பது அல்ல. குறிப்பிட்ட ஒற்றைக் கூற்று அல்லது ஒற்றைச் சூழல் சார்ந்துதான் பொருள் கொள்ளவேண்டும் என எங்கும் நிர்ப்பந்திப்பது திணைக்கோட் பாட்டின் நோக்கமல்ல. இதற்குமுன் காட்டிய சான்றுகள் அனைத்தும் துறை வகுப்பதில் சுதந்திரத்தை வழங்கும் நெகிழ்ச்சித் தன்மை கொண்டது திணைக் கோட்பாடு என்ப தையே தெரிவிக்கின்றன. ஆகவே இக்கோட்பாடு இலக்கியத்தை நெருங்குவதற்கும் பொருள் கொள்வதற்கும் துணை செய்யும் வகையிலானதே என்று சொல்லலாம். பாடத்திட்டம் சார்ந்து ஒற்றைத் தன்மைக்குள் சங்க இலக்கியத்தை அடக்கும் இன்றைய சூழலில் திணைக் கோட்பாட்டின் நெகிழ்வைக் குறித்து இன்னும் பலபடப் பேச வேண்டிய தேவையுள்ளது.

பயன்பட்ட நூல்கள்

1. க. வெள்ளைவாரணன், தொல்காப்பியம் புறத்திணை இயல் உரைவளம், 2001, மதுரை, மதுரை காமராசர் பல்கலைக்கழகம்.

2. உ.வே. சாமிநாதையர் (ப.ஆ.), புறநானூறு மூலமும் உரையும், 1950, சென்னை, ஜோதி அச்சுக்கூடம், நான்காம் பதிப்பு.

3. எஸ். வையாபுரிப்பிள்ளை, இலக்கியச் சிந்தனைகள் நூற்களஞ்சியம் தொகுதி 1, 1989, சென்னை, வையாபுரிப் பிள்ளை நினைவு மன்றம்.

4. உ.வே. சாமிநாதையர் (ப.ஆ.), குறுந்தொகை, 1983, அண்ணாமலை நகர், அண்ணாமலைப் பல்கலைக்கழகம்.

5. மர்ரே எஸ். ராஜம் (ப.ஆ.), குறுந்தொகை, 1983, சென்னை, நியூ செஞ்சுரி புக் ஹவுஸ், இரண்டாம் பதிப்பு.

6. மு. சண்முகம் பிள்ளை (ப.ஆ.), குறுந்தொகை மூலமும் உரையும், 1994, தஞ்சாவூர், தமிழ்ப் பல்கலைக்கழகம்.

7. மர்ரே எஸ். ராஜம் (ப.ஆ.), அகநானூறு, 1983, சென்னை, நியூ செஞ்சுரி புக் ஹவுஸ்.

8. சௌரிப்பெருமாள் அரங்கன், குறுந்தொகை மூலமும் உரையும், 2000, சென்னை, முல்லை நிலையம்.

9. ரா. இராகவையங்கார், குறுந்தொகை விளக்கம், 1993, அண்ணாமலை நகர், அண்ணாமலைப் பல்கலைக் கழகம்.

சங்க இலக்கியம்: என்சிபிஎச் உரை

பண்டைய தமிழ் நூல்களை 'இலக்கியங்கள்' என்று குறிப்பிட்டாலும் அவற்றை முற்றிலும் வரலாற்றுக்கான அடிப்படை ஆதாரங்களாகக் காணும் பார்வையே 'தமிழ் கூறு நல்லுலகில்' செயல்பட்டு வந்துள்ளது. இருபதாம் நூற்றாண்டின் பெரும்பகுதி, தமிழர் பெருமை பேசும் அரசியல் சூழல் நிலவியது. அதனால் தமிழின் தொன்மை, தமிழ் மன்னர்களின் வீரம், கொடை, தமிழ்ப் புலவர்களின் தன்மான உணர்வு ஆகியவற்றை நிறுவும் சான்றுகளாக இலக்கியங்கள் கொள்ளப்பட்டன. இன்றைக்கும் இப்போக்கு நிலைநிறுத்திய ஒற்றைப் பார்வை தமிழ்க் கல்விப் புலத்தில் செயல்பட்டுக் கொண்டிருக்கிறது. சங்க காலம், சங்க இலக்கியம் பற்றிய எந்தவொரு மாற்றுப் பார்வையும் வரவேற்கப்படுவதில்லை. சற்றேனும் பொருட்படுத்தி விவாதிக்கப்படுவதில்லை. தமிழர் இனப் பெருமையைச் சீர்குலைக்கும் சதியாக மாற்றுப் பார்வைகள் கருதப்படுகின்றன.

இலக்கியத்தை வரலாற்றுக்கான ஆதாரமாகக் கொள்ளும்போது முதலில் அது இலக்கியம் என்னும் உணர்வு இருக்க வேண்டும். இலக்கியத்தின் அடிப்படை புனைவு என்பதை மனதில் இருத்த வேண்டும். ஒரு நூல் இலக்கியமாவதற்கான கூறுகள் அந்நூலில் எப்படி இருக்கின்றன என்பதைப் புரிந்திருக்க வேண்டும். இலக்கியத்தை வரலாற்றுக்குப் பயன்படுத்துகிறோம் என்னும் எச்சரிக்கை உணர்வு இல்லாவிடின் இலக்கியத்தை உணர்வதும் வரலாற்றை அறிவதுமாகிய இரு செயல்களும் குறைபட்டுப் போய்விடும். சங்க இலக்கியங்களைப் பதிப்பிக்கும்போதும் அவற்றிற்கு உரை எழுதும்போதும் இலக்கிய உணர்வு அவசியமானதாகும்.

‘தமிழ் மக்களின் சமயம், பண்பாடு, அரசியல், பொருளாதாரம், சமுதாயம் ஆகியவற்றின் வரலாற்றுக் கருவூல மாய்த் திகழ்வது பத்துப்பாட்டாகும்’ (ப.xxxvii) என்பது போன்ற பார்வைகள் இலக்கியத்தின் சிறப்பைக் குறைப்பனவாகும். வரலாறு, ஒன்றைப் புறவயமாக வைத்து அணுகுகிறது. இலக்கியம் அகவயமாக உணரப்படும் தன்மையைக் கொண்டிருக்கிறது. ஆகவே இலக்கியம் முழுமையான வரலாற்று ஆதாரமாகாது. அதற்கேயுரிய புனைவு, உயர்வுநவிற்சி, மரபான உத்திகள் ஆகியவற்றைக் கொண்டிருக்கும். தகவல்களை அடிப்படையாகக் கொண்டியங்கும் வரலாறு, இலக்கியத்திலிருந்து அவற்றைப் பெறுவதற்கு எச்சரிக்கையோடும் தயக்கத்தோடும்தான் முயல வேண்டும்.

சங்க இலக்கியமாகிய ‘பத்துப்பாட்டு’ மிகப் பிற்காலத்தில் தொகுக்கப்பட்ட நூல் என்பது ச. வையாபுரிப்பிள்ளை போன்றோ ரின் கருத்து. இந்நூல் நீண்ட பத்துப் பாடல்களின் தொகுப்பு என்பதுடன் இவற்றுள் ஐந்து பாடல்கள் ஆற்றுப்படைகளாக இருப்பதைக் கருத்தில் கொள்ள வேண்டியுள்ளது. புறநானூற்றில் ‘ஆற்றுப்படை’ என்னும் துறையில் அமைந்த பாடல்கள் பல உள்ளன. அவற்றுக்கும் பத்துப்பாட்டு ஆற்றுப்படைகளுக்கும் முக்கியமான வேறுபாடுகளைக் காணலாம்.

> கூத்தரும் பாணரும் பொருநரும் விறலியும்
> ஆற்றிடைக் காட்சி உறழத் தோன்றிப்
> பெற்ற பெருவளம் பெறாஅர்க்கு அறிவுறீஇச்
> சென்று பயனெதிரச் சொன்ன பக்கமும்

என்னும் தொல்காப்பிய நூற்பா கூறும் ஆற்றுப்படை இலக்கணத்தை முழுமையாகப் பின்பற்றி எழுதப்பட்ட பாடல்கள் என்று புறநானூற்றுப் பாடல்களைக் கூறமுடியாது. பிற்காலத்தில் புறநானூற்றைத் தொகுத்தவர்கள் துறை வகுக்கும்போது பொருத்தம் கருதிப் ‘பாணாற்றுப்படை’, ‘புலவராற்றுப்படை’, ஆகியவற்றைக் கொடுத்துள்ளனர். சில பாடல்களுக்குப் பாணாற்றுப்படை, புலவராற்றுப்படை ஆகிய இரு துறைகளை யும் கொடுத்துள்ளனர். சிலவற்றுக்கு ஆற்றுப்படையோடு இயன்மொழி போன்ற துறைகளையும் வகுத்துள்ளனர். புறநானூற்றில் ஆற்றுப்படை என்னும் தெளிவைப் பெற முடியாத ஒரு துறை பத்துப்பாட்டில் இலக்கிய வகை ஒன்றாகப் பரிணமித் திருப்பதைப் பார்க்க முடிகிறது.

தொல்காப்பிய இலக்கணம் முழுமையாகப் பொருந்தும் வகையில் பத்துப்பாட்டு ஆற்றுப்படை நூல்கள் உள்ளன. பொருநராற்றுப்படை, சிறுபாணாற்றுப்படை, பெரும்பாணாற்றுப் படை, கூத்தராற்றுப்படை (மலைபடுகடாம்) ஆகியவை ஆற்றுப்

படை என்னும் இலக்கிய வகையின் சாத்தியப்பாடுகளைக் கொண்டவை. பிற்காலத்து நூல் என்று கருதப்படும் திரு முருகாற்றுப்படை அனேகமாகப் பத்துப்பாட்டு தொகுக்கப்பட்ட காலத்து எழுதப்பட்ட நூலாக இருக்கலாம். அக்காலம் பக்தி இலக்கியம் மேலோங்கிய காலம். ஆகவே பழைய இலக்கிய வகை ஒன்றின் வழியில் அதன் அமைப்பில் தன் காலத்து மேலோங்கியிருந்த உரிப்பொருளைக் கொண்டு எழுதிச் சேர்க்கப் பட்ட நூல் திருமுருகாற்றுப்படையாகும். மேலும் அது கடவுள் வாழ்த்துப் போலவும் அமைந்துவிட்டது தொகுப்பாளருக்கு மகிழ்ச்சி தரக் கூடியதாகும்.

ஆற்றுப்படை என்னும் இலக்கிய வகை வள்ளல்களைப் புகழ்வதற்காக, அவர்களிடமிருந்து எண்ணிய பரிசிலைப் பெறுவதற்காகப் பயன்படுத்தப்பட்ட ஒன்றாகும். ஆகவே வள்ளல் களுடைய நாட்டு மக்களின் வாழ்வை, அவர்களின் விருந்தோம்பலை, வளத்தை விதந்து பாடுவதன் மூலம் ஆட்சிச் சிறப்பைப் புகழும் நோக்கம் வெளிப்படையானது. இரவலனின் நிலையை மிகவும் தாழ்த்திக் கொள்வதும் வள்ளலின் கொடைத் திறத்தை மிகையாகப் புகழும் நோக்கோடுதான். ஆற்றுப்படையின் இலக்கிய உத்தி, பரிசில் பெற்றுவரும் ஒருவன் வழியில் காணும் மற்றொருவனை ஆற்றுப்படுத்துவதாகும். இதில் பரிசில் பெறக் கருதும் ஒருவன் தன்னைப் பரிசில் பெற்றவனாகக் கருதிக் கொண்டு ஆற்றுப்படை பாடியிருக்கலாம். பல்வேறு நில மக்களைப் பற்றிக் கூறும் வருணனைகளும் தன் நோக்கத்திற் காகச் செய்யப்பட்ட புனைவாக இருக்கலாம். ஆகவே ஆற்றுப் படையில் வரும் தகவல்கள் அனைத்தும் உண்மையானவை, சரியானவை என்று கருத வேண்டிய அவசியமில்லை. அவை இலக்கிய வகை ஒன்றின் உத்தியைச் செம்மையாகப் பயன் படுத்திப் பாடப்பட்டுள்ளன என்பதே உண்மை.

புறநானூற்று ஆற்றுப்படைத் துறைகள், இலக்கண வரையறை ஏற்படாத காலத்துப் புலவன் மனத்துதித்தவை என்று கொண்டால் பத்துப்பாட்டு ஆற்றுப்படைகள் இலக்கண வரையறை உண்டாக்கப்பட்டபின் அதனைப் பின்பற்றி எழுதப் பட்டவை என்று கொள்வது பொருந்தும். ஒரு குறிப்பிட்ட இலக்கிய வகையில் பல புலவர்கள் பாடும்போது ஒவ்வொரு வரின் தனித்தன்மைகளைக் கண்டறிவதன் மூலமே அவரது படைப்புச் சிறப்பை உணர முடியும். ஐந்து ஆற்றுப்படை நூல்கள் நம்முன் இருக்கின்றன. அவற்றுள் இலக்கியச் சிறப்புப் பெற்ற ஆற்றுப்படை எது என்று ஆராய்ந்து விளக்கிய பார்வை எதுவும் நம்முன் இல்லை. அதற்குக் காரணம் இலக்கியத்தை இலக்கியமாகக் காணும் பார்வை இன்மையே ஆகும்.

பத்துப்பாட்டில் உள்ள குறிஞ்சிப்பாட்டு, முல்லைப்பாட்டு, பட்டினப்பாலை, நெடுநல்வாடை ஆகிய நான்கும் அகப்பாடல்கள். இவையும் எட்டுத்தொகை நூல்களாகிய குறுந்தொகை, நற்றிணை, அகநானூறு ஆகியவற்றுக்குப் பிற்பட்டவை என்று சொல்லலாம். காரணம் இவை இலக்கணம் வழங்கும் வரையறைக்குட்பட்டு அதன் எல்லைகளைத் தமது நோக்கத்திற்குப் பயன்படுத்திக் கொண்ட இலக்கியங்கள் ஆகும். குறிஞ்சிப்பாட்டு குறிஞ்சித் திணைக்குரிய அக இலக்கணத்தைச் சிறிதும் மாறாமல் பின்பற்றி எழுதப்பட்டதாகும். எட்டுத்தொகை நூல்களுள் இப்படிக் கறாரான இலக்கண வரையறைக்கு உட்பட்ட பாடல்கள் குறைவுதான். பட்டினப்பாலை, அகப்பாடல் ஒன்றில் புறச்செய்திகள் இடம்பெறும் உத்தியை உணர்ந்து அதனைச் செம்மையாகப் பயன்படுத்திக் கொண்ட ஒருநூல். பாடலில் வரும் முந்நூறு அடிகளில் நான்கே நான்கு அடிகள் அகத்திற்கான உரிப்பொருளைக் கொண்டிருப்பதால் பாடல் முழுவதுமே அகப்பாடலாகிவிடும் வியப்பை இதில் காண்கிறோம். இலக்கண வரையறைகள் உருவான பின்னர் பாடப் பெற்றிருந்தால்தான் இந்தத் திறமை வெளிப்படுவதற்கான சாத்தியக்கூறு அதிகரிக்கும்.

நெடுநல்வாடை அகப்பாடலாக இருப்பினும் நச்சினார்க்கினியரின் கூற்றை அடிப்படையாகக் கொண்டு புறப்பாடல் என்றும் அகப்புறம் என்றும் வகைப்படுத்தப்பட்டு வருகின்றது. நம்முடைய இலக்கிய வரலாறுகளிலும் நெடுநல்வாடை குறித்த தெளிவு, முடிவு இல்லை. உரையாசிரியராகிய நச்சினார்க்கினியர் இலக்கணத்தைப் போற்றுவதில் கறார்ப் பேர்வழி என்பது எல்லாரும் அறிந்த செய்தி. இலக்கணத்திற்குப் பொருந்திவரும் கூறுகளைப் பெற்றிருப்பதாலேயே பத்துப்பாட்டை உரையெழுத அவர் தேர்ந்தெடுத்திருக்கக் கூடும். அவருடைய காலம் பதினான்கு அல்லது பதினைந்தாம் நூற்றாண்டு எனக் கருதப்படுகிறது. அப்படிப்பட்ட நச்சினார்க்கினியர் கூறிச் சென்ற ஒரு கருத்தை மறுக்கும் துணிவு, மீறும் எண்ணம் தமிழ் இலக்கிய வரலாற்றாசிரியர்களுக்கு ஏன் வரவில்லை?

'வேம்பு தலையாத்த நோன்காழ் எஃகம்' என்னும் அடி நெடுநல்வாடையில் இடம் பெற்றிருக்கக் காரணம் 'சுட்டி ஒருவர் பெயர்கொளப் பெறாஅர்' என்னும் அகப்பொருள் இலக்கணத்தைப் பின்பற்ற வேண்டும் என்னும் ஆசிரியரின் நோக்கமே ஆகலாம். பாண்டியனைக் குறித்ததாகவும் இருக்க வேண்டும்; அதேசமயம் அகப்பாடலாகவும் அமைய வேண்டும் என்னும் நோக்கில் பெயர் சுட்டாமல் குறிப்பால் உணர்த்திச் சென்றிருக்கலாம். இப்பாடலைப் பாடியவர் அக இலக்கணம் நன்குணர்ந்தவர் ஆவார். ஆனால் நச்சினார்க்கினியர் கருத்தை

இன்னும் பொன்னேபோல் போற்றி வருவது எவ்விதம் சரியாகும்? நெடுநல்வாடை அகப்பாடல் என்பது மிகத் தெளிவான விஷயம்.

முல்லைப்பாட்டும் நெடுநல்வாடையும் காலத்தால் பிற்பட்டவையாக இருக்கவும் கூடும். இலக்கியம் மங்கலச் சொல்லால் தொடங்கவேண்டும் என்னும் மரபு அனேகமாகப் பிற்காலத்தது. அவ்விதம் தொடங்கும் நூல்கள் பத்துப்பாட்டினுள் நான்காகும். "உலகம் உவப்ப" என்று திருமுருகாற்றுப்படையும் 'நனந்தலை உலகம்' 'வையகம் பனிப்ப', 'மணிமலைப் பணைத் தோள் மாநில மடந்தை' என முறையே முல்லைப்பாட்டு, நெடுநல்வாடை, சிறுபாணாற்றுப்படை ஆகியனவும் தொடங்கு கின்றன. ஆற்றுப்படைகளுள் திருமுருகாற்றுப்படை காலத்தால் பிற்பட்டது என்பது ஒப்புக்கொள்ளப்பட்ட கருத்து. அதே போன்று முல்லைப்பாட்டும் நெடுநல்வாடையும்கூடக் காலத் தால் பிந்தினவாக இருக்கக் கூடுமோ என்னும் ஐயம் தோன்று கிறது. எவ்விதமாயினும் பத்துப்பாட்டு நூல்கள் இலக்கண வரையறைகள் உருவாகி அவற்றை மையமாகக் கொண்டு இலக்கியம் படைக்கப் புலவர்கள் முற்பட்ட காலத்தைச் சேர்ந்தவையாக இருக்கும் என்பதும் எட்டுத்தொகையின் பல நூல்களுக்குப் பிற்காலத்தில் தோன்றியவை இவை என்றும் கொள்ள இடமிருக்கிறது. மதுரைக்காஞ்சியும் இதற்கு உட்பட்டதே யாகும்.

பண்டைய இலக்கியங்களைப் பற்றிய பழைய பார்வைகளை அப்படியே பின்பற்றிக் கொண்டிருப்பதன் மூலம் அவற்றை இன்றைய தலைமுறைகளுக்கு எடுத்துச் செல்ல முடியாது. அவற்றில் இன்றைய தலைமுறையினர் நுழைவதற்கு உதவும் புதுப்புதுப் பார்வைகளை உருவாக்கித் தருவது அவசியம். குறைந்தபட்சம் என்னென்ன சாத்தியப்பாடுகள் உள்ளன என்பதைப் பற்றிய பொருட்படுத்தத்தக்க ஆய்வுகள் முடிந்து போய்விட்டன என்னும் கருத்துப் பொதுவாக நிலவுகிறது. சங்க இலக்கிய ஆய்வு எனில் 'இன்னும் அதில் என்ன இருக்கிறது' என்னும் சலிப்பான குரலையே கேட்க முடிகிறது. கல்விப் புலத்திற்குள்ளும் அதனைத் தாண்டிய இலக்கிய ஆர்வலர்களுக் கிடையேயும் சலனங்களை ஏற்படுத்தவல்ல ஆய்வுப் பார்வை களைத் தரும் பதிப்புகளும் உரைகளும் இன்றைய தேவை.

தமிழ் செம்மொழி ஆகிவிட்டது; அதனால் சிலருக்கு வேலை வாய்ப்புகள் உருவாகும்; ஆய்வுத் திட்டங்களுக்குக் கூடுதலான நிதி ஒதுக்கீடு கிடைக்கும் என்பதெல்லாம் சரிதான். அவற்றை வரவேற்போம். அதேசமயம் இந்தத் தருணத்தைப் பயன்படுத்திக்கொண்டு தமிழுக்கு உண்மையாகவே பெருமை சேர்க்கும் பண்டைய இலக்கிய வளம் குறித்த நவீன நோக்கு

களைத் தரவல்ல முயற்சிகளில் ஈடுபடுவது அவசியம். மொழியின் வளத்தை வெளிப்படுத்தப் பண்டைய இலக்கியங்களுக்கு ஒரே ஒரு செம்பதிப்பு மட்டும் இருந்தால் போதுமானதல்ல. ஒரே ஒரு அங்கீகரிக்கப்பட்ட உரையோடு முடங்கிப் போவதும் கூடாது. ஆய்வாளர்கள் பயன்படுத்துவது செம்பதிப்பு. அப்பதிப்பில் கூடுதல் விவரங்கள், ஆய்வுக்குத் தேவையான குறிப்புக்கள் போன்றவை இடம்பெறும். ஒரு நூலைச் சாதாரணப் படிப்பறிவு உள்ளவர்களும் பயன்பெறும் வகையில் கொண்டு செல்ல வேண்டுமானால் மலிவுப் பதிப்புகள் பல வேண்டும். நவீன மொழியில் விளக்கங்களைக் கொண்ட பல்வேறு உரைகள் வெளியாக வேண்டும். நச்சினார்க்கினியரின் உரையை வாசிப்பதற்குப் பண்டைய இலக்கியப் பயிற்சியாகிய யாப்பு, சொற்கள், தொடரமைப்பு, மரபுக் கூறுகள் ஆகியவற்றை ஓரளவாவது பெற்றிருக்க வேண்டும். இன்றைய மாணவர்களுக்கு அத்தகைய வாய்ப்பு நம் கல்வி முறையில் குறைவு; ஏன், இல்லையென்றே சொல்லிவிடலாம்.

நம் இலக்கணக் கல்வியில் நிகழ்கால இடைநிலையைக் கற்பிக்கும்போது 'கிறு, கின்று, ஆநின்று' ஆகியவற்றைப் பற்றிக் கூறுகின்றோம். ஆனால் 'ஆநின்று' என்பதன் பயன்பாடு உள்ள இடங்களை வாசிப்பதற்கான வாய்ப்பு மாணவர்களுக்கு இல்லை. நம் பாடத்திட்டம் பழைய உரைகளை, உரைநடைகளைக் கற்கும் வகையில் இன்று அமையவில்லை. 'வாராநின்றான்' எனில் 'வருகின்றான்' என்பது பொருள் என மாணவருக்குத் தெரிவதில்லை. காரணம் அதற்குரிய உரைகளைக் கற்றுக் கொடுப்பதில்லை. இது இன்றைய தமிழ்க் கல்வியின் நிலைக்கு மிக மேலோட்டமான ஒரு எடுத்துக்காட்டு. இந்நிலையில் மரபு இலக்கியங்களைப் பயில்வதற்கு, அவற்றைப் பற்றிய குறைந்த பட்ச அறிவைப் பெறுவதற்கு நவீன உரைகள் உதவக்கூடும்.

அவ்வகையில் நியூசெஞ்சுரி புத்தக நிறுவனம் வெளியிட்டுள்ள உரைநூல்கள் மிகவும் கவனம் பெறுகின்றன. ஏற்கனவே மர்ரே பதிப்புகளாகிய மூல நூல்களை இந்நிறுவனம் மறுபதிப்பாக வெளியிட்டது. இப்போது இக்கால மாணவர்களுக்கும் ஆசிரியர்களுக்கும் இலக்கிய ஆர்வலர்களுக்கும் பயன்தரும் வகையிலான எளிய உரையாக இந்நூல்கள் வந்துள்ளன. பாராட்டுதற்குரிய இப்பணியில் தமிழ்க்கல்விப் புலம் நன்கறிந்த அறிஞர் பலரையும் இந்நிறுவனம் பயன்படுத்திக் கொண்டுள்ளதும் குறிப்பிடத்தக்கதாகும். பதிப்புரையில் ஆர். பார்த்தசாரதி கீழ்வருமாறு ஒரு வேண்டுகோளை வைக்கிறார்:

> ஏதேனும் பிழைகள் இருப்பின் வாசகப் பெருமக்கள் அன்பு கூர்ந்து சுட்டிக் காட்டுவார்களேயானால் இனிவரும் பதிப்புகளில் செம்மை செய்ய இயலும். (ப.xvii)

இவ்வேண்டுகோள் ஒவ்வொரு பதிப்பாளரிடமும் இருக்க வேண்டியது அவசியம். மிகப் பெரும் பதிப்பாசிரியராகிய உ.வே. சாமிநாதையர் போன்றவர்களே தன்னடக்கதோடு இத்தகைய வாசகங்களைக் கூறியுள்ளனர்.

ஆகவே இச்சங்க நூல் உரைகள் பற்றிப் பொதுவாகவும் பத்துப்பாட்டு உரையைப் பற்றிக் குறிப்பாகவும் சில விசயங் களைக் கூற உள்ளேன். பதினான்கு நூல்களாக வெளியிடப் பட்டுள்ள இவ்வுரைகளின் முற்பகுதியில் பதிப்புரை, அணிந்துரை, பதிப்பு முன்னுரை, உரை பற்றிய முன்னுரை ஆகிய பகுதிகள் அமைந்துள்ளன. இவை ஏறத்தாழ 35 பக்கங்கள் உள்ளன. பதிப்புரை, அணிந்துரை ஆகியவை எல்லா நூல்களுக்கும் பொதுவானதாக உள்ளன. பதிப்பு முன்னுரையில் பெரும்பகுதி பொதுவானதாகவும் சிறு பகுதி அந்தந்த நூல்களுக்கே உரியன வாகவும் அமைந்துள்ளன. உரை பற்றிய முன்னுரை மட்டும் உரையாசிரியர்களுடையதாக நூலுக்கு நூல் வேறுபட்டுள்ளது. இந்தத் தொகுப்புகளைத் தனித்தனியாக விற்பனை செய்வதாகத் தெரியவில்லை. மொத்தமாகத்தான் விற்பனை நடக்கிறது. வாங்கு வோரும் ஒரு குறிப்பிட்ட நூலை மட்டும் வாங்காமல் சங்க இலக்கியத் தொகுப்பு என்னும் அடிப்படையில்தான் வாங்கு கின்றனர். ஆகவே எல்லா நூல்களிலும் இந்த முன்னுரைகள் தேவையில்லை. இந்தத் தொகுப்பின் முதல் நூலாக ஆசிரியர் குழு எதைக் கருதியதோ அந்நூலில் மட்டும் முன்னுரைகளைக் கொடுத்திருந்தால் போதுமானது. பதினான்கு நூல்களிலும் உள்ள முப்பத்தைந்து பக்கங்களைச் சேர்த்தால் இரண்டு நூலளவிற்கு வந்துவிடுகின்றது. ஆகவே வாசகருக்கு வாங்கும் விலையில் நானூறு ரூபாயைக் குறைத்திருக்க முடியும்.

அதைப் போல உரையின் உள்ளே சொற்பொருள், அருஞ் சொற்பொருள் என்னும் தலைப்புகளில் சொற்களுக்கும் பொருள் கள் தரப்பட்டுள்ளன. நூலின் கடைசிப் பகுதியில் ‘அருஞ்சொல் அகரநிரல்’ என்றும் உள்ளது. அருஞ்சொல் அகர நிரலே போதுமானது. உள்ளே சொற்பொருள் தருவது தேவையில்லை. பொருள் பார்க்க விரும்புவோர் அகர நிரலைப் பார்த்துக் கொள்ளலாம். அதேபோல இத்தகைய எளிய உரை நூல்களுக்கு மேற்கோள், ஒப்புமை ஆகிய பகுதிகள் தேவையற்றவை. இவற்றைத் தவிர்த்திருக்கும் பட்சத்தில் இன்னும் கணிசமான பக்கங்களைக் குறைத்திருக்க முடியும். அதேசமயம் பயன்பாட்டில் குறை எதுவும் வராது.

பத்துப்பாட்டு இரு பகுதிகளாகப் பிரித்து வெளியிடப்பட் டுள்ளது. முதற்பகுதிக்கு இரா. மோகன் அவர்களும் இரண்டாம் பகுதிக்கு வி. நாகராசன் அவர்களும் உரை எழுதியுள்ளனர்.

இருவருமே உ.வே. சாமிநாதையர் பதிப்பித்த நச்சினார்க்கினியர் உரையை அடியொற்றி உரை விளக்கம் எழுதியுள்ளதாகக் குறிப்பிட்டுள்ளனர். அணிந்துரை வழங்கியுள்ள தமிழ்ப் பல்கலைக் கழகத் துணைவேந்தர் இ. சுந்தரமூர்த்தி 'அனைவர்க்கும் நன்கு புரியுமாறு எளிய நடையில் உரையை உருவாக்கியிருப்பது குறிப்பிடத்தக்கது' என்று எழுதியுள்ளார். அவர் கூறுவது போல உரையாசிரியர்கள் இருவரும் எளிய நடையில் உரையை உருவாக்கியுள்ளனர் என்பது உண்மை. 'தமிழ் ஆர்வலர்களும் ஆய்வு மாணவர்களும் பயன்கொள்ளத் தக்கவாறு இவ்வுரைப் பகுதிகள்' (குறுந். xxxix) அமைந்துள்ளன என்பது பாரட்டத்தக்க ஒன்றாகும். மிக முக்கியமாக இவ்வுரை மலிவுப் பதிப்பாக வெளிவரும் பல உரைகளைப் போலக் கவனமின்றி எழுதப்பட்ட குறிப்பு நூல் அல்ல.

அதேசமயம் உரை எழுதப் பேராசிரியர்கள் பயன்படுத்தி யுள்ள மொழியை நவீன மொழி என்று முழுமையாகக் கூற முடியவில்லை. நவீன மொழியோடு மட்டும் பரிச்சயம் உள்ளவர் கள் இடர்ப்படும் வகையிலான மொழி, பலவிடங்களில் பயன் படுத்தப்பட்டுள்ளது. 'ஆகாயத்தின்கண் காற்று வலமாகச் சுழன்று வீசிற்று' (ப.2, ப.32) என்று எழுதும்போது 'கண்' என்பதை நவீன வாசகன் உறுப்பாகப் புரிந்துகொள்ள வாய்ப்பிருக்கிறது. 'கண்' ஏழாம் வேற்றுமை உருபு என்பது பழைய உரைகளில் பயிற்சி உள்ளவர்களே அறிந்திருக்கக் கூடியதாகும்.

'பக்கத்துக் காணுங்கால்' *(1:54)*. செலவினையுடையராய் *(1:54)* முடித்துக் கோடற்கு *(1:54)* கொழுவிய நிணம் *(1:289)* கடுஞ்சூல் *(1:299)* கிடந்தனன்*(2:351)* கண்டனன் *(2:351)* போன்ற பல சொற்கள் இவ்வுரையில் பயன்படுத்தப்பட்டுள்ளன. இவற்றை மிக எளிதாக நவீன மொழிக்கு மாற்றிக்கொண்டிருக்க முடியும்.

அதே போன்று பழைய உரைகளில் உள்ள மிக முக்கியமான தன்மை நீண்ட தொடரமைப்புகள் ஆகும். அவற்றை வாசிக்கும் ஒருவர் பின்பற்றிச் சென்று பொருள் முடிவு கொள்வதற்குத் தடுமாற நேரும். நவீன உரை, குறுகிய தொடர்களைக் கொண்ட தாக அமைந்திருப்பது மிகச் சிறந்தது. பயன் தரத்தக்கது. ஆனால் உரையாசிரியர்கள் நீண்ட தொடரமைப்பையே பலவிடங்களில் எழுதிச் செல்கின்றனர். வி. நாகராசனின் உரை இந்த வகையில் பாராட்டத்தக்க முறையில் சிறிய தொடர்களைக் கொண்டு அமைந்துள்ளது. இரா. மோகன் பெரும்பாலும் நீண்ட தொடர் களையே அதுவும் குழப்பம் ஏற்படுத்தும் வகையில் கையாண் டுள்ளார். திருமுருகாற்றுப்படையின் உரைத் தொடக்கம் கீழ் வருமாறு உள்ளது:

‘உலகில் வாழும் உயிர்கள் எல்லாம் மகிழும்படி, மேருவை வலமாக எழுந்து பற்பல சமயத்தவரும் புகழ்கின்ற ஞாயிறு கீழ்க்கடலிடத்தே எழக் கண்டாற் போன்று, இடையீடு இன்றி எக்காலத்தும் விளங்குவதும் மிக நெடுந்தூரத்தில் விளங்கிப் பிரகாசிப்பதுமாகிய ஒளியினையும் தன்னை வந்து அடைந்த மெய்யடியார்களின் அறியாமையை உடைத்து, அவரை ஆட் கொள்ளும் வலிய திருவடியினையும் பகைவர்களாகிய அசுரர் களை அழித்த இடியினைப் போன்ற ஆற்றல் பெற்ற கையினையும் உடைய குற்றமற்ற கற்பு ஆற்றல் வாய்ந்த தெய்வயானையின் தலைவன் ஆகிய முருகன்’ (ப.19) இந்தத் தொடரமைப்பு எத்தனை சிக்கல் கொண்டதாக அமைந்துள்ளது என்பதை வாசிப்பவர் புரிந்துகொள்ளலாம். அடைகளையும் வருணனைகளையும் கொண்டு நீண்டதாகச் செல்வது செய்யுளின் இயல்பு. ஆனால் உரை, விளங்கும் வகையில் எளிய தொடர்களைக் கொண்டமைய வேண்டும். மேலே காட்டப்பட்ட பகுதியை இப்படி எழுதிப் பார்க்கலாம்:

‘பற்பல சமயத்தவரும் புகழ்கின்ற ஞாயிறு மேரு மலையின் வலப்பக்கமாக உதித்து உலகில் வாழும் உயிர்கள் எல்லாம் மகிழும்படி கீழ்க்கடலிலே எழுந்தது. அக்காட்சியைக் கண்டாற் போலத் தடையின்றி எக்காலத்தும் விளங்குவதும் மிக நெடுந்தூரத் தில் விளங்கிப் பிரகாசிப்பதுமாகிய ஒளியினை உடையவன்; தன்னை வந்து அடைந்த மெய்யடியார்களின் அறியாமையை உடைத்து அவர்களை ஆட்கொள்ளும் வலிமையான திருவடி களைக் கொண்டவன்; பகைவர்களாகிய அசுரர்களை அழித்த இடியைப் போன்ற ஆற்றல் பெற்ற கைகளை உடையவன்; குற்றமற்ற கற்பு வாய்ந்த தெய்வயானையின் தலைவன்; அத்தகைய வனாகிய முருகன்’

இத்தொடரமைப்பு பெருமளவு புரிந்துகொள்ளும் விதத்தில் உள்ளது. இவ்வாறு நவீன மொழிக்கு உரையை மாற்றுவது பெரிய காரியமல்ல. சற்றே கவனத்தோடு ஈடுபட்டால் செய்து விடக் கூடியதுதான். பழைய மொழிக்கும் நவீன மொழிக்குமான வேறுபாடுகளைப் பற்றிய உணர்வு இருப்பின் போதுமானது. ‘மெய்யடியார்களின் அறியாமையை உடைத்து, அவரை ஆட் கொள்ளும்’ என்று எழுதுவது பழைய உரை. ‘அவர்’ பன்மையைக் குறிக்கும். நவீன மொழியில் இது பிழையாகக் கொள்ளப்படும். ‘மெய்யடியார்கள்’ என வரும்போது ‘அவர்கள்’ எனப் பன்மை யைப் பெற வேண்டுமே என்று நவீன வாசகருக்குத் தோன்றும். ‘அவர்கள்’ என்பதுதான் நவீன மொழியில் பன்மையை குறிப்ப தாகும்.

வி. நாகராசன் நவீன மொழி உணர்வு உடையவராக உள்ளார். அவருடைய உரையின் ஒரு பகுதி:

‘ஒலிக்கும் கடல் தந்த விளங்கும் ஒளியுடைய முத்து; வாளரத்தால் கீறி அறுத்துச் செய்யப்பட்ட இடம் நேரிதாக விளங்கும் வளை; வணிகர்கள் கொண்டு வருவதால் மிக்க பலவாய் வேற்பட்ட பண்டங்கள்;’

இவ்வாறு தொடர்வாக்கிய அமைப்பில் அவருடைய உரை செல்வது மிகப் பொருத்தமாக உள்ளது. இந்த முறை பத்துப்பாட்டு முழுக்கவும் பிற நூல்களுக்கும் பின்பற்றப்பட்டிருக்குமானால் உரை குறையற்றதாக உருவாகியிருக்கும். நவீனத் தன்மை உரைக்குக் கிடைத்திருக்கும்.

பதிப்பாசிரியர் குழு, உரைக்கான அடிப்படை விதிகள் சிலவற்றை வகுத்து அவற்றைச் சான்றுகளுடன் விளக்கி உரை யாசிரியர் அனைவருக்கும் வழங்கி இருக்க வேண்டும். அப்படிப் பட்ட வழிகாட்டுதல் கிடைத்திருக்குமானால் பொது நியதி களைக் கொண்ட நவீன மொழியில் சங்கநூல் உரைகள் அமைந் திருக்கும் என்பதில் அய்யமில்லை.

நூல் விவரம்

சங்க இலக்கியம் எட்டுத்தொகை & பத்துப்பாட்டு நூல்கள் (பதினான்கு), 2004, சென்னை, நியூ செஞ்சுரி புக் ஹவுஸ்.

தீதற விளங்கிய திகிரியோன்

தமிழ் இலக்கிய நெடும்பரப்பில் பல சிறந்த நூல்கள் மறைந்து போய்விட்டன. ஐம்பெருங்காப்பியங்களுள் வளையாபதி, குண்டலகேசி ஆகிய இரண்டும் கிடைக்க வில்லை. பத்தொன்பதாம் நூற்றாண்டின் இறுதியில் பழந்தமிழ் நூல் பதிப்பு தொடர்பான விழிப்புணர்வு ஏற்பட்டிருந்தபோது வளையாபதியின் ஓலைச்சுவடிகள் இருந்தன என்பதற்கு மூன்று சான்றுகள் உள்ளன. முதலா வது, உ.வே. சாமிநாதையர் தம் 'என் சரித்திரம்' நூலில் வளையாபதியைப் பற்றிக் குறிப்பிடுவதாகும்.

'திருவாவடுதுறை மடத்துப் புத்தகசாலையில் வளையாபதி ஏட்டுச் சுவடியை நான் பார்த்திருக்கிறேன். அந்தக் காலத்தில் அத்தகைய பழைய நூல்களில் எனக்குப் பற்று உண்டாகவில்லை. அதனால் அந்நூலை எடுத்துப் படிக்கவோ பாடம் கேட்கவோ சந்தர்ப்பம் நேரவில்லை. பழைய நூல்களை ஆராய வேண்டுமென்ற மனநிலை என்பால் உண்டான பிறகு தேடிப் பார்த்தபோது அந்தச் சுவடி மடத்துப் புத்தகசாலையில் கிடைக்கவில்லை' *(ப.626)* என்று உ.வே.சா. எழுதுகிறார்.

சமணக் காப்பியமாகச் சீவக சிந்தாமணியை அவர் பதிப்பித்தபோது அதற்குப் பல இடங்களிலிருந்து எதிர்ப்புக் கிளம்பியது. அதற்குப் பெரும்பான்மைக் காரணம், சைவ மடத்தவரோடு தொடர்புடையவராக இருந்தும் சமண நூலை எப்படி அவர் பதிப்பிக்கலாம் என்னும் சமயக் கண்ணோட்டமே. திருவாவடுதுறை மடத்திற்குள்ளிருந்து எழுந்த எதிர்ப்பை உ.வே.சா. தம் நூலில் ஓரளவு பதிவு செய்திருக்கிறார். வளையாபதியும் சமணம் சார்ந்த காப்பியமே. அந்நூல் உ.வே. சாவுக்குக் கிடைக்கக்கூடாது என்னும் நோக்கில் மடத்துப் புத்தகசாலையில் இருந்த வளையாபதி ஏடு காணாமல் போயிருக்கக்கூடும்.

பதிப்பு முன்னோடிகளுள் ஒருவரான ஆறுமுக நாவலர் வளையாபதியை வெளியிட இருந்தார் என்பது இரண்டாவது சான்று. அவர் 1860ஆம் ஆண்டு திருக்கோவையாரைப் பதிப்பித்தார். அந்நூலின் பின்பகுதியில் 'அச்சுக்குச் சித்தமாக இருக்கும் நூல்கள்' என்று பட்டியல் ஒன்றைத் தந்துள்ளார். அப்பட்டியலில் வில்லிபுத்தூரார் பாரதம், சீவக சிந்தமாணி, சிலப்பதிகாரம், மணிமேகலை, வளையாபதி முதலியவை இடம்பெற்றிருந்தன (அச்சும் பதிப்பும் ப.187). அச்சுக்குச் சித்தம் செய்து தயாராக வைத்திருந்த நூல், மறைந்துபோன நூற்பட்டியலுக்கு மாறிய காரணம் என்னவாக இருக்கக்கூடும்?

பத்தொன்பதாம் நூற்றாண்டில் சைவ சமயம் புத்தெழுச்சி பெறக் காரணமாக இருந்தவர்களுள் ஒருவர் ஆறுமுக நாவலர். 'சைவ சமய வினா விடை' முதலிய நூல்களை எழுதியதோடு சைவம் குறித்துச் சொற்பொழிவு நிகழ்த்தியும் வந்தார். சைவத்தை வலுப்படுத்தும் பொருட்டுச் 'சைவ தூஷண பரிகாரம்' முதலிய மறுப்பு நூல்களையும் எழுதினார். 'சைவப் பற்றுமிக்க ஆறுமுக நாவலர், எவரேனும் தம் சமயத்தைப் பற்றி அவதூறாகப் பேசினாலோ அல்லது எழுதினாலோ அதற்கெல்லாம் சுடச்சுடப் பதிலிறுப்பதைத் தம் கடனாகக் கொண்டு மறுப்புரைகளைத் தந்துகொண்டேயிருந்தார்' என மா.சு. சம்பந்தன் (ப. 183) கூறுகிறார். அச்சுக்குச் சித்தப்படுத்திய வளையாபதி வெளியிடப்படாமலே போனமைக்கு ஆறுமுக நாவலரின் சைவப்பற்று காரணமாகி யிருக்கலாம்.

வளையாபதி ஏட்டுச் சுவடி பற்றிய மூன்றாவது சான்று செவிவழிச் செய்தி ஒன்றாகும். கொங்கு மண்டல சதகம் உள்ளிட்ட சிற்றிலக்கியங்களைப் பதிப்பித்த தி.அ. முத்துசாமிக் கோனார் ஏராளமான ஏட்டுச் சுவடிகளைச் சேகரித்து வைத்திருந்தார். அவற்றுள் வளையாபதிச் சுவடியும் இருந்தது. கோனாரின் வாழ்வில் நிகழ்ந்த சம்பவம் ஒன்றினால் மனவிரக்தி அடைந்த அவர், தம்மிடமிருந்த சுவடிகள் அனைத்தையும் நெருப்பில் போட்டு எரித்துவிட்டார். அதில் வளையாபதியும் ஒன்று (தகவல்: புலவர் செ. இராசு, ஈரோடு). இந்தத் தகவலை உறுதிப் படுத்திக்கொள்ள எழுத்துச் சான்று எதுவுமில்லை. எனினும் தி.அ. முத்துசாமிக்கோனார் பற்றிய சில செய்திகளை அறிவது அவசியம். அவர் மிகுந்த சைவப் பற்றாளர். உ.வே. சாமிநாதையர், சீவக சிந்தாமணியைப் பதிப்பித்தபோது கடும் கண்டனம் தெரிவித்தவர்களுள் அவரும் ஒருவர். சிந்தாமணி, சிலப்பதிகாரம், மணிமேகலை முதலிய நூல்களை உ.வே.சா. பதிப்பித்தபோது மிகுந்த எரிச்சலுக்கு உள்ளாகித் தாம் நடத்திய 'திருச்செங்கோட்டு விவேகதிவாகரன்' என்னும் இதழில் உ.வே.சாவைக் கேலிசெய்து எழுதியவர். 'பௌத்த சமயப் பிரபந்த பிரவர்த்தனாசிரியர்'

என்று அவருக்குப் பட்டம் கொடுத்து எழுதித் தம் சைவப் பற்றைக் காட்டிக்கொண்டவர். ஆகவே அவர் நெருப்பிலிட்ட சுவடிகளுள் வளையாபதியும் இருந்தது என்பது வியப்புக்குரிய தல்ல.

சமயப்பற்றின் காரணமாக நூல்கள் அழிக்கப்பட்டமை ஒருபுறமிருக்க, கிடைத்த நூல்களின் பதிப்புகளிலும் உரைகளிலும் நேர்ந்த குளறுபடிகள் சுவாரஸ்யமானவை. உரைவேந்தர் என்று சிறப்பிக்கப்படும் ஔவை சு.துரைசாமிப்பிள்ளை மிக முக்கிய மான பல நூல்களுக்கு உரை கண்டவர். ஐங்குறுநூறு, பதிற்றுப் பத்து, புறநானூறு, நற்றிணை உள்ளிட்ட நூல்களுக்குச் செம்மை யான உரை எழுதியுள்ளார். அவரும் சைவப்பற்று மிகுந்தவர். அது அவரது உரையிலும் பதிப்பிலும் ஒருசார்பை உருவாக்கி விட்டது. துரைசாமிப்பிள்ளை உரை எழுதிய முக்கியமான சங்க இலக்கியம் நற்றிணை. அதன் கடவுள் வாழ்த்துப் பாடல் திருமாலைப் பாடுவது. ‘வேத முதல்வன் என்ப தீதற விளங்கிய திகிரி யோனே’ என்னும் இறுதியடிகள் திருமால் என்பதை வெளிப்படையாகக் காட்டுவன. திகிரியோன் – சக்கராயுதத்தை உடையவன் எனப் பொருள்படும். இதற்குத் துரைசாமிப்பிள்ளை, ‘தீதற விளங்கிய திகிரியோன் – உயிர்கள் மலமாசு நீங்கி ஞான வாழ்வு பெறுமாறு இலங்குகின்ற திருவருளாகிய ஆணையை யுடையனாகிய முதல்வன்’ (பக். 3,4) என உரை எழுதியுள்ளார். தீதற விளங்குதல் என்பதற்குச் சைவ நோக்கில் ‘மலமாசு நீங்கி’ எனவும் திகிரியோன் என்பதற்குத் ‘திருவருளாகிய ஆணையை உடையவன்’ எனவும் உரை கூறிப் படிப்போர் ‘சிவபெருமான்’ எனக் கருதுமாறு செய்துள்ளார். வெளிப்படையாகப் பொருள் விளங்கும் ஒரு பாடலுக்கே இந்தக் கதி என்றால் பொதுநிலையில் உள்ள பாடல்கள் பல என்ன கதியாகியிருக்கும் என எண்ணத் தோன்றுகிறது.

துரைசாமிப்பிள்ளை, யசோதர காவியத்திற்கு உரை எழுதிப் பதிப்பித்துள்ளார். இது ஐஞ்சிறுகாப்பியங்களுள் ஒன்று எனக் கருதப்படுவது. இது சமண சமயம் சார்ந்தது. சைவப் பற்றுமிக்க தமிழறிஞர்கள் பலர் சமண, பௌத்த இலக்கியங்களைத் தமிழி லிருந்து அகற்றவும் முடியாமல் ஏற்றுக்கொள்ளவும் இயலாமல் பெருத்த சங்கடத்திற்கு உள்ளாகியுள்ளனர். தமிழ் இலக்கிய வரலாற்றை நூற்றாண்டு வாரியாக எழுதிய மு. அருணாசலம், யசோதர காவியம் குறித்துத் தம் நூலில் விரிவாக எழுதியுள்ளார். அவ்விடத்தில் ‘அவர்கள் (சமணர்கள்), காவியம் என்று எடுத்த இடமெல்லாம் தோல்விதான்’ எனவும் ‘சிந்தாமணி, சூளாமணி, நீலகேசி’ ஆகிய காவியங்கள் காவியக் கட்டுக்கோப்புச் சிறிதும் உடையன அல்ல. ஆனால் ஒவ்வொன்றும் ஏதோ கதை உடைய தாக இருக்கிறது’ (ப. 379) எனவும் கூறுகின்றார். யசோதர

காவியத்தைப் பற்றி அவர் குறிப்பிடும்போது, ஏன்தான் இந்த நூல் கிடைத்ததோ என்னும் மனச்சுழிப்பு வெளிப்படையாகவே தெரிகிறது. இது 'கீழ்த்தரமான நூல்' என்றும் 'எந்தக் கதைப் பண்பும் இல்லாத ஒரு விசித்திரப் படைப்பு' என்றும் கூறுகிறார். இது சமணம் சார்ந்த நூல் என்பது மட்டுமல்ல, இந்நூலின் கதைப் போக்கும் அவருக்கு ஒவ்வாமையைக் கொடுத்துள்ளது.

அமிர்தமதி என்னும் அரசி யானைப்பாகனாகிய அட்டபங்கன் என்பவனுடன் கூடா ஒழுக்கம் கொண்டிருந்தாள். அதனை அறிந்த கணவன் யசோதரனையும் மாமி சந்திரமதியை யும் விஷம் கலந்த லட்டுகளை உண்ணக் கொடுத்துக் கொன்றாள். அவற்றின் காரணமாகப் பல பிறவியெடுத்துப் பெருந்துன்பம் அடைந்தாள் என்பது கதைப்போக்கு. பெண் ஒருத்தி கணவனல்லாத வேறோர் ஆடவனுடன் உறவு கொண்டிருந்தாள் என்பதையும் கணவனையே ஒரு பெண் கொன்றாள் என்பதை யும் ஏற்றுக்கொள்ள இயலாத 'தமிழ் மனம்' கொண்டவர் அருணாசலம். 'எல்லா வகையாலும் பெண்கள் சிறப்புப் பெற்றிருந்த தமிழ்நாட்டில் இப்படி ஒருவர் "காவியம்" பாட வந்தது விசித்திரமான நிலை' (ப.383) என்பது அவர் கணிப்பு.

இந்த யசோதர காவியம் 1887இல் காஞ்சி பாகுபலி நயினார் என்னும் சமணரால் முதலில் பதிப்பிக்கப்பட்டது. 1908இல் தில்லையம்பூர் வேங்கடராமையங்கார் மீண்டும் பதிப்பித்தார். அவ்விரு பதிப்புகளிலும் உரை இல்லை. பிறவி குறித்த சமணக் கோட்பாட்டை மையமாகக் கொண்ட இந்நூலுக்கு உரை எழுதுவது கடினம். சமணக் கோட்பாடுகளில் மிகுந்த பரிச்சயம் உடையவர்களே இந்நூலை விளக்கமுடியும். அக்கடினமான பணியை துரைசாமிப்பிள்ளை 1944இல் செய்தார். ஐம்பெரும் காப்பியம், ஐஞ்சிறுகாப்பியம் என்னும் மரபு தமிழில் ஏற்றுக் கொள்ளப்பட்ட காலத்தில் பாடத்திட்டத் தேவைக்காக அவர் இவ்வுரை செய்திருக்கக்கூடும். ஐஞ்சிறுகாப்பியங்களுள் நீலகேசி யும் சூளாமணியும் அளவால் பெரியவை. நாககுமார காவியம் அப்போது கிடைக்கவில்லை. ஆகவே பாடத்திட்டத்திற்கு ஏற்புடையவை உதயணகுமார காவியமும் யசோதர காவியமுமே. இவற்றுள் யசோதர காவியமே சிறப்புடையது என்னும் கருத்து இருந்துள்ளது. யசோதர காவியம் பல ஆண்டுகள் பாடத் திட்டத்தில் இடம்பெற்றிருந்ததை அறிய முடிகிறது.

இந்நூலை உரை எழுதிப் பதிப்பித்த துரைசாமிப்பிள்ளை தம் விமர்சனங்களையும் முன்வைத்துள்ளார். அரசியாகிய அமிர்தமதி, யானைப்பாகன்மீது காதல் கொண்டமைக்குக் காரணமாக, அவன் பாடிய மாளவபஞ்சமம் என்னும் பண்ணிசை அரசியின் நெஞ்சை உருக்கியதை ஆசிரியர் கூறுகிறார். நூலில்

இசை பற்றிய கடுங்குறிப்பு எதுவும் இல்லை. ஆனால் 'இந் நூலாசிரியர் இசையினைப் பழிதூற்றியுள்ளார்' எனக் கொண்டு துரைசாமிப்பிள்ளை விரிவான விளக்கம் எழுதுகிறார். அருணாசல மும் சரி, துரைசாமிப்பிள்ளையும் சரி சைவ சமய நூல்கள்மீது சிறு விமர்சனத்தையும் வைத்தவர்கள் அல்லர். சைவ நூல்களைப் பதிப்பித்தவர்கள் பற்றி அருணாசலம் குறைபட்டுக் கொண் டுள்ளார். ஆனால் மூலநூல்களை எவ்விடத்திலும் குறைகூறி எழுதியதில்லை. சைவம் தொடர்பான துண்டுப் பிரசுரமாக இருப்பினும் அதற்கு முக்கியத்துவம் கொடுப்பவர் அருணாசலம். சிலப்பதிகாரம் இயற்றிய இளங்கோவடிகள் சமணர் அல்ல என்று நிறுவுவதில் பெருவிருப்புடையவர் அவர்.

சைவ நூல்களின்மீது விமர்சனம் வைக்காதது மட்டுமல்ல, பிற நூல்களையும் பாடல்களையும் சைவச் சார்பானதாக மாற்ற முயற்சி மேற்கொண்டவர்கள் இவ்விருவரும். 'சார்பின்றி யாரும் எதுவும் சொல்லமுடியாது, நூல் செய்ய முடியாது. எனினும் இங்கு சமயச் செய்திகளைக் கூறுமிடத்தும் நூல்களை ஆராயுமிடத்தும் இயன்றவரையில் எந்தச் சார்புமின்றி நடுநிலை யில் நின்று விருப்பு, வெறுப்பு இன்றிப் பொதுநோக்காக உண்மை காணவும் வரலாறு கூறவும் நூல்களை மதிப்பிடவும் முயன்றிருக் கிறோம்' (ப.ix) என அருணாசலம் கூறினாலும் சைவச் சார்புப் பார்வையிலிருந்து அவரால் பெரிதாக விடுபட முடியவில்லை. துரைசாமிப்பிள்ளை, தமக்குப் புலமையில்லாத பிற சமய நூல்களுக்கு உரையெழுதும்போது பின்பற்ற வேண்டிய நடைமுறைகளைக்கூடக் கைக்கொள்ளவில்லை. யசோதர காவியத்திற்கு அவர் எழுதிய உரையில், சமண சமயக் கோட்பாடு களுக்கு முரணான விளக்கம் உள்ளது என்னும் விமர்சனம் எழுந்தது. தமிழிலும் வடமொழியிலும் மிக்க புலமையும் சமண சமயக் கோட்பாடுகளில் ஈடுபாடும் கொண்ட சமணராகிய வீடூர் பூர்ணசந்திரன் என்பவர் அவ்விமர்சனத்தை வைத்தார்.

துரைசாமிப்பிள்ளையின் உரையில் யசோதர காவிய மூலத்திற்கு மாறாகத் தவறான பாடம் கொண்டு இயைபில் லாமல் விளக்கம் கூறப்பட்டிருக்கும் இடங்களைச் சுட்டிப் பூர்ணசந்திரன் கடிதம் ஒன்றைத் துரைசாமிப்பிள்ளைக்கு எழுதினார். நேரில் துரைசாமிப்பிள்ளையைச் சந்தித்து மாறுபட்ட உரையுள்ள இடங்களைப் பற்றியும் கூறினார். ஆனால் துரைசாமிப் பிள்ளையின் பதில்: 'ஒரு நூலுக்குப் பலர் உரை எழுதலாம். ஆதலின் தாங்களும் இதற்கு ஓர் உரை எழுதுங்கள்.' அவரது உரை மறுபதிப்பாகப் பலமுறை வந்தபோதும், தவறான இடங் களைச் சரிசெய்ய அவர் முயலவில்லை. ஏறத்தாழ இருபத்தைந்து முரண்களைப் பூர்ணசந்திரன் சுட்டியுள்ளார்.

‘இந்நிலவுலகத்தைச் சூழ மூவகைக் காற்று மண்டலமுண்டென்பது சமண சமயக் கொள்கை. அம்மண்டலத்தின்மேல் உளது மேக மண்டலம்’ என்றோர் இடத்தில் துரைசாமிப்பிள்ளை எழுதியுள்ளார். சமண சமயக் கொள்கை அப்படியானதல்ல. பூர்ணசந்திரன் காட்டிய இடங்களில் பெரும்பாலானவை இப்படிப்பட்டவை. துரைசாமிப்பிள்ளை தவறுகளைத் திருத்தத் தயாராக இல்லாமையால், பூர்ணசந்திரனே தனி ஒரு பதிப்பு வெளியிட வேண்டியதாயிற்று. துரைசாமிப்பிள்ளையின் பதிப்பு முறையிலிருந்தும் உரையிலிருந்தும் வேறுபட்டு மிகவும் திருத்தமான முறையிலும் சமணக் கொள்கைகளுக்கு முரண்படாத வகையிலும் பூர்ணசந்திரனின் பதிப்பு அமைந்துள்ளது. இப்பதிப்பை வையாபுரிப்பிள்ளை, தெ.பொ. மீனாட்சி சுந்தரனார், வை.மு. கோபால கிருஷ்ணமாச்சாரியார் முதலியோர் பாராட்டி அணிந்துரை வழங்கியுள்ளனர்.

துரைசாமிப்பிள்ளைக்கு நேர்ந்ததுபோல அக்காலத்துச் சீவக சிந்தாமணி உரையாசிரியரான நச்சினார்க்கினியருக்கும் நேர்ந்தது. முதலில் அவர் சீவக சிந்தாமணிக்கு எழுதிய உரையைச் சமண அறிஞர்கள் அங்கீகரிக்கவில்லை. பின்னர் சமண அறிஞர்களிடம் சென்று சமணக் கொள்கைகளைக் கற்றுத் தேர்ந்து புதிதாக உரை எழுதினார்; அதையே சமணர்கள் அங்கீகரித்தனர் எனச் செவிவழிக் கதை ஒன்று நிலவிவருகிறது. சீவக சிந்தாமணியைப் பதிப்பித்த காலத்தில் அதில் பல இடங்கள் விளங்காமையால் சமணர்களைத் தேடிக் கண்டு விளக்கம் பெற்ற பின்னரே உ.வே. சாமிநாதையர் அந்நூலைப் பதிப்பித்தார். ஆனால் துரைசாமிப்பிள்ளையிடம் அப்பண்பைக் காண முடியவில்லை. பிற சமயத்தவரின் நூலைப் பதிப்பிக்க நேர்ந்தபோதும் அவர்களிடம் ஆலோசிக்க இயலாமல் அல்லது அவர்கள் சொல்லிய திருத்தங்களை ஏற்றுக்கொள்ள முடியாமல் செய்தது எது?

ஒரு நூலைப் பற்றிய கருத்துக்களை உருவாக்குவதும் அந்நூலை முடிந்தவரை பிரபலப்படுத்திவிடாமல் பார்த்துக் கொள்வதும் அந்நூல் வலியுறுத்தும் கொள்கைகளுக்கு முரணான வகையில் உரை எழுதுவதும் ஆகிய இத்தகைய செயல்களுக்கு அடிப்படைக் காரணம் தாம் சார்ந்திருக்கும் சமயத்தின் மீது கொண்டிருக்கும் பற்றேயாகும். தம் சமய நூல்களை விதந்தோதுவதும் இலக்கியச் சிறப்பு இல்லை எனினும் சமயக் கொள்கைகளுக்காக அவற்றை உயர்த்திப் பிடிப்பதும் நிகழ்ந்துள்ளன. தம் சமயம் சார்ந்த நூல்கள் தவறாக வந்துவிடக் கூடாது என்பதில் மட்டும் மிகுந்த அக்கறை காட்டியுள்ளனர். யசோதர காவியத்தில் நேர்ந்த பிழைகளைக் குறித்துக் கவலைப்பட்டு, பூர்ணசந்திரன் புதியதொரு பதிப்பை உருவாக்கினாரே

தவிர, பிற சமயம் சார்ந்த தமிழ் நூல்கள் பற்றி அவர் அக்கறைப் படவில்லை.

இவற்றிற்கெல்லாம் காரணம், பழந்தமிழ் இலக்கியங்கள் அனைத்தையும் தமிழ் மொழி இலக்கியங்கள் என்று பார்க்கும் பார்வை இன்றுவரை உருவாகவில்லை என்பதே. இவ்விலக்கியங் கள் சமயப் பார்வை கொண்டுள்ளவைதாம் எனினும் அவற்றைக் கடந்த தமிழ் மரபிலக்கியங்கள் என்னும் பொதுவெளிக்குள் இவற்றை இன்னும் கொண்டுவரவில்லை. ஆகவே பழந்தமிழ் இலக்கிய ஆய்வுகள் தமிழ் இலக்கியக் கொள்கைகளை வரையறுக் கும் நோக்கிலோ தமிழக வரலாற்றை உருவாக்கும் வகையிலோ நடைபெறவில்லை. ஓர் இலக்கியத்தை அணுகும்போதே அது எந்தச் சமயம் சார்ந்தது என்னும் முன்கருத்தோடு அணுகும் பார்வையே உள்ளது. சைவ இலக்கியங்களைப் பதிப்பிப்போரும் வெளியிடுவோரும் அந்தச் சமயத்தில் பற்றுக் கொண்ட தனிநபர் களும் மடங்களுமே. வைணவ இலக்கியங்களை வைணவர்களே இப்போதும் பதிப்பிக்கின்றனர். மாறனலங்காரம் என்னும் அணியிலக்கண நூல் பல ஆண்டுகள் கழித்து இப்போது மறு பதிப்பாக வந்துள்ளது. இந்நூல் தண்டியலங்கார இலக்கணத்தை அப்படியே எடுத்துக்கொண்டு சான்றுப் பாடல்களை மட்டும் திருமால் தொடர்பானவையாகக் கொடுக்கிறது. ஆகவே இந்நூலை வைணவர்கள் போற்றுகின்றனர். தற்போது ஸ்ரீரங்கம் ஸ்ரீமத் ஆண்டவன் ஆசிரமம் இந்நூலை வெளியிட்டுள்ளது.

சமண, பௌத்த சமயங்கள் இன்று மிகுவழக்கில் இல்லை என்பதால் அவற்றை முடிந்தவரை புறக்கணிப்பது நடந்துள்ளது. சமணர்கள் சிலர் வீடூர் பூர்ணசந்திரனைப் போல நூல் வெளியீட்டிலும் ஈடுபட்டுள்ளனர். அ. சக்கரவர்த்தி நயினார் பதிப்பித்த நீலகேசி மிகவும் குறிப்பிட வேண்டிய பதிப்பு. அதற்கு ஏறத்தாழ முந்நூறு பக்க அளவில் அவர் எழுதியுள்ள ஆங்கில முன்னுரை சிறந்த ஆராய்ச்சியுரை ஆகும். சமயம் கடந்த இலக்கியப் பார்வை தமிழ்ப் பதிப்புத் துறையில் இன்னும் முழுமையாக உருவாகவில்லை.

தமிழைச் செம்மொழி என அறிவித்துத் தொகைகளும் ஒதுக்கி என்ன செய்வதென்று தெரியாமல் தடுமாறிக் கொண்டிருக்கும் காலகாட்டம் இது. இந்தச் சந்தர்ப்பத்தில் பழந்தமிழ் இலக்கியப் பதிப்புகளிலும் உரைகளிலும் நிலை பெற்றிருக்கும் சமயப் பார்வைகளை இனங்காணச் செய்தலும் சமயக் காழ்ப்புகளினால் நேர்ந்த தவறுகளை அறிந்து அகற்று தலும் அவசியம். குறிப்பிட்ட சமயப் பற்றுக் கொண்டவர்கள் தம் சொத்தாகப் பாவித்துக் கொண்டிருக்கும் இலக்கியங்கள் அனைத்தையும் தமிழ் மரபிலக்கியங்கள் என்னும் பொது

வெளிக்குக் கொண்டுவரும் வகையிலான பதிப்புகளையும் உரைகளையும் உருவாக்குதலே இப்போதைய தேவை. சமயக் காழ்ப்புகளாகிய தீதுகளை அறுத்து உண்மை விளங்கும்படியான பதிப்புகளையும் உரைகளையும் தரும் திகிரியோன்களாகப் பதிப்பாசிரியர்கள் செயல்பட வேண்டிய காலம் இது.

குறிப்பு

1. ஓலைச் சுவடிகளை எரித்திருக்கக்கூடும். ஏனெனில் அச்சிட்ட நூலையே எரித்த வரலாறு நம்முடையது. காதம்பரி என்னும் வடமொழிக் காப்பியம் தமிழில் செய்யுள் வடிவில் மொழிபெயர்க்கப்பட்டது. அதனை 1912இல் அச்சிட்டனர். பி.ஆர். கிருஷ்ணமாச்சாரியார், குரு சுப்பிரமணிய ஐயர் ஆகியோரைக் கொண்டு 188 பக்க அளவிலான விளக்கமும் 17 பக்க அரும்பதவுரையும் சேர்த்து ஸ்ரீரங்கம் ஜே. கிருஷ்ணய்யங்கார் என்பவர் வெளியிட்டார். அவர்களுக்குள் ஏற்பட்ட பூசல் காரணமாக அச்சிட்ட நூல்கள் அனைத்தையும் கொளுத்தி விட்டனர். அதில் தப்பிப் பிழைத்த பிரதியொன்றைக் கொண்டே உலகத் தமிழாராய்ச்சி நிறுவனம் மறுபதிப்பு வெளியிட்டது. காதம்பரி தமிழ் மொழிபெயர்ப்பு தொடர்பான விவரங்களுக்குக் காண்க: மு. அருணாசலம், தமிழ் இலக்கிய வரலாறு 15ஆம் நூற்றாண்டு, பக். 73, 77.

பயன்பட்ட நூல்கள்

1. மு. அருணாசலம், 1970, தமிழ் இலக்கிய வரலாறு (பதிமூன்றாம் நூற்றாண்டு), திருச்சிற்றம்பலம், காந்தி வித்தியாலயம்.
2. மா.சு. சம்பந்தன், 1977, அச்சும் பதிப்பும், திருத்திய பதிப்பு, மணிவாசகர் பதிப்பகம், சென்னை.
3. உ.வே. சாமிநாதையர், 1990, என் சரித்திரம், மூன்றாம் பதிப்பு, டாக்டர் உ.வே. சாமிநாதையர் நூல் நிலையம், சென்னை.
4. ஔவை சு. துரைசாமிப்பிள்ளை, 1996, நற்றிணை மூலமும் விளக்கவுரையும், அருணா பப்ளிக்கேஷன்ஸ், சென்னை.
5. ஔவை சு. துரைசாமிப்பிள்ளை, 1944, யசோதர காவியம், சைவ சித்தாந்த நூற்பதிப்புக் கழகம், சென்னை.
6. வீடூர் பூர்ணசந்திரன், 1965, யசோதர காவியம், இரண்டாம் பதிப்பு, முருகன் இலக்கியக் கழகம், தூத்துக்குடி.

உ.வே. சாமிநாதையர்: பதிப்பும் உரைநடையும்

சமீபகாலமாகத் தமிழ் அறிவுச்சூழலில் பதிப்பு தொடர்பான ஆய்வுகளும் விவாதங்களும் பரவலாகத் தொடங்கியிருக்கின்றன. பழைய பதிப்பாசிரியர்களின் பணிகள் மீதான மறுவாசிப்பு, பரிசீலனை ஆகியன இவற்றுள் முக்கியமானவை. தமிழ்ப் பதிப்பு வரலாறு விரிவாகவும் வரலாற்று உணர்வுடனும் எழுதப்பட வேண்டியதன் அவசியத்தை வலியுறுத்தவும் அதற்குத் தரவுகளாக அமைய வும் இவை பயன்படக்கூடியவை. ஏற்கனவே பதிப்பு தொடர்பான ஆய்வுகள் குறைவாகவே நிகழ்ந்திருக்கின்றன. அவற்றிலும் பெரும்பாலானவை முற்றிலும் சார்பு கொண்டவையாகவும் தனிநபர் மீதான சாதி உள்ளிட்ட விருப்பு வெறுப்புகளால் ஆனவையாகவும் உள்ளன. பதிப்பு வரலாறு எழுதுவதற்கு இன்னும் விரிந்த தளத்தில் பதிப் பாசிரியர்கள், பதிப்பு நுட்பங்கள், நெறிமுறைகள் தொடர் பான ஆய்வுகள் பெருகுவது அவசியம். நீண்ட இலக்கியப் பாரம்பரியம் கொண்ட தமிழில் பதிப்புணர்வு வெகுஜனத் தளம்வரை தாராளமாகச் சென்றிருக்க வேண்டும். அதற்கான வாய்ப்புகள் உருவாவதற்கான அறிகுறிகளாகத் தற்போதைய ஆய்வுகளைக் காணலாம்.

பாடத்திட்டம் சார்ந்த குறிப்பு நூல்களே கல்விப்புலத் தில் செல்வாக்குச் செலுத்திக் கொண்டிருக்கின்றன. கல்வி முறையில் எவ்விடத்திலும் பதிப்பு தொடர்பாகக் கற்றுக் கொள்வதற்கான வாய்ப்பு இல்லை. ஆகவே பதிப்புணர் வுடன் தமிழ் இலக்கியத்தை அணுகும் பார்வையும் குறை வாகவே உள்ளது. முதன்மையான பதிப்பாசிரியர்களின் பதிப்பு நெறிமுறைகளை உள்வாங்கிக் கொள்வதற்கே பெரு மளவு பயிற்சி தேவைப்படுகின்றது. சிறந்த பதிப்புகளைத்

தேவை சார்ந்து பயன்படுத்தும் வழக்கம் கொண்டவர்களுக்கே அத்தகைய நெறிமுறைகள் புலப்படும். ஆகவே பதிப்புகளின் வேறுபாடுகளை அறிந்து பயன்படுத்தும் போக்கும் அதன்வழி பதிப்பாசிரியர்களை மதிப்பிடும் தன்மையும் இன்னும் பெரு மளவு உருவாகவில்லை.

முதற்கட்டப் பதிப்பாசிரியர்களாகிய ஆறுமுக நாவலர், சி.வை. தாமோதரம் பிள்ளை ஆகியோரது பங்களிப்புக்கும் அடுத்தகட்டப் பதிப்பாசிரியராகிய உ.வே.சா. உள்ளிட்டவர் களின் பங்களிப்புக்கும் முக்கியமான வேறுபாடுகள் உள்ளன. சி.வை.தா. தம் வீரசோழியப் பதிப்புரையில் '... அழிந்திறந்து போன நூல்களுட்டானு மொன்றாகி இன்னுஞ் சில காலத்தில் மருந்துக்கு மகப்படாமற் போய்விடுமென்றஞ்சி, அதன் பாலிய யவ்வன சொரூபங் கிட்டாதாயினுங் கிடைத்தவரைக்கும் அதனைக் காப்பாற்றுதலே இதனை இப்போது அச்சிடுவித்த நோக்கமென் றுணர்க' (தாமோதரம், ப.50) என்று எழுதியுள்ளார். கலித்தொகைப் பதிப்புரையிலும் 'பழைய சுவடிகள் யாவுங் கிலமாய் ஒன்றொன்றாய் நலிந்து போகின்றன. புது ஏடுகள் சேர்த்து அவற்றை எழுதி வைப்பாரும் இலர்' (தாமோதரம், ப.89) என்று குறிப்பிடுவதோடு தமிழ் நூல்களை அச்சேற்றும் அவசியம் குறித்து உணர்ச்சிவயமாகவும் எழுதுகின்றார். அதாவது முதல் கட்டப் பதிப்பாசிரியர்களின் முதன்மை நோக்கம் அழிந்து கொண்டுவந்த ஓலைச்சுவடிகளில் உள்ள நூல்களை வளர்ந்து வரும் அச்சுக்குக் கொண்டுவந்து காப்பாற்றிவிட வேண்டும் என்பதுதான்.

ஆனால் இரண்டாம் கட்டப் பதிப்பாசிரியர்களின் நோக்கம் மேலும் விரிவடைகின்றது. நூல் அச்சேறிவிட்டால் மட்டும் போதும் என்பது முதல் நிலை. வாசிப்பவர்களுக்கு விளங்க வேண்டும் என்பதை முக்கியமான நோக்கமாகக் கொண்டது இரண்டாம் நிலை. அக்கண்ணோட்டத்தில் நூலின் முன்னும் பின்னும் தரப்படும் விளக்கங்கள், அகாராதிகள் உள்ளிட்டவை அமைந்துள்ளன. நூலினுள்ளும் அடிக்குறிப்புகளாக இடம்பெறும் குறிப்புரைகள், ஒப்புமைப் பகுதிகள் ஆகியவை இவ்வகையில் முக்கியத்துவம் பெறுகின்றன. முதல் கட்டப் பதிப்புகள் வரலாற்று முக்கியத்துவம் கொண்டவை. ஆனால் அடுத்த கட்டப் பதிப்புகள் பல்வேறு வகையான பயன்பாட்டு முக்கியத்துவம் கொண்டவை. சி.வை.தா. பதிப்பித்த 'கலித்தொகை'க்குப் பதிப்பு வரலாற்றில் சிறப்பிடம் உண்டு. அதன்பின் இ.வை. அனந்தராமையர் பதிப்பித்த 'கலித்தொகை' தான் இன்று மிகுதியும் பயிற்சியில் இருக்கிறது. காரணம் இந்த இரண்டாம் கட்டப் பதிப்புகளின் பயன்பாட்டுத் தன்மை மிகுதி என்பதுதான்.

இரண்டாம் கட்டப் பதிப்பாசிரியர்களில் தலைமையான வராக விளங்கும் உ.வே. சாமிநாதையரின் பதிப்புகள் இன்றும் பல்நோக்குப் பயன்பாடு கொண்டவையாக விளங்குகின்றன. பாடபேதங்களை இப்பதிப்புகள் விரிவாகப் பதிவு செய்திருப்ப தால் மூலபாட ஆய்வுகளுக்கு இவை உதவுகின்றன. பலவகை அகராதிகளை இவை கொண்டிருப்பதால் சொல்லாய்வு உள்ளிட்டவற்றிற்குப் பெரிதும் துணை செய்கின்றன. பாடினோர் வரலாறு, பாடப்பட்டோர் வரலாறு உள்ளிட்ட வரலாற்றுத் தகவல்களைத் தொகுத்துத் தருவனவாக இருத்தலால் அத்தகைய ஆய்வுகளுக்கு இவற்றின் பயன்பாடு மிகுதி. இவை பெரும்பாலும் உரையோடு இருப்பதால் பொருள் விளக்கம் பெறவும் நாடச் செய்கின்றன. கல்வி நோக்கிலும் பல்வேறு ஆய்வு நோக்கிலும் இந்த இரண்டாம் கட்டப் பதிப்புகளுக்கு நிகரான பதிப்புகள் இல்லை என்றே சொல்லலாம்.

ஆனால் இப்பதிப்புகளில் விளங்கும் நுட்பங்களை விரிவாகப் புரிந்துகொள்ளலும் இப்பதிப்பாசிரியர்களின் பதிப்பு நெறிமுறை களை உணர்ந்து விளக்கலும் அவ்வளவாக நிகழவில்லை. அத்தகைய முயற்சிகள் பதிப்பு வரலாற்றிற்கு மிகவும் அவசிய மானவை. உ.வே. சாமிநாதையர் பதிப்பாசிரியர் மட்டுமல்ல. பத்தொன்பதாம், இருபதாம் நூற்றாண்டு உரைநடை வரலாற் றிலும் மிகவும் முக்கியமானவர். சமூக வரலாற்றுக்கான பல்வேறு தரவுகளை வழங்கும் தன்மையும் அவரது உரைநடைக்கு உண்டு. எண்பத்தாறு வயதுவரை வாழ்ந்தவர் ஆகையாலும் அவர் வாழ்வின் பின்பகுதிக் காலம் வெகுஜன இதழ்கள் உருக்கொண்ட காலம் என்பதாலும் அவரது அருமையை உணர்ந்து போற்றும் சூழலும் அமைந்த காரணத்தாலும் தம் அனுபவங்களை விரிவாகப் பதிவு செய்யும் வாய்ப்பு அவருக்குக் கிடைத்தது.

உ.வே.சாவின் உரைநடை அவர் எழுதத் தொடங்கிய காலத்திலிருந்தே மிகவும் எளிமையும் விளக்கத்தை நோக்கமாகக் கொண்டும் உருவாகி வந்திருக்கிறது. அவரது தொடக்ககாலப் பதிப்புகளில் இடம்பெறும் பதிப்புரைகள் இதற்குச் சான்றாகும். மணிமேகலை பதிப்பில் விரிவாக எழுதப்பட்டுப் பின்னர் தனி நூலாக வெளியிடப்பட்ட பௌத்தத் தத்துவத்தை விளக்கும் ‘பௌத்த மும்மணிகள்’ என்னும் விரிவான பகுதி அவர் உரைநடை துலங்கிய விதத்திற்கு நல்ல சான்று. அவரது பதிப்பு முறையும் விளக்கங்களை நோக்கிச் செல்வதாகவே அமைந்த காரணத்தால் உரைநடை மேலும் மேலும் எளிமைப்பட்டு வெகுஜனத் தன்மை கொண்டதாக மாற்றம் பெறவும் முடிந்

திருக்கிறது.

பதிப்பு நெறிமுறைகள் தொடர்பாக அவர் விரிவாக எழுத வில்லை எனினும் அவரது உரைநடை எழுத்துக்களைக் கவன மாக ஆய்வதன் வழி ஓரளவு அந்நெறிமுறைகளைக் கண்டறிய வாய்ப்பிருக்கிறது. பதிப்பு தொடர்பான பல்வேறு ஐயங்களுக்கு ஆங்காங்கே குறிப்புகளாக விடைகள் இருப்பதாகவே தோன்று கின்றது. அவ்வகையில் அவர் எழுதிய பல்வேறு பதிப்பு முன்னுரை கள், பதிப்புகளில் அவர் வழங்கும் தகவல் பகுதிகள், குறிப்புரை கள், அவர் எழுதியுள்ள வாழ்க்கை வரலாறுகள், கட்டுரைகள் ஆகிய அனைத்தும் ஆதாரத் தரவுகளாக விளங்கத்தக்கவை. அவரது பதிப்பையும் உரைநடையையும் இணைத்துப் பார்க்கும் தனித்தன்மையான ஆய்வுகள் அவசியமானவை. அவ்வகையில் சில குறிப்புகளைக் காணலாம்.

சேலம் இராமசாமி முதலியாருக்குச் சீவக சிந்தாமணி நூலை விளக்கிப் பாடம் சொல்ல உ.வே.சா. பெரிதும் இடர்ப்படு கின்றார். பல முயற்சிகள் செய்து முதலில் தான் பொருள் விளங்கிக்கொள்கிறார். அந்த அனுபவமே நூலைப் பொருள் விளங்கப் பதிப்பிக்க வேண்டும் என்னும் உணர்வை அவருக்குத் தோற்றுவித்தது எனலாம். அத்துடன் உ.வே.சா. உருவாகி வந்த புலமை மரபு பொருள் விளக்கத்திற்குச் சிறப்பிடம் கொடுத்த தாகும். ஒரு பாடலுக்குப் பலவிதமான விளக்கங்கள் கூறமுடியும் என்பதைப் பெரும்புலமையாக மதித்த மரபு அது. நாகப்பட்டினப் புராணம் நூலில் உள்ள 'குறிப்பறிந்து ஈதலே கொடை' என்பதற்கு மீனாட்சிசுந்தரம் பிள்ளை ஐம்பது வகையான பொருள் கூறியதோடு 'இன்னும் சொல்லலாம்' என முடித்ததாக அவரைப் பற்றி ஒரு சம்பவம் வழங்கி வந்தது. அது உண்மை இல்லை என்பதை அவரே மறுத்துச் சொல்கிறார். 'ஒரு பாட்டுக்குப் பல பொருள் சொல்லுதல் பெருமையென்ற கருத்து சொன்ன வருக்கு இருக்கலாம்' என்று அதற்குக் காரணமும் சொல்கிறார். *(ஸ்ரீமீனாட்சிசுந்தரம் பிள்ளையவர்களின் சரித்திரம், ப.xvi)* மாணவர்களுக்குப் பாடம் சொல்லுவதில் மிகுந்த ஆர்வம் கொண்டவர் அவர். அவரின் அணுக்க சீடரான உ.வே.சா.விடம் அவரது செல்வாக்கு மிகுதி.

'இவர் உரிய இடங்களிற் சொல்லும் பதசாரங்களும் அப்பொழுதப்பொழுது எடுத்துக்காட்டும் தேவாரம் முதலிய மேற்கோள்களும் சைவ சாஸ்திரக் கருத்துக்களும் எல்லாருடைய உள்ளத்தையும் கனிவித்தன' *(மேற்படி, ப.83)* என அவர் நிகழ்த்திய பெரியபுராணப் பிரசங்கம் குறித்து உ.வே.சா. எழுதுகின்றார். அவரிடம் பாடம் கேட்டதால் தனக்கு விளைந்த பயனைச் 'செய்யுட் பொருளைத் தெளிவாக நான் அறிந்துகொண்டதோடு

ஒரு கருத்தைப் பிழையின்றித் தக்க சொற்களை அமைத்துச் சொல்லும் பழக்கத்தையும் அடைந்தேன்' *(ப.247)* என 'என் சரித்திரத்தில்' குறிப்பிட்டுச் சொல்கிறார். மீனாட்சிசுந்தரம் பிள்ளை மூலமாகப் பொருள் விளக்கத்தின் முக்கியத்துவத்தை உ.வே.சா. அறிந்து கொண்டார் என்பதோடு அவரது பதிப்பு களுக்கு இது பெரிதும் உதவியது எனக் கொள்ளலாம். பிள்ளை பாடம் சொல்லும் முறை குறித்த உ.வே.சா.வின் பதிவுகள் இவ்வகையில் இன்னும் விரிவாகக் காணத்தக்கவை.

உ.வே.சா. பதிப்பிக்கத் தொடங்கிய சில ஆண்டுகளிலேயே தம் பதிப்புகளில் மூலம் செம்மையாக அமையவும் மூலம் விளங்குவதற்கான கருவிகளை வழங்கவும் பெருமுயற்சி எடுத் துள்ளதை அறிய முடிகிறது. மூலம் செம்மையாக அமைந்தால் தான் பொருள் விளக்கம் பெறும் என்பதை அவர் நன்றாக உணர்ந்தவர். ஆகவே மூலத்தைச் செம்மையாக அறிய அவர் எடுத்த முயற்சிகள் பல. அவரது எழுத்து வழியாகவே இதனை அறியலாம். பத்துப்பாட்டு மூலத்திற்காக அவர் பட்ட சிரமம் பற்றி 'என் சரித்திரத்தில்' மிக விரிவாகப் பதிவு செய்திருக்கிறார். பத்துப்பாட்டு மூலமும் உரையும் கொண்ட வீரபாண்டியக் கவிராயர் பிரதி ஒன்று அவருக்குக் கிடைக்கின்றது. அதைக் கொண்டு பல பிழைகளைத் திருத்திக் கொள்கிறார். எனினும் 'மூலமில்லையே என்ற குறை ஒருபால் இருப்பினும் பத்துப் பாட்டுகளுமுள்ள திருத்தமான பிரதி கிடைத்ததே போதுமென்ற திருப்தியோடு மேற்கொண்டு பதிப்புக்கும் பிரதியைச் சித்தம் செய்யலானேன்' *(ப.649)* என்றும் 'பத்துப்பாட்டு மூலம் இல்லாத குறை மாத்திரம் நிரம்பாமலே இருந்தது' *(ப.650)* என்றும் எழுது கின்றார். மூலம் இல்லை என்பது ஒரு குறையாகவே அவருக்கு இருந்திருக்கிறது. மூலமும் உரையும் கொண்ட பிரதிகள் பல கிடைத்தபோதும் மூலம் மட்டும் கொண்ட பிரதிக்கு அவர் கொடுத்த முக்கியத்துவம் பெரிது. மூலமும் உரையும் கொண்ட பிரதிகளிலும் திருத்தமான பிரதி கிடைத்தால்தான் திருப்திப் படுபவராக உள்ளார்.

அதேபோல மூலத்தை விளக்குவதற்கு அவர் மேற் கொண்ட முயற்சிகள் விரிவானவை. உரை இல்லாத நூலாகிய மணிமேகலையை அவர் பதிப்பிக்க எடுத்தபோது அந்நூல் முற்றிலும் விளங்காத நிலையில் இருந்தது. அது பௌத்த மத நூல் என்பதுகூடத் தெரியவில்லை. அக்காலத்தில் சமணத்திற்கும் பௌத்தத்திற்கும் வேறுபாடு அறியாத சூழல் நிலவியது. சி.வை. தாமோதரம் பிள்ளைகூட வீரசோழியத்தைச் சமண நூல் என்றுதான் கருதியுள்ளார். 'இந்நூலாசிரியர் ஒரு சமணர். உரையாசிரியரும் சமணரே' *(தாமோதரம், ப.44)* என்று எழுதி

யுள்ளார். இந்நிலையில் உ.வே.சா. கும்பகோணம் கல்லூரியில் ஆசிரியராக இருந்த ரங்காச்சாரியார் என்பவரது உதவியை முழுமையாகப் பயன்படுத்திக் கொண்டு மணிமேகலையை விளங்கிக்கொள்கிறார். ரங்காச்சாரியார் கேட்ட ஆங்கில நூல்களைத் தாமே விலை கொடுத்து வாங்கித் தருகிறார். ரங்காச்சாரியார் சென்னைக்கு மாறுதலாகிச் சென்றபோதும் விடுமுறைக் காலத்தில் சென்னைக்குச் சென்று தங்கி அவரது உதவியோடு மணிமேகலையை விளங்கிக்கொள்ளும் முயற்சியைத் தொடர்ந்தார். அவர் வழியாக மானியர் வில்லியம்ஸ், மாக்ஸ்முல்லர், ஓல்டன் பர்க், ரைஸ் டேவிஸ் ஆகியோர் எழுதிய நூல்களை அறியவும் அவற்றை ரங்காச்சாரியார் படித்துக்காட்டக் கேட்கவும் வாய்ப்பு கிடைத்தது. இது தொடர்பான கட்டுரையில் ஓர் ஆசிரியரோடு நடந்த உரையாடலை உ.வே.சா. தருகிறார். 'புரியாதபடி ஒரு புஸ்தகம் இருக்குமோ?' என்று அவர் கேட்கிறார். அதற்கு உ.வே.சா. 'தமிழில் அப்படித்தான் பெரும்பாலும் இருக்கின்றன. புரியும்படி பண்ணலாம். அதற்குக் காலம் வரவேண்டும்' என்று சொல்கிறார். (என் சரித்திரம், ப.40) தமிழ் நூல்களைப் புரியும்படி செய்ய வேண்டும் என்பது அவரது நோக்கம். அதில் அவர் தெளிவாகவே இருந்துள்ளார். அந்நோக்கத் தெளிவுதான் அவரது பதிப்புகள் இன்றும் விஞ்ச முடியாமல் இருப்பதற்குக் காரணம்.

உரை கிடைத்தால் மட்டும் மூலம் விளங்கிவிடும் என்று அவர் கருதவில்லை. பொருள் விளக்கம் பெற ஒப்புமை பெரிதும் உதவும் என்பதை உணர்ந்திருந்தார். சீவக சிந்தாமணிப் பதிப்பிலேயே இந்த ஒப்புமையின் பயன்பாட்டை அவர் அறிந்துகொள்ள வாய்த்தது. 'ஏக்கழுத்தம்' என்னும் சொல்லுக்குச் சிறுபஞ்சமூலம் நூலைக் கொண்டு பொருள் விளக்கம் பெறுகிறார். அவரது பதிப்பில் ஒப்புமைப் பகுதிகள் விரிவாகக் கொடுக்கப்படுவதற்கு இத்தகைய பொருள் விளக்க அனுபவம் காரணமாக இருக்கலாம். ஒப்புமையாகப் பிற நூல்களிலிருந்து அடிகளையோ சொற்களையோ எடுத்துக்காட்டுவதன் முதன்மை நோக்கம் சொற்பொருளை உறுதிப்படுத்துவதும் நூலை விளங்கிக் கொள்வதும் தான். மணிமேகலையை விளக்க அவர் எடுத்துக்கொண்ட முயற்சியைப் பற்றிக் கீழ்வருமாறு எழுதுகின்றார். "என்னிடம் இருந்த நீலகேசித் திரட்டின் உரை, வீரசோழிய உரை, சிவஞான சித்தியார் பரபக்கம் ஞானப்பிரகாசர் உரை என்பவற்றில் வந்துள்ள பௌத்த சமய சம்பந்தமான செய்யுட்களையும் செய்திகளையும் தொகுத்து வைத்துக்கொண்டேன். மணிமேகலை ஆராய்ச்சியில் அவையும் உபயோகப்பட்டன.' (உரைநடை நூல்கள் தொகுதி 1 ப.43.) அவருடைய பதிப்புகளில் இடம்பெறும் விரிவான ஒப்புமைப் பகுதிகளின் நோக்கத்தை அகராதிகள்,

உரைகள் பெருகிவிட்ட இன்றைய காலக் கண் கொண்டு பார்த்தால் புரிந்துகொள்ள இயலாது. ஆய்வுக்கான தேவையை மனங்கொண்டு அவர் பதிப்புகளைப் பயன்படுத்தும்போதுதான் உணரமுடியும். கும்மாயம், செண்டலங்காரர், இடையன் எறிந்த மரம் உள்ளிட்ட பல கட்டுரைகள் பொருள் விளக்கத்தில் அவர் காட்டிய அக்கறையை விளக்குவன. பொருள் விளக்கம் பெற அவர் எவ்விடத்திலும் கண்ணையும் காதையையும் திறந்து வைத்திருந்தவர்.

பொருள் விளக்கத்திற்காக அவர் பலரை நாடியதுண்டு. நேரில் கேட்டும் கடிதம் வழியாக எழுதிப் பெற்றும் பொருள் தெளிவு அடைந்துள்ளார். புறநானூற்றில் வரும் 'துஞ்சிய' என்னும் சொல்லுக்குப் பொருள் விளங்கவில்லை. 'இறந்த' என்று பொருள் கொள்வது அவருக்கு உசிதமாகப்படவில்லை. தெளிவுக்காக வி. கனகசபைப் பிள்ளைக்குக் கடிதம் எழுதினார். துஞ்சிய என்பதற்கு இறந்த என்பதுதான் பொருள் எனக் கனகசபைப் பிள்ளை இலக்கியம், கல்வெட்டு, வழக்கு உள்ளிட்ட பல ஆதாரங்களோடு எழுதியதும்தான் தெளிவு பிறந்தது. (என் சரித்திரம், ப.729) இவ்வாறு பலவகைகளில் முயன்று பெற்று அவர் எழுதியுள்ள குறிப்புரைகள் சொற்பொருள் விளக்கத்தில் அவரது கவன மிகுதி பற்றிய சான்றுகள்.

தம் பதிப்புக்கு முதன்மைச் சுவடியாக அவர் எதைக் கொண்டார் என்பது மிக முக்கியமான கேள்வி. இதைப் பற்றிக் கா. சிவத்தம்பி, 'இவரோ (சி.வை.தா.) அல்லது உ.வே.சா.வோ தங்களுக்குக் கிடைத்த பிரதிகளுள் எதனை சிரேஷ்ட பிரதியாகக் *(Master Copy)* கொண்டனர் என்பது பற்றியோ ஏன் அவ்வாறு கொண்டனர் என்பது பற்றியோ எழுதவில்லை. இது ஒரு முக்கியக் குறைபாடாகும்' (புத்தகம் பேசுது, ப.130) என்று குறிப்பிட்டுள்ளார். பதிப்பு தொடர்பான ஆய்வுகள் வளர்ந்துள்ள இன்றைய நிலையில் 'முதன்மைப் பிரதி'யின் முக்கியத்துவம் உணரப்படுகின்றது. ஆனால் அன்றைய நிலையில் அதைப் பற்றிய பதிவுகளைத் தரவேண்டும் என்னும் உணர்வு இருந்திருக்கும் என எதிர்பார்க்க இயலாது. அதற்காக அவர்கள் முதன்மைச் சுவடி பற்றிய உணர்வற்றவர்களாக இருந்தனர் எனக் கருத முடியாது. ஆகவேதான் கா. சிவத்தம்பி 'சிரேஷ்ட பிரதியைப் பற்றி அவர்கள் எழுதவில்லை என்பது குறைபாடு' எனக் குறிப்பிட்டுள்ளார். உ.வே.சாவின் கட்டுரைகளிலும் பதிப்புரைகளிலும் ஆங்காங்கே காணப்படும் பல்வேறு குறிப்புகளைத் திரட்டினால் முதன்மைச் சுவடி பற்றிய சில அனுமானங்களைச் செய்ய முடியும்.

'நிலவில் மலர்ந்த முல்லை' என்னும் கட்டுரையில் பத்துப்பாட்டுச் சுவடி ஒன்று கிடைத்த தகவலைச் சொல்கிறார்.

'... அப்பிரதியிலும் ஏழு பாட்டுக்களின் உரை மாத்திரம் இருந்தது; ஆனால் திருத்தமுள்ளதாகக் காணப்பட்டது' (உரைநடை நூல்கள் தொகுதி 2, ப.295) என்று குறிப்பிடுகின்றார். மணிமேகலை முகவுரையில் 'இவற்றுள் மிகப் பழமையானதும் பரிசோதனைக்கு இன்றியமையாததாக இருந்ததும் மற்றப் பிரதிகளிற் குறைந்தும் பிறழ்ந்தும் திரிந்தும் போன பாகங்களையெல்லாம் ஒழுங்குபடச் செய்ததும் கோப்புச் சிதைந்து அழகு கெட்டு மாசு பொதிந்து கிடந்த செந்தமிழ்ச் செல்வியின் மணிமேகலையை அவள் அணிந்து கொள்ளும் வண்ணம் செப்பம் செய்து கொடுத்ததும் மிதிலைப்பட்டிப் பிரதியே' (உரைநடை நூல்கள் தொகுதி 2, ப.40) என்று விரிவாகக் குறிப்பிட்டுள்ளார். சிலப்பதிகாரத்திற்கு மிதிலைப்பட்டியில் கிடைத்த பிரதியைப் பற்றியும் உ.வே.சா. 'சிலப்பதிகாரத்தைப் புரட்டிப் பார்த்தேன். மூலம் முற்றும் இருந்தது. பிரதி மிகவும் திருத்தமாகக் காணப்பட்டது' (என் சரித்திரம், ப.690) எனவும் 'மிதிலைப்பட்டிப் பிரதியை வைத்துக் கொண்டு பார்த்ததில் சிலப்பதிகாரம் பல இடங்களில் திருத்த மடைந்தது. பல இடங்களில் பாடல்களுக்குத் தலைப்புகள் இருந்தன. அந்தப் பிரதியை ஆராய ஆராய மிதிலைப்பட்டியின் சிறப்பு மேலும் மேலும் புலப்பட்டது' (என் சரித்திரம், ப.693) எனவும் குறிப்பிட்டு எழுதியுள்ளார். சிலப்பதிகாரம், மணிமேகலை ஆகியவற்றின் மூலத்திற்கு முதன்மைச் சுவடியாக மிதிலைப்பட்டிச் சுவடிகளை அவர் கொண்டிருக்கக் கூடும் என்பது இதன் வழி விளங்குகின்றது.

ஒவ்வொரு நூல் பதிப்பின் முன்னுரையிலும் அப்பதிப்புக்குப் பயன்படுத்திய பிரதிகளின் பட்டியலைத் தருகின்றார். அப்பட்டிய லில் உள்ள பிரதி வரிசை எம்முறையில் அமைகின்றது என்பதை யும் அறிய வேண்டியுள்ளது. சீவக சிந்தாமணி முதல் பதிப்பின் முன்னுரையிலேயே பிரதிகளைப் பற்றிய விவரம் கொடுக்கும் முறை தொடங்கிவிடுகிறது. மூலமும் உரையும் உள்ள பிரதிகள் எவை, மூலம் மட்டும் கொண்ட பிரதிகள் எவை, குறைப்பிரதிகள் எவை எனத் தனித்தனியாகப் பிரித்துத் தருகிறார். (ப.8 – 9) இவ்வழக்கம் அவரது பிந்தைய பதிப்புகளில் பலவிதமான வளர்ச்சிகளைப் பெற்றிருப்பதைப் பார்க்க முடிகிறது. எப்படி யிருப்பினும் பயன்பாட்டிற்குரிய பிரதியைக் கண்டறிவது அவரது முதன்மையான வேலையாக இருந்திருக்கிறது. சில பிரதிகள் கிடைத்தபோது அவர் அடைந்த சந்தோசத்தையும் சில பிரதிகள் மோசமாக இருந்தது குறித்த வருத்தத்தையும் அவர் பதிவு செய்திருக்கிறார். பிரதிகளைத் தரம் பிரிக்கும் இயல்பு இல்லாமல் இத்தனை பதிப்புகளை அவரால் செய்திருக்க முடியுமா? எங்கே பிரதி இருப்பதாகக் கேள்விப்பட்டாலும் அதனைப் பெறுவதற்கு

முயல்வதும் அது கிடைக்கும்வரை பொறுத்திருப்பதும் அவர் இயல்பு.

பிரான்ஸ் நாட்டைச் சேர்ந்த வின்ஸோன் என்பவரோடு தொடர்பு கிடைத்தபோது அங்கே இருந்த மணிமேகலைப் பிரதி ஒன்றைப் பெற முயற்சி எடுக்கிறார். அதன் பதிகத்தைப் பெற்றதும் 'பார்த்த வரையில் அந்தப் பிரதி என் ஆராய்ச்சிக்கு உதவியாக இராதென்று தோற்றியதால் அவரை மேலும் சிரமப் படுத்த வேண்டாம் என்று நிறுத்திக்கொண்டேன்' (உரைநடை நூல்கள் தொகுதி 2, ப.32) என்று எழுதுகிறார். பிரதியின் தன்மையை நிர்ணயிக்கும் அவர் இயல்பை இது உணர்த்து கின்றது. பிரதிகள் குறித்து அவர் எழுதியுள்ளவற்றைத் தொகுத்துப் பார்த்தால் அவர் கொண்ட முதன்மைச் சுவடி பற்றிய அனுமானத்திற்கோ தெளிவிற்கோ வரலாம்.

மூலத்தை உ.வே.சா. திருத்தியதாக இதுவரை எதையும் நிருபிக்க இயலவில்லை. திருந்திய பாடம் காணல் முக்கியம். அப்போதும் பிழைபட்ட பாடம் என்று தோன்றுவதைப் பாடபேதமாகக் கொடுத்தல் தேவை. இந்த முறையை அவர் தம் பதிப்பில் பின்பற்றியிருக்கக் காணலாம். உள்ளது உள்ளபடி கொடுத்தல் என்னும் நெறிமுறை அவரிடம் வலுவாகச் செயல்பட அவருக்கு நேர்ந்த சில அனுபவங்கள் காரணமாக இருக்கலாம். எதையும் கறாராக வெளிப்படுத்தும் தியாகராச செட்டியார் வாழ்வில் நடந்த சம்பவம் அது. ஐரோப்பியத் துரை ஒருவர் திருக்குறளில் சில திருத்தங்களைச் செய்து கொண்டு வந்து அவரிடம் காட்டினார். 'தக்கார் தகவிலர் என்ப தவரவர் எச்சத்தாற் காணப் படும்' என்னும் குறளைத் 'தக்கார் தகவிலர் என்ப தவரவர் மக்களாற் காணப் படும்' என்று அவர் திருத்தி யிருந்தார். 'குறளையா திருத்தினீர். அது மதிப்புள்ள பழைய நூலாயிற்றே. இவ்வளவு நாளாக அறிவாளிகள் செய்யாத ஒன்றைச் செய்துவிட்டதாக எண்ணமோ.' (உரைநடை நூல்கள் தொகுதி 2, ப.545) என்று கேட்டுவிட்டு அந்தத் துரையிடம் பேச விரும்பாமல் வீட்டுக்குள் போய்க் கதவைத் தாழிட்டுக் கொண்டார். இந்தச் சம்பவம் பாடத் திருத்தம் தொடர்பான எண்ணத்தை அவருக்கு வழங்கியிருக்கலாம்.

அதேபோல அவர் பாடம் கொண்ட முறை பற்றி விரிவாக எழுதவில்லை. தம் பதிப்பில் பாடபேதங்களைத் தவறாமல் கொடுக்கும் இயல்புடையவர். எனினும் தான் இந்தப் பாடத்தைக் கொண்டதற்கான காரணம் என்ன என்று விளக்கும் ஆய்வுக் கட்டுரைகளை அவர் எழுதவில்லை. ஆனால் பாட நிர்ணயத் திற்கு அவருக்குக் காரணங்கள் இல்லாமலா இருந்திருக்கும்? சிலப்பதிகாரப் பதிப்பு பற்றி எழுதும்போது 'அவற்றை நன்கு

பரிசோதித்துத் தீர்மானமான பாடத்தைக் கைப்பிரதியில் அமைத்துக்கொண்டேன்' (என் சரித்திரம், ப.705) எனக் குறிப்பிடு கின்றார். சீவக சிந்தாமணி நச்சினார்க்கினியர் உரையில் 'நாகம்' 'நாதம்' என்னும் இரண்டில் 'நாதம்' என்பது பொருத்தம் எனத் தாம் பாடம் கொண்டது பற்றி எழுதியுள்ளார். (என் சரித்திரம், ப.559 – 560) பாடம், பாடபேதம், பாடம் திருந்துதல் தொடர்பாக அவர் பல்வேறு குறிப்புக்களை எழுதியுள்ளார். முக்கியமான குறிப்பு ஒன்று:

'ஒரு நூலைத் திருத்தமாகப் பதிப்பிக்க வேண்டுமென்றால் பல வகையான கருவிகளை முதலில் அமைத்துக்கொள்ள வேண்டும். ஏட்டுச் சுவடிகள் கிடைப்பது மட்டும் போதாது. ஏட்டில் இருப்பது அவ்வளவும் திருத்தமாக இராது. பல காலமாகப் பிழையாகவே வழங்கி வந்த பாடங்களை அவற்றிற் பார்க்கலாம். அவற்றுள் இதுதான் சுத்த பாடம் என்று தெரிந்து கொள்வதற்குப் படும் சிரமந்தான் மிகவும் அதிகம். நூலில் உள்ள கருத்துக்களுக்கும் சொற்களுக்கும் அகராதி எழுதி வைத்துக்கொள்வது மட்டும் போதாது. புறநானூற்றில் பல புலவர்கள் பாடியிருக்கிறார்கள். அப் புலவர்களுடைய பாடல்கள் வேறு நூல்களிலும் இருக்கின்றன. அந்தப் பாடல்களைப் பார்த்தால் அப்புலவர் வாக்கின் போக்கையும் அவருக்கு விருப்ப மான கருத்துக்களையும் நடையையும் உணர்ந்துகொள்ளலாம். அந்த ஆராய்ச்சியிலிருந்து சில திருத்தங்கள் கிடைக்கும்.' (என் சரித்திரம், ப.724 – 725)

சுத்த பாடத்தை நிர்ணயம் செய்வதற்கு அவர் சில ஆய்வு முறைகளைக் கைக்கொண்டிருந்துள்ளார். ஒரு பாடலாசிரியரின் பிற நூல் பாடல்களை ஒப்பிட்டுப் பார்த்தல் அதில் ஒன்று. சங்க இலக்கிய மரபை அறிந்து கொண்டால்தான் பாடம் தீர்மானிக்க எளிதாக இருக்கும் என்று கருதிச் சங்க இலக்கிய நூல்கள் எல்லாவற்றுக்கும் அகராதி தயாரித்துக்கொண்டுள்ளார். இவ்வாறு உ.வே.சா. பாடம் கொண்ட முறை பற்றி விளங்கிக் கொள்ள இன்னும் நுட்பமான ஆய்வு தேவை.

ஆங்கிலக் கல்விப் பயிற்சி இல்லாதவரும் தமிழ்ப் புலமை மரபில் கல்வி கற்றவருமாகிய உ.வே.சா., பதிப்பு நுட்பங்களை எவ்விதம் கற்றார்? 'என் சரித்திரம்' நூலில் இது தொடர்பான சம்பவம் ஒன்றை அவர் விவரிக்கிறார். புறநானூறு பதிப்பு வேலையில் அவர் ஈடுபட்டிருந்தபோது நடைபெற்ற சம்பவம் அது. கும்பகோணம் கல்லூரியில் வரலாற்று ஆசிரியராக இருந்த கே.ஆர்.துரைசாமி ஐயர் என்பவர் பைபிள் புத்தகத்தைக் கையில் வைத்திருந்ததைப் பார்த்த உ.வே.சா. அதைப் பற்றிக் கேட்கிறார். மிகப் பெரிதாக இருந்த பைபிள் அது. அதைப் பற்றித் துரைசாமி

ஐயர் சொன்னவை:

'இது பைபிளில் ஒரு விசேஷப் பதிப்பு. பைபிளிலுள்ள விஷயங்களைத் தொகுத்து வகைப்படுத்தி ஒரே மாதிரியான சொல்லும் கருத்தும் உள்ள பகுதிகளை அங்கங்கே காட்டிப் பதிப்பித்திருக்கிறார்கள். ஒவ்வொரு பக்கத்திலும் நடுவிலே தனியே இந்த ஒப்புமைப் பகுதி இருக்கிறது. இதை 'கன்கார்டன்ஸ்' *(concordance)* என்று இங்கிலீஷில் சொல்வார்கள்' *(ப.724)*

'பைபிளில் ஒரே செய்தி பல இடங்களில் வருகிறது. ஒரே விதமான சொற்றொடர்களும் வருகின்றன. அவற்றைத் தொகுத்து வைத்து ஆராய்ந்தமையால் சில விஷயங்களின் உண்மையான பொருளும் சில சொற்களின் திருத்தமான உருவமும் புலப்பட்டன வாம். பைபிளில் ஏறியிருந்த பிழையான பாடங்கள் இந்தச் சோதனையினால் திருத்தமடைந்தனவாம்' *(ப.724)* இவ்வாறு பைபிளைப் பற்றி அவர் சொன்ன செய்திகளைக் கேட்டவுடன் புறநானூறு பதிப்பு தொடர்பான சில தெளிவுகளை உ.வே.சா. பெற்றார். 'அப்போது எனக்குப் புறநானூற்று ஆராய்ச்சியில் புதுமுறை ஒன்று தோன்றியது. புறநானூற்றிலுள்ள விஷயங்களை யும் சொற்களையும் முதலிலே அகராதியாகச் செய்துகொண்டு ஆராய்ச்சி செய்தால் உண்மை யுருவத்தைக் கண்டுபிடிப்பது சுலபமாக இருக்குமென்று அறிந்தேன். அங்ஙனமே செய்து வைத்துக்கொண்டேன்' *(ப.724)* என்று அவர் குறிப்பிட்டுள்ளார். ஆங்கிலப் பயிற்சி அவருக்கு இல்லை எனினும் ஆங்கிலப் பயிற்சி உடையவர்களுடன் பழகி அவர்கள் வழியாகப் பல்வேறு விஷயங்களை அறிந்துகொண்டிருக்கிறார். பதிப்பு நுட்பங்கள் தொடர்பாக அவர் அறிந்த விஷயங்கள் பல. உரியவரை அணுகித் தேவையானவற்றைப் பெறும் அவரது சுபாவம் பதிப்பு நுட்பங் களைக் கற்றுக் கொள்ளலிலும் செயல்பட்டிருக்கிறது எனலாம்.

இவ்வாறு உ.வே.சா.வின் பதிப்பு நெறிமுறைகளை விளங்கிக் கொள்ள அவரது உரைநடை நூல்களும் கட்டுரைகளும் மிகவும் பயன்படுபவை. ஆனால் அவரது உரைநடை எழுத்துக்கள் இன்னும் முழுமையாகத் தொகுக்கப்படவோ பதிப்பிக்கப்படவோ இல்லை. குறிப்பாக அவரது பதிப்பு முன்னுரைகள் முழுமையாகத் தொகுக்கப்பட வேண்டும். ஒரு நூலை அவரது காலத்திலேயே இரண்டு மூன்று பதிப்புகள் வெளியிட்டிருக்கிறார். அடுத்தடுத்த பதிப்புகளில் முந்தைய பதிப்புகளின் முன்னுரைகளைச் சேர்க்கா மல் விட்டுள்ளார்.

புறநானூறு மூன்றாம் பதிப்பு முன்னுரையில், 'முன்னிரண்டு பதிப்பைப் பற்றிய விரிவான வரலாறுகள் அவ்வப்பதிப்புப்

புத்தகங்களிலுள்ள முகவுரைகளால் அறியலாம்' (ப.9) என்று எழுதியுள்ளார். தேவைப்படுவோர் முந்தைய பதிப்புகளைத் தேடி அறியட்டும் என்றோ அக்காலத்தில் அவற்றைக் காண்பது எளிதாக இருந்த காரணத்தாலோ அவ்விதம் விட்டிருக்கலாம். பத்துப்பாட்டின் மூன்றாம் பதிப்பு முன்னுரையில் 'முதலிரண்டு பதிப்புகளைப் பற்றிய பிறசெய்திகளை அவ்வப் பதிப்பு முகவுரை களால் அறிந்து கொள்ளலாம்; இங்கே விரிவஞ்சி அவை விடுக்கப் பட்டன' (ப.xxviii) என்று குறிப்பிட்டுள்ளார். இவ்விதம் விடுதற்குப் பக்க வரையறை உள்ளிட்ட சில காரணங்களை அவர் கொண்டிருந்திருக்கலாம்.

சில நூல்களின் பதிப்புரையில் முந்தைய பதிப்பு முன்னுரை யில் இருந்த பெரும்பாலான செய்திகளைத் தொகுத்தெழுதித் தந்துவிடுகிறார். அதன் காரணமாகவும் முந்தைய பதிப்புரை களைத் தவிர்த்திருக்கலாம். சிலப்பதிகாரத்தின் மூன்றாம் பதிப்பு முன்னுரையில் 'முதற்பதிப்பின் பரிசோதனைக்குக் கிடைத்த கையெழுத்துப் பிரதிகளின் விவரம்' என்றும் '2ஆம் பதிப்பின் பரிசோதனைக்குக் கிடைத்த கையெழுத்துப் பிரதிகள்' என்றும் விவரங்களைக் கொடுத்துள்ளார். (ப.xiii - xiv) முதலிரு பதிப்புகளில் கொடுத்திருந்த பல செய்திகளை மூன்றாம் பதிப்பு முன்னுரை யில் கொடுத்துவிடுகிறார். எனினும் விடுபட்ட செய்திகளும் உள்ளன. அந்தந்தப் பதிப்புகளுக்குப் பொருளுதவி செய்தோர் விவரம் உள்ளிட்டவை விடுபட்டவற்றில் முக்கியமானவை. பரிபாடல் இரண்டாம் பதிப்பு முன்னுரையில் 'இந்நூல் 1918ஆம் வருஷத்தில் முதன் முறையாகப் பதிப்பிக்கப் பெற்றது. அப் பதிப்பைப் பற்றிய வேறு சில செய்திகளை அதன் முகவுரையிற் காணலாம்' (ப.xv) என்று குறிப்பிடுகின்றார்.

ஆகவே உ.வே.சா. பதிப்புகளின் வரலாற்றை முழுவதுமாக அறிந்து கொள்ளவும் பதிப்பு நெறிமுறைகளை ஒருவாறு உருவாக்கிக் கொள்ளவும் அவரது பதிப்பு முன்னுரைகள் அனைத்தும் பயன்படுவன என்பதில் ஐயமில்லை. அந்த அடிப்படையில் அவரது பதிப்பு முன்னுரைகள் தொகுக்கப்பட்டு வெளியிடப்பட வேண்டும். அவற்றை முழுவதுமாகப் பார்க்கும் போது அவரது பதிப்பு நோக்கங்களை அறியவும் வாய்ப்புள்ளது. பதிப்பிப்பதுதான் தன் வேலை என்பதில் அவருக்கு மிகுந்த தெளிவு இருந்துள்ளது. தம் பதிப்பு பிறர் செய்யும் பல ஆராய்ச்சி களுக்குப் பயன்படும் என்பதையும் உணர்ந்துள்ளார்.

புறநானூறு முதல் பதிப்பில் 'இத்தமிழ் நாட்டின் பழைய சரித்திரங்களைத் தெரிந்துகொள்ளுதலிலும் தெரிவித்தலிலுமே பெரும்பாலும் காலம் கழித்து உழைத்துவரும் உபகாரிகளாகிய விவேகிகள் இந்நூலை நன்கு ஆராய்ச்சி செய்வார்களாயின்

பலருடைய வரலாறுகள் முதலியன தெரிந்துகொள்ளுதல் கூடும்' (ப.7) என்று எழுதுகின்றார். அதன் மூன்றாம் பதிப்பில் முந்தைய பதிப்புகள் மூலமாக நடைபெற்ற ஆராய்ச்சிகளைப் பொதுவாகக் குறிப்பிட்டுவிட்டு 'இவ்வொரு நூல் இத்துணை ஆராய்ச்சிகளுக்கு இடங்கொடுப்பதையும் இதனை வெளியிடும்படி நேர்ந்த திருவருட்டிறத்தையும் எண்ணும்போது தமிழ்ப்பணியை இடையீடின்றிச் செய்துவருங்கால் இடையிடையே பலவகை யால் தோன்றும் துன்பங்களை மறந்துவிடற்குரிய பெரிய ஆறுதல் உண்டாகின்றது' (ப.8) என்று எழுதுகிறார். தம் பதிப்பு களின் பயன்பாட்டுத்தன்மை அவரை மேலும் செயல்படத் தூண்டியிருக்கிறது எனக் கருதலாம். ஆராய்ச்சிக் கருத்துக்களைத் தெரிவிப்பதிலோ விவாதங்களில் பங்கேற்பதிலோ அவர் ஆர்வம் காட்டியதில்லை எனினும் அவற்றிற்குத் தம் பதிப்புகள் பயன் படுவன என்னும் உணர்வு அவரிடம் மேலோங்கியிருந்தமை தெரிகிறது. இவ்விதம் அவரது பதிப்பு முன்னுரைகள் மிகவும் முக்கியத்துவம் வாய்ந்தவையாக உள்ளன.

அவரது உரைநடை நூல்களில் 'ஸ்ரீமீனாட்சிசுந்தரம் பிள்ளை யவர்களின் சரித்திர'மும் 'என் சரித்திர'மும் பெருமளவு முழுமை யான நூல்களாக விளங்குகின்றன. அவரது பதிப்பு நெறிமுறை களை அறிந்து தொகுக்க இந்நூல்களை நுட்பமாக வாசிக்க வேண்டிய தேவையுள்ளது. இவையன்றிச் சில உரைநடை நூல்கள் கட்டுரைகளின் தொகுப்பாக அவர் காலத்திலும் அவருக்குப் பின்னும் வெளியிடப்பட்டுள்ளன. அவர் எழுதிய கட்டுரைகள் அனைத்தும் இவற்றில் அடங்கியிருக்கக்கூடும். ஏதேனும் விடுபாடுகள் இருக்கலாம் என்னும் கண்ணோட்டத் தில் தேடிப் பார்த்தலும் தேவையாகும்.

'நினைவு மஞ்சரி', 'நல்லுரைக்கோவை' உள்ளிட்ட தலைப்பு களில் வெளியிடப்பட்ட நூல்கள் அனைத்தையும் தொகுத்து 'டாக்டர் உ.வே.சா. அவர்களின் உரைநடை நூல்கள்' என்னும் தலைப்பில் நான்கு தொகுதிகளாக உ.வே.சா. நூல் நிலையம் 2005ஆம் ஆண்டில் வெளியிட்டுள்ளது. தமிழின் முக்கியமான பதிப்பாசிரியராக விளங்கும் உ.வே.சா.வின் கட்டுரைகளை எத்தனை மோசமாகப் பதிப்பிக்க முடியும் என்பதற்கு நல்ல எடுத்துக்காட்டு இத்தொகுதிகள். உ.வே.சா.விற்குப் பிறகு வெளியிடப்பட்டுள்ள உ.வே.சா.வின் பதிப்புகளும்கூட நம்பகத் தன்மை உடையவை என்று கருத இயலாது. அவரது பதிப்புகளில் சில மாற்றங்கள் செய்யப்பட்டுள்ளன. சேர்க்கைகள் நிகழ்ந் துள்ளன. அவற்றைப் பற்றிய தெளிவான விளக்கமும் இல்லை.

ஐங்குறுநூற்றை 1957இல் மறுபதிப்பு செய்தபோது க. சுப்பிரமணியன் எழுதிய குறிப்பு 'தாம் குறித்து வைத்திருந்த

பாடபேதங்கள், குறிப்புக்கள் முதலியவற்றை உதவி இப்பதிப்பு நன்கு வெளிவரும்படி செய்த ஸ்ரீவித்வான் வி.மு. சுப்பிரமணிய ஐயரவர்களுக்கு எனது நன்றியைச் செலுத்துகிறேன்' (ப.V) என்று கூறுகின்றது. வி.மு. சுப்பிரமணிய ஐயர் குறித்த பாடபேதங்கள் உ.வே.சா.வின் பதிப்பிற்குள் கலந்துவிட்டதை அறிய முடிகிறது. பதிப்பியல் ஆய்வாளர்கள் உ.வே.சா. கொடுத்துள்ள பாடபேதம் பற்றி ஆராய்வதற்கு இப்பதிப்பைப் பயன்படுத்த முடியாது. இதுபோலப் பல குழப்பங்கள் உ.வே.சா.வுக்குப் பிந்தைய பதிப்புகளில் நேர்ந்திருப்பதைக் காணலாம்.

உ.வே.சா.வின் பெருங்கதைப் பதிப்பை நான்கு பகுதிகளாகப் பிரித்து உ.வே.சா. நூல் நிலையம் 1996இல் வெளியிட்டுள்ளது. ஒரே நூலாக இருப்பதைப் பல பகுதிகளாகப் பிரித்து வெளியிடும் போது பின்பற்ற வேண்டிய அடிப்படை நெறிமுறைகளைப் பற்றிக் கவலைப்படாமல் வெளியிடப்பட்ட பதிப்பு இது. இரண்டாம் பதிப்பின் முன்னுரையில் 'இப்புத்தகத்தின் 336, 738, 868ஆம் பக்கங்களின் அடிக்குறிப்புக்களைப் பார்க்க' (ப.xxxviii) என்று எழுதியுள்ளார். இக்குறிப்பு தரும் விஷயங்களைப் பார்க்க நான்கு பகுதிகளாகப் பிரித்து வெளியிடப்பட்ட நூல் களில் எந்தப் பக்கத்தைப் பார்ப்பது? இந்தத் தொகுதிகளில் 738, 868ஆம் பக்கங்களே கிடையாது. அடிக்குறிப்பில் இப்போது இந்த விஷயங்கள் அமைந்துள்ள பக்கங்கள் பற்றிய குறிப்பைத் தர வேண்டாமா?

உ.வே.சா. தம் காலத்தில் புறநானூற்றை மூன்று பதிப்புகள் வெளியிட்டிருக்கிறார். 1894இல் முதல் பதிப்பும் 1923இல் இரண்டாம் பதிப்பும் 1935இல் மூன்றாம் பதிப்பும் வெளியிடப் பட்டுள்ளன. இம்மூன்று பதிப்புகளிலுமே 'புறநானூறு மூலமும் உரையும்' என்றே தலைப்பிடப்பட்டுள்ளது. ஆனால் அவர் இறப்பிற்குப் பின் வெளியிடப்பட்ட பதிப்புகளில் 'புறநானூறு மூலமும் உரையும்' எனச் சில பதிப்புகளிலும் 'புறநானூறு மூலமும் பழைய உரையும்' எனச் சில பதிப்புகளிலும் தலைப் பிடப்பட்டுள்ளன. உ.வே.சா.வின் மூன்று பதிப்புகளில் எதையும் பார்க்க இயலாத சூழலில் ஐங்குறுநூறு, பதிற்றுப்பத்து ஆகிய நூல்களின் உரையாசிரியர் பெயர் தெரியாத நிலையில் அவற்றின் பதிப்பில் 'மூலமும் பழையவுரையும்' எனத் தலைப்பிடப்பட் டுள்ள காரணத்தைக் கொண்டு 'புறநானூறு மூலமும் பழைய உரையும்' என்பதே உ.வே.சா. இட்ட தலைப்பு என முடிவு செய்ய நேர்ந்து கட்டுரை ஒன்றிலும் அதைக் குறிப்பிட்டு எழுதிவிட்டேன். (உ.வே.சா. பன்முக ஆளுமையின் பேருருவம், ப.185 – 186) 1963இல் வந்த ஆறாம் பதிப்பு வரை 'மூலமும் உரையும்' என்றே உள்ளது. 1971இல் ஏழாம் பதிப்பாக உ.வே.சா. நூல் நிலையம் வெளியிட்டபோதுதான் 'மூலமும் பழைய

உரையும்' என மாற்றப்பட்டுள்ளது. மாற்றம் பற்றியோ மாற்றத்திற்கான காரணம் பற்றியோ நூலில் எந்தக் குறிப்புமில்லை. இதன் பின்தான் உ.வே.சா.வுக்குப் பிறகு வெளியிட்ட நூல்களைப் பயன்படுத்தும்போது மிகுந்த எச்சரிக்கை தேவை என்னும் உணர்வு உண்டாயிற்று. தவறான முடிவுகளுக்குக் கொண்டு சேர்க்கும் பதிப்புகளை நம்பகத்தன்மை உடையனவாக எவ்விதம் கருத இயலும்?

இப்போது உ.வே.சா. நூல் நிலையம் வெளியிட்டுள்ள உரைநடை நூல் தொகுதிகளைப் பதிப்பு என்று சொல்ல முடியாது. தாளில் போட்டு அடைத்த அச்சுக் குவியல் என்றுதான் சொல்ல வேண்டும். கட்டுரைகளைத் தொகுக்க எந்த நெறிமுறையையும் பின்பற்றவில்லை. ஏற்கனவே வெளியான நூல்களைக் கைக்குக் கிடைத்த வாக்கில் எடுத்து அச்சுக்குக் கொடுத்திருப்பதைத் தவிர வேறொன்றும் செய்ததாகத் தெரியவில்லை. பெரும் பதிப்பாசிரியரான ஒருவரின் எழுத்துக்களைப் பதிப்பிக்கிறோம் என்னும் உணர்வு இருந்திருப்பின் குறைந்தபட்ச ஒழுங்கேனும் நூலுக்கு அமைந்திருக்கக்கூடும். தனி நூல் தன்மை கொண்டவற்றின் உள்தலைப்புகளைக் கட்டுரைத் தலைப்புகளாகப் பொருளடக்கத்தில் கொடுத்திருக்கும் அபத்தத்தை என்னவென்று சொல்ல? மணிமேகலை கதைச் சுருக்கம், பௌத்த மும்மணிகள், வித்துவான் தியாகராச செட்டியார் ஆகிய தனி நூல்களின் உள்தலைப்புகள் தொடர்ச்சியாகக் கட்டுரைத் தலைப்புகளாகப் பொருளடக்கத்தில் கொடுக்கப்பட்டுள்ளன.

இரண்டாம் தொகுதியில் 'மாணாக்கர் விளையாட்டுக்கள்' என்னும் தலைப்பில் இரண்டு கட்டுரைகள் உள்ளன. அவற்றில் இரண்டாவதாக உள்ள கட்டுரைதான் உ.வே.சா. முதலில் எழுதியது. அது விரிவான அனுபவத் தொகுப்பாகவும் உள்ளது. அக்கட்டுரையில் விட்டுப்போன சில அனுபவங்களை அடுத்து எழுதியுள்ளார். அது தொகுதியில் முதலாவதாக உள்ளது. இக்கட்டுரைக்கு ஒரு குறிப்பு உள்ளது. அது வருமாறு: 'டாக்டர் ஐயரவர்கள் முன்பு கலைமகளில் தொடர்ச்சியாக 'மாணாக்கர் விளையாட்டுக்கள்' என்ற தலைப்பில் சில ரஸமான நிகழ்ச்சிகளை எழுதி வந்தார்கள். அப்பொழுது எழுதியவற்றுள் விட்டுப்போன இரண்டு நிகழ்ச்சிகள் இங்கே வெளியாகின்றன.' (ப.81) விரிவான முதல் கட்டுரைக்குப் பின்னால் இது அமைந்திருக்குமானால் பொருத்தம். விட்டுப்போன நிகழ்ச்சிக் கட்டுரை முதலிலும் மையக் கட்டுரை அடுத்தும் அமைவதைப் பற்றிய கவனம்கூட இல்லை. நான்காவது தொகுதியில் (ப.167) பெருங்கதை பற்றிய ஒருபகுதியே விடுபட்டுள்ளது. இத்தகைய நூலை உ.வே.சா. தொடர்பான ஆராய்ச்சிக்கு எவ்விதம் பயன்படுத்த இயலும்?

உ.வே.சா.வின் கட்டுரைகள் கால நிரல்படி போதுமான பின்னணித் தகவல்களோடு செம்மையான பதிப்பாக வெளியிடப் பட வேண்டும். அதுதான் உவேசாவின் பதிப்பு நெறிமுறைகள் பற்றிய ஆய்வுக்குப் பயன்படும்.

பயன்பட்ட நூல்கள்

1. சி.வை. தாமோதரம் பிள்ளை, தாமோதரம், 2004, சென்னை, குமரன் பப்பிளிஷர்ஸ், மறுபதிப்பு.
2. உ.வே. சாமிநாதையர், ஸ்ரீமீனாட்சிசுந்தரம் பிள்ளையவர் களின் சரித்திரம், 1986, தஞ்சாவூர், தமிழ்ப் பல்கலைக்கழகம், மறுபதிப்பு.
3. உ.வே. சாமிநாதையர், என் சரித்திரம், 1990, சென்னை, டாக்டர் உ.வே. சாமிநதையர் நூல் நிலையம், மூன்றாம் பதிப்பு.
4. ம.வே. பசுபதி உள்ளிட்டோர் (ப.ஆ.), டாக்டர் உ.வே.சா. அவர்களின் உரைநடை நூல்கள், நான்கு தொகுதிகள், 2005, சென்னை, உ.வே.சா. நூல் நிலையம்.
5. உ.வே. சாமிநாதையர் (ப.ஆ.), புறநானூறு மூலமும் உரையும், 1950, சென்னை, ஜோதி அச்சுக்கூடம், நான்காம் பதிப்பு.
6. உ.வே. சாமிநாதையர் (ப.ஆ.), பத்துப்பாட்டு மூலமும் நச்சினார்க்கினியருரையும், 1950, சென்னை, கபீர் அச்சுக் கூடம், நான்காம் பதிப்பு.
7. உ.வே. சாமிநாதையர் (ப.ஆ.), சிலப்பதிகாரம், 1985, தஞ்சாவூர், தமிழ்ப் பல்கலைக்கழகம், மறுபதிப்பு.
8. உ.வே. சாமிநாதையர் (ப.ஆ.), பெருங்கதை, 1953, சென்னை, கபீர் அச்சுக்கூடம், மூன்றாம் பதிப்பு.
9. உ.வே. சாமிநாதையர் (ப.ஆ.), பரிபாடல் மூலமும் பரிமேலழகருரையும், 1995, சென்னை, உ.வே.சா. நூல் நிலையம், ஆறாம் பதிப்பு.
10. உ.வே. சாமிநாதையர் (ப.ஆ.), ஐங்குறுநூறு மூலமும் பழைய வுரையும், 1957, சென்னை, கபீர் அச்சுக்கூடம், ஐந்தாம் பதிப்பு.
11. உ.வே. சாமிநாதையர் (ப.ஆ.), சீவக சிந்தாமணி, 1986, தஞ்சாவூர், தமிழ்ப் பல்கலைக்கழகம், மறுபதிப்பு.
12. இரா. நடராசன் (ஆ.), புத்தகம் பேசுது சிறப்பு மலர் (1800 – 2009), சென்னை, பாரதி புத்தகாலயம்.
13. பெருமாள்முருகன் (தொ.ஆ.), உ.வே.சா. பன்முக ஆளுமை யின் பேருருவம், 2005, நாகர்கோவில், காலச்சுவடு பதிப்பகம்.

உ.வே.சா. பதிப்பு நெறிகள்: சிந்தாமணியே கிடத்தியால்

உ.வே. சாமிநாதையரின் சீவக சிந்தாமணிப் பதிப்பு, அவருடைய வரலாற்றில் மட்டுமன்றித் தமிழ்ப் பதிப்பு வரலாற்றிலும் மிகுந்த முக்கியத்துவம் வாய்ந்த நிகழ்வு. அப்பதிப்பு தொடர்பான செய்திகள் மட்டும் அவரது 'என் சரித்திரம்' நூலில் நூற்றுக்கும் மேற்பட்ட பக்கங்கள் உள்ளன. அந்நூல் பதிப்பில் அவர் ஈடுபடக் காரணம், அதிலேற்பட்ட சிரமங்கள், பதிப்புக்கான உழைப்பு, நூல் வெளியானபின் எதிர்கொண்ட பாராட்டுகள், கண்டனங்கள் என விரியும் அப்பகுதி பலவித உணர்ச்சிகள் கலந்து மயக்கும் சிறப்புடையதாகும். 1887ஆம் ஆண்டு வெளியான சீவக சிந்தமாணி ஐந்நூறு பிரதிகள் அச்சிடப்பட்டன. அவற்றுள் நூறு பிரதிகள் அச்சகத்தாரின் கவனக் குறைவால் வீணாகிவிட்டன. மீதம் நானூறு பிரதிகள் மட்டும் விநியோகிக்கப்பட்டன. மிகப்பெரும் பதிப்பு நிகழ்வு நானூறு பிரதிகளாகத்தான் தமிழகத்தில் உலவியிருக்கிறது.

ஐயரின் சீவக சிந்தாமணி முதல் பதிப்பைப் பார்க்க வேண்டும் என்னும் பெருவிருப்பம் எனக்குள் இருந்து வந்தது. அரிய நூல்களைச் சேகரித்துப் பாதுகாக்கும் திரு. நா.ப. ராமசாமி அவர்களது நூலகத்தில் எதேச்சையாகப் பொ. வேல்சாமியும் நானும் அப்பதிப்பைக் கண்டோம். பதிப்பு முறைகளையும் அச்சு நுட்பங்களையும் உ.வே.சா. கற்றுக்கொள்ளக் காரணமாக இருந்த அப் பதிப்பைக் கையில் ஏந்தியபோது நூற்றாண்டு கடந்து சென்று என் மனம் பரவசத்துள் ஆழ்ந்தது. சிற்றிலக்கியங்கள், தல புராணங்கள் ஆகியவற்றுக்குள் மூழ்கிக் கிடந்த ஐயரை மடை மாற்றிப் பழந்தமிழ் இலக்கியங்களின்

மேல் பார்வையைத் திருப்பச் செய்தவர் சேலம் இராமசுவாமி முதலியார். சீவக சிந்தாமணியை உ.வே.சா. பதிப்பிக்கக் காரணமே இராமசுவாமி முதலியார்தான். அவருடனான சந்திப்புப் பற்றி என் சரித்திரத்தில் விரிவாக ஐயர் எழுதியுள்ளார். அவரைக் கௌரவிக்கும் விதமாக முதல் பதிப்பின் முகப்புப் பக்கத்தில் 'சேலம் ஸ்ரீ இராமசுவாமி முதலியாரவர்கள் விருப்பத்தின்படி' என்று சேர்த்துள்ளார். பிந்தைய பதிப்புகளில் இது இல்லை.

ஐயரின் வாழ்நாளில் சீவக சிந்தாமணியின் மூன்று பதிப்புகள் வந்துள்ளன. 1887, 1907, 1922 ஆகிய ஆண்டுகளில் முறையே இப்பதிப்புகள் வெளியாயின. முதல் பதிப்பைவிட இருநூற்றுக்கும் மேற்பட்ட பக்கங்கள் கூடி அடுத்த பதிப்புகள் அமைந்தன. பக்க எண்ணிக்கையின் கூடுதல் அவரது உழைப்புக்குச் சான்றாகும். இம்மூன்று பதிப்புகளையும் ஒப்பிட்டுப் பார்த்தால் ஐயரின் பதிப்புப் பார்வையில் ஏற்பட்ட மாற்றங்கள், வளர்ச்சிகள் ஆகியவற்றை அறியலாம். பதிப்புக்குப் பதிப்பு, பிழையான பாடங்களைக் கண்டறிந்து திருத்தியுள்ளார். தகவல் பிழைகளைச் சரிசெய்துள்ளார். 'திருத்தக்க தேவர் சரித்திரச் சுருக்கம்' என்னும் பகுதியில் 'மதுரைக்குச் சென்று சங்கப் புலவர்களைத் தேவர் கண்டார்' என எழுதியதைப் பின்னர் 'ஜைன சங்கம்' என்று மாற்றியுள்ளார். நச்சினார்க்கினியர் வரலாறு கூறும்போது, 'திருவள்ளுவ நாயனார் அருளிச் செய்த திருக்குறளுக்கும் உரை செய்தருளினார்' என்று எழுதியதை இரண்டாம் பதிப்பில் நீக்கிவிட்டார்.

ஐயருடைய பதிப்புகளில் இடம்பெறும் மிகச் சிறப்பான பகுதியாகிய 'அரும்பத அகராதி' சீவக சிந்தாமணி முதல் பதிப்பில் இல்லை. இரண்டாம் பதிப்பில் இது விரிவாக இடம் பெற்றுள்ளது. அரும்பதங்கள் அகர வரிசையில் தரப்பட்டுக் குறிப்பிட்ட சில சொற்களுக்குப் பொருள்களும் வழங்கப்பட்டுள்ளன. சொற்கள் இடம்பெறும் பக்க எண்கள் கொடுக்கப்பட்டுள்ளன. மூன்றாம் பதிப்பில் பக்க எண்கள் நீக்கப்பட்டு, அதற்குப் பதிலாகச் செய்யுள் எண்கள் தரப்பட்டுள்ளன. இந்த மாற்றம் போகிற போக்கில் நிகழ்ந்துவிட்ட சாதாரண மாற்றம் அல்ல. பதிப்பிலே ஆழ்ந்து பணியாற்றிய ஐயர், அனுபவத்தினால் பெற்ற வளர்ச்சி.

அரும்பத அகராதிக்குப் பக்க எண் கொடுக்கப்பட்டால், அதன் அடுத்தடுத்த பதிப்புகளில் அப்படியே பயன்படுத்த இயலாது. பதிப்புக்குப் பதிப்பு சேர்க்கைகளும் திருத்தங்களும் இடம்பெற்றுப் பக்கங்கள் பலவாகக் கூடக் கடுமையாக உழைத்தவர் அவர். பதிப்பாசிரியருக்குத் தேவைப்படும் திருப்தியற்ற மனம் உடையவர் அவர். ஆராய்ச்சிக்குப் பயன்படும்

விதமாகத் தம் பதிப்பை உயர்வுபடுத்துவதில் சளைக்காத கவனம் கொண்டவர். ஆகவே பின்வரும் பதிப்புகளில் பக்க எண்ணிக்கை, அமைப்புகள் மாறுதலடையும் என்பதை உணர்ந்து, அரும்பத அகராதியில் பக்க எண்களை நீக்கிச் செய்யுள் எண் களைத் தந்துள்ளார். செய்யுள் வரிசை மாற்றமடையாதது. செய்யுள் எண்கள் கொடுக்கப்பட்டால் எத்தனை பதிப்புக்கென் றாலும் தொடர்ந்து அப்படியே பயன்படுத்தலாம். இடையிடையே சேர்க்கை, நீக்கம் செய்தாலும் பிரச்சினையில்லை. பொருளடைவு, அரும்பத அகராதி ஆகியன தயாரிக்கும் அயர்ச்சியூட்டும் வேலையைத் திரும்பத் திரும்பச் செய்ய வேண்டிய நிர்ப்பந்தம் இதனால் தவிர்க்கப்படுகிறது. பயன்படுத்தும் வாசகருக்கும் சிரமம் இல்லை. அத்தோடு, பதிப்பாசிரியரின் வாழ்நாளின் பிறகு மீண்டும் பதிப்பிப்போருக்கும் எளிது.

பதிப்பைப் பயன்படும் முறையிலும் நீண்டநாள் நிலைக்கும் வகையிலும் உருவாக்கும் திறன் படைத்தவர் ஐயர். 'சீவக சிந்தாமணி ஆராய்ச்சி விளக்கம்' என்னும் அட்டவணைப் பகுதி இரண்டாம் பதிப்பில் உள்ளது. 41 பக்கங்களிலான இப் பகுதியை மூன்றாம் பதிப்பில் 113 பக்கங்களாக விரிவுபடுத்தி யுள்ளார். அதேபோல 'விசேடக் குறிப்பு' என்னும் பகுதியும் இரண்டாம் பதிப்பில் தொடங்கிப் பின்னர் பெருக்கமடைந்திருக் கிறது. ஐயரின் இறப்புக்குப்பின் வெளியிடப்பட்ட பதிப்புகளில் இப்பகுதிகள் நீக்கப்பட்டுக் குறிப்புரையாக்கி அடிக்குறிப்புகளாகக் கொடுக்கப்பட்டுள்ளன. இது ஐயரின் உடன்பாட்டோடு செய்யப் பட்டதா என்பது தெரியவில்லை. மணிமேகலைப் பதிப்பில் பௌத்தத் தத்துவத்தை விளக்கும் 'புத்த சரித்திரம், பௌத்த தருமம், பௌத்த சங்கம்' என்னும் பகுதியை அவர் எழுதியிருந்தார். பின்னர் அது தனி நூலாக வெளிவந்தது. தனி நூலான பிறகும் மணிமேகலைப் பதிப்பில் அப்பகுதியை நீக்காமல் இடம்பெறச் செய்துள்ளார் அவர். அவரது இறப்புக்குப் பின் வந்த பதிப்புகளில் 'தனிநூலாக வந்த ஒன்று திரும்பவும் எதற்கு' எனக்கருதி அப்பகுதி நீக்கப்பட்டுவிட்டது. மணிமேகலையைப் பயன்படுத்தும் ஒருவருக்கு அதற்குள்ளேயே போதிய தகவல்கள் அனைத்தும் கிடைக்க வேண்டும் என்று கருதிய ஐயரின் மனப்பான்மைக்கும் 'வீணாக இத்தனை பக்கங்கள்' என்று அச்சுச் செலவு ஒன்றையே கருத்தாகக் கொண்ட பிறருக்கும் உள்ள அடிப்படை வேறுபாடு இது.

பயன்படுத்தும் ஒவ்வொரு சொல்லிலும் பெரும் கவனம் கொண்டவர் ஐயர். புறநானூற்றைப் பழைய உரையுடன் அவர் பதிப்பித்தார். அவ்வுரையை எழுதியவர் யாரெனத் தெரிய வில்லை. ஆகவே 'புறநானூறு மூலமும் பழைய உரையும்'

என்று தலைப்பிட்டார். அவருக்குப் பின் உ.வே.சா. நூலகம் வெளியிட்ட பதிப்பு, அதனைப் பின்பற்றித் தமிழ்ப் பல்கலைக் கழகம் வெளியிட்ட பதிப்பு ஆகியவற்றில் 'பழைய' என்னும் சொல் நீக்கப்பட்டுப் 'புறநானூறு மூலமும் உரையும்' என்று மட்டும் கொடுக்கப்பட்டுள்ளது. உரை யாருடையது என்பதைத் தலைப்பிலிருந்து வாசகர் உணர்ந்துகொள்ள முடியாது. உ.வே.சாவே உரை எழுதியுள்ளார் எனத் தவறாகப் புரிந்து கொள்ளவும் நேரும். 'பழைய' என்னும் ஒரு சொல் அத்தனை முக்கியத்துவம் உடையது.[1]

ஐயரின் பதிப்பு நூல்களை இருவிதமாகக் காண வேண்டும். ஐயரின் வாழ்நாளில் வந்த பதிப்புகள், அவர் மறைவுக்குப் பின் வெளியிடப்பட்ட மறுபதிப்புகள் என அவை அமையும். ஐயரின் வாழ்நாளில் வந்த பதிப்புகள், பதிப்புப் பார்வையில் அவரிடம் ஏற்பட்ட வளர்ச்சிகளையும் இலக்கியத்தில் அவர் பெற்ற புலமையின் ஆழத்தையும் மதிப்பிட உகந்தவையாகும். அவரது வாழ்நாளின் பின் உ.வே.சா. நூலகமும் பிறரும் வெளியிட்ட மறுபதிப்புகள் ஐயரின் நோக்கைப் புலப்படுத்துவன வல்ல. பதிப்புத் தொடர்பான நுட்பங்களை அறியாமல் கடனுக் காக வெளியிடப்பட்டவை அவை. ஐயரோடு பதிப்பு முயற்சிகள் முடிந்துபோயின என்னும் நிறைவெண்ணம் ஏற்பட்டுவிட்டதால், அடுத்தகட்ட வளர்ச்சி பற்றிய சிந்தனை இல்லாமல் இந்தப் பதிப்புகள் வந்துள்ளன.

ஓலைச்சுவடியிலிருந்து எடுத்து அச்சிடுவதுதான் பதிப்பு என்னும் மேலோட்டமான பார்வை தமிழ்ச் சமூகத்தில் நிலவி வருவதால், ஐயரின் பதிப்புகள் அடுத்த கட்டத்தில் எப்படி அமைய வேண்டும் என்னும் சிந்தனை இங்குத் தோன்றவில்லை. ஓலைச்சுவடியிலிருந்து எடுத்தெழுதிய பின் பதிப்புக்கென அவர் செய்திருக்கக்கூடிய வேலைகள்தான் பதிப்பு வரலாற்றில் அவரை நிலைநிறுத்தியிருக்கின்றன. ஆகவே, பதிப்பு அடுத்தடுத்த கட்டங்களில் செழுமை பெற்றுக்கொண்டே இருக்க வேண்டியது என்னும் பார்வை இங்கு உருவாக வேண்டும். கல்விப்புலம் சார்ந்தோர் ஆய்வுக்கென இத்தகைய பதிப்புகளையே பெரிதும் பயன்படுத்த வேண்டும். அவ்வாறு பயன்படுத்தும்போதே பதிப்புச் செழுமையின் தேவை உணரப்படும்.

ஐயரின் பதிப்புகளை மறுபதிப்புச் செய்யும் முறைகளைப் பற்றிச் சில கருத்துகளை இனிக் காண்போம். அவர் பதிப்பித்த மிக முக்கியமான நூல்கள் அவரது காலத்திலேயே பெரும்பாலும் மூன்று பதிப்புகள் வரை வந்துள்ளன. ஒவ்வொரு பதிப்பும் அவரது உழைப்பினால் மேன்மேலும் செழுமை பெற்றுள்ளது. ஆகவே அவரது வாழ்நாளில் இறுதியாக வந்த பதிப்பையே

மறுபதிப்புச் செய்ய வேண்டும் என்பது சரியானது. ஆனால் அந்த இறுதிப் பதிப்பில் எத்தகைய மாற்றத்தையும் செய்யாமல், உ.வே.சா. எப்படி வெளியிட்டிருந்தாரோ அப்படியே அச்சுப் பிசகாமல் வெளியிட வேண்டும். ஏதாவது மாற்றங்கள் செய்யப் பட்டால், அவை அவர் செய்தவை அல்ல என்று தெரியும்படி தனித்துக் காட்டப்பட வேண்டும். சீவக சிந்தாமணியை மறுபதிப்புச் செய்துள்ள தமிழ்ப் பல்கலைக்கழகம் நிழற்படப் பதிப்பாக வெளியிட்டுள்ளது. நிழற்படப் பதிப்புக்கு எடுத்துக் கொண்டிருக்க வேண்டிய பிரதி 1922இல் ஐயர் வெளியிட்ட மூன்றாம் பதிப்புதான். ஆனால் அதற்குப்பின் உ.வே.சா. நூலகம் வெளியிட்ட ஏழாம் பதிப்பே மூலமாகக் கொள்ளப்பட்டுள்ளது. ஏழாம் பதிப்பு முன்னுரையில் 'இப்பதிப்பில், உரையில் வரும் மேற்கோள் நூல்களின் அகர வரிசையும் மேற்கோள் பாடல் களின் முதற்குறிப்பும் எழுதிச் சேர்க்கப்பட்டுள்ளன' என்று குறிப்பிடப்பட்டுள்ளது. சேர்க்கை பற்றிய குறிப்பு மட்டும் உள்ளதே தவிர நீக்கம், மாற்றம் பற்றிய தகவல் எதுவும் தரப்பட வில்லை.

தமிழ்ப் பல்கலைக்கழகம் வெளியிட்ட புறநானூறு பதிப்புக் கும் ஐயரது காலப் பதிப்பு மூலமாகக் கொள்ளப்படவில்லை. உ.வே.சா. நூலகம் வெளியிட்ட பதிப்பே ஆதாரமாக எடுக்கப் பட்டுள்ளது. இம்முறை பதிப்புக்குப் போதுமானதல்ல. வெளியிடு வோர் செய்யும் மாற்றங்கள் பற்றியும் பதிப்பு பற்றிய முழுமை யான பார்வை இல்லாமலும் வெளியிடப்பட்ட உ.வே.சா. நூலகப் பதிப்புகளை ஆதாரமாகக் கொள்வது ஐயரின் பதிப்புக்குச் சிறப்புச் சேர்ப்பதாகாது. பார்ப்பனர் என்பதால் ஐயரைப் பதிப்பு வரலாற்றிலிருந்து ஓரங்கட்ட விழையும் நிகழ்ச்சிகளும் நடந்ததுண்டு. ஆனால் பார்ப்பனரல்லாதாரால் அது முடியவில்லை. கவலையை விடுங்கள், நானிருக்கிறேன் என்று களத்தில் குதித்தது ஐயர் பெயரில் இயங்கிவரும் நூல் நிலையம். இத்தகைய வரலாற்று முரண் எல்லாக் காலத்திலும் நடந்துகொண்டுதானிருக்கிறது.

ஐயரின் பதிப்புகளை இன்றைய காலத்திற்கும் தேவைக்கும் ஏற்பச் செழுமைப்படுத்துவது எவ்வாறு? 1887இல் அவர் வெளி யிட்ட சீவக சிந்தாமணிப் பதிப்பு எப்படி இருந்தது என்று நாம் அறிய வேண்டும். அதே சமயம் அடுத்தடுத்த பதிப்புகளில் அவர் என்னென்ன மாற்றங்கள் செய்தார், எத்தகைய சேர்க்கை களைக் கொடுத்தார் என்பவற்றையும் தெரிந்துகொள்ள வேண்டும். இது வெறுமனே உணர்ச்சிவசப்பட்டு என் மனம் கொள்ளும் ஆசையல்ல. 'தமிழ்த் தாத்தா' என்று பட்டம் கொடுத்துச் சிலை வைத்துவிட்டதால் உ.வே.சாவைப் போற்றிப் பாராட்டி

விட்டோம் என்பதாகாது. அவரது வரலாற்றோடு உணர்ச்சிகர மான தொடர்புடையது சீவக சிந்தாமணி முதல் பதிப்பு. தமிழ்ப் பதிப்பு வரலாற்றிற்கு மிக முக்கியமான ஆதாரமாக விளங்குவதும் அப்பதிப்பாகும். இத்தகைய சிறப்புடைய ஒரு பதிப்பை அடுத்தடுத்த தலைமுறைக்குக் கொண்டு சேர்ப்பது அவசியம். 'என் சரித்திரம்' வாசிக்கும் எவருக்கும் சீவக சிந்தாமணி முதல் பதிப்பைப் பார்க்கும் ஆவல் நிச்சயம் எழும். அந்த ஆவலைத் தீர்க்கும் வகையில் அப்பதிப்பை அனைவருக்கும் கிடைக்கச் செய்ய வேண்டும்.

இரண்டாம், மூன்றாம் பதிப்புகளில் ஐயர் பல மாற்றங் களைச் செய்துள்ளார். '...இதன் இரண்டாம் பதிப்பு வெளிவந்த பின்பு கிடைத்த சில கையெழுத்துப் பிரதிகளாலும் செய்து வந்த நூல்களின் ஆராய்ச்சிகளாலும் இந்நூலும் இவ்வுரை முதலியனவும் சிலசில திருத்தங்களையும் பொருட்பெருக்கத் தையும் விளக்கத்தையும் இப்போது அடைந்துள்ளன' என எழுதுகிறார். 'சில சில திருத்தங்கள்' எவை என்பதைக் குறிப்பாகச் சுட்டவில்லை. முதற்பதிப்புக்குப் பின் இவ்வாறு அவர் செய்துள்ள மாற்றங்களைக் காட்டும் வகையில் இப்போதைய மறுபதிப்பு அமைய வேண்டும். முதல் பதிப்பில் அவர் கொண்டுள்ள மூலபாடங்கள் பல, இரண்டாம், மூன்றாம் பதிப்புகளில் திருத்தம் பெற்றுள்ளன. உரையில் மாறிய பாடங்களும் பாடபேதங் களும் பல. இவற்றை ஓரளவு தொகுத்து டாக்டர் உ.வே.சா. காப்பியப் பதிப்புகள் என்னும் நூலில் இரா. காசிராஜன் கொடுத்துள்ளார். இவ்வாறு ஐயர் செய்த மாற்றங்கள் அனைத் தையும் ஒருசேரத் தொகுத்து முதற்பதிப்பு நூலுக்குள்ளேயே இடம்பெறும் வகையில் இப்போதைய பதிப்பு அமைய வேண்டும். சிறுசிறு திருத்தங்கள் அந்தந்தப் பக்கங்களிலேயே அடிக்குறிப்பாக இடம்பெறலாம். பெரும் மாற்றங்கள், சேர்க்கைகள் ஆகியவை இரண்டாம் பதிப்பு, மூன்றாம் பதிப்பு எனப் பிரிக்கப்பட்ட முறையில் பிற்சேர்க்கையாக அமையலாம்.

அதாவது, இப்போதைய பதிப்பு, ஐயரின் முதல் பதிப்பை மூலபாடமாகக் கொண்டிருக்க வேண்டும். பிந்தைய பதிப்புகளில் நேர்ந்த மாற்றங்களையும் காட்ட வேண்டும். இப்பதிப்பைக் கையில் வைத்திருக்கும் ஒருவர், 'ஒவ்வொரு பதிப்பிலும் புதிது புதிதாக எதையாவது சேர்க்க வேண்டுமென்று விழைந்த ஐயரவர் களின் ஆர்வமும் அதன் காரணமாகப் பதிப்புத் துறையில் அவரடைந்த முதிர்ச்சியும் தெற்றெனப் புலப்படும்' எனக் காசிராஜன் கூறுவதை ஆதாரபூர்வமாக உணர வாய்க்கும். ஐயரின் பதிப்புகளை ஒப்பிட்டுப் பார்க்கும்போது கிடைக்கும் வியப்புகளை இத்தகைய பதிப்பொன்றால் இன்றைய வாசகர்

பெறமுடியும். இந்தப் பதிப்பு, பதிப்பு வரலாற்று ஆராய்ச்சிக்கும் ஒப்பீட்டு ஆராய்ச்சிக்கும் உதவுவதோடு அவ்வாய்வுகளைச் சுலபமாக்கும். இன்று ஆய்வில் ஈடுபடுவோர் ஆதாரத் தரவுகளைச் சேகரிப்பதிலேயே பெரும்பான்மையான உழைப்பைச் செலவிட வேண்டியிருக்கிறது. ஆதாரத் தரவுகளைத் தரும் பதிப்பொன்று வருமானால் ஆராய்ச்சியாளர், பதிப்பாளரின் வேலையில் ஈடுபட வேண்டியிராது.

இத்தகைய ஒரு பதிப்பை மேலும் செம்மை செய்ய வேண்டு மென்றாலும் இயலும். ச. வையாபுரிப்பிள்ளையின் உதவியால் பதிப்பித்துச் சைவ சித்தாந்த சமாஜம் வெளியிட்ட சீவக சிந்தாமணி மூலம் உள்ளது. ஐயர் கொண்ட பாடங்கள் பல வற்றை வையாபுரிப்பிள்ளை அதில் திருத்தம் செய்துள்ளார். அத்தகைய திருத்தங்களையும் இப்போதைய பதிப்பில் குறிப்பிட்டுக்காட்டலாம்.

பதிப்பு என்பது ஒரு கட்டத்தோடு நின்றுவிடும் வேலையல்ல. புதிது புதிதாகச் செய்துகொண்டேயிருக்கக் காலம் நிர்ப்பந்திக் கிறது. காலத்தின் குரலுக்குத் தமிழ்ச் சமூகம் செவி கொடுக்குமா?

பயன்பட்ட நூல்கள்

1. *சேலம் ஸ்ரீ இராமசுவாமி முதலியாரவர்கள் விருப்பத்தின் படி திருக்கைலாயப் பரம்பரைத் திருவாவடுதுறை யாதீனத்து ஸ்ரீலஸ்ரீ சுப்பிரமணிய தேசிக மூர்த்திகள் (மேற்படி) ஆதீனத்து மஹாவித்துவான் மீனாட்சிசுந்தரம் பிள்ளையவர்கள் ஆகிய இவர்கள் மாணாக்கரும் கும்ப கோணம் கவர்ன்மென்டு காலேஜ் தமிழ்ப் பண்டிதருமாகிய உத்தமதானபுரம் வே. சாமிநாதையர் (ப. ஆ), ஸ்ரீ திருத்தக்க தேவரியற்றிய சீவக சிந்தாமணி மூலமும் மதுரையாசிரியர் பாரத்துவாசி நச்சினார்க்கினியருரையும், திராவிட ரத்நாகர அச்சுக்கூடம், சென்னை, 1887.*

2. *சென்னை, ப்ரெஸிடென்ஸி காலேஜ் தமிழ்ப் பண்டித ராகிய உத்தமதானபுரம், வே. சாமிநாதையர் (ப. ஆ) திருத்தக்க தேவரியற்றிய சீவக சிந்தாமணி மூலமும் மதுரையாசிரியர் – பாரத்துவாசி நச்சினார்க்கினியருரை யும், ப்ரெஸிடென்ஸி அச்சுக்கூடம், சென்னை, இரண்டாம் பதிப்பு, 1907.*

3. *உத்தமதானபுரம் மகாமகோபாத்தியாய தாக்ஷிணாத்திய கலாநிதி டாக்டர் வே. சாமிநாதையர் (ப.ஆ), திருத்தக்க தேவரியற்றிய சீவக சிந்தாமணி மூலமும் நச்சினார்க்கினிய ருரையும், தமிழ்ப் பல்கலைக்கழகம், தஞ்சாவூர், 1986.*

4. உ.வே. சாமிநாதையர் (ப.ஆ) புறநானூறு மூலமும் உரையும், தமிழ்ப் பல்கலைக்கழகம், தஞ்சாவூர், 1985.

5. உ.வே. சாமிநாதையர் (ப.ஆ), மணிமேகலை, உ.வே.சா. நூல் நிலையம், சென்னை, ஏழாம் பதிப்பு 1981.

6. உ.வே. சாமிநாதையர், என் சரித்திரம், உ.வே.சா. நூல் நிலையம், சென்னை, மூன்றாம் பதிப்பு, 1990.

7. இரா. காசிராஜன், டாக்டர் உ.வே.சா. காப்பியப் பதிப்புகள், உலகத் தமிழாராய்ச்சி நிறுவனம், சென்னை, 1985.

குறிப்பு

1. புறநானூறு பற்றிய இத்தகவல் பிழையானது. விவரத்திற்குக் காண்க: இந்நூல் ப. 82, 83.

○

கீழ்க்கணக்கு நூல்கள்: ச. வையாபுரிப்பிள்ளை பதிப்புகள்

பேராசிரியர் ச. வையாபுரிப்பிள்ளை பதினெண் கீழ்க்கணக்கு நூல்களில் சிறுபஞ்ச மூலம், திரிகடுகம் (1944), நான்மணிக்கடிகை (1944), இன்னா நாற்பது (1944), இனியவை நாற்பது (1949), ஆகிய ஐந்து நூல்களைப் பதிப்பித் திருக்கிறார். உ.வே. சாமிநாதையர் பதிப்பித்த குறுந்தொகை 1937ஆம் ஆண்டு வெளியானது. அதையொட்டி வையாபுரிப் பிள்ளை 'பதினெண் கீழ்க்கணக்கு நூல்களின் பதிப்பு முயற்சிகள்' என்னும் கட்டுரை ஒன்றை 1938இல் எழுதி யுள்ளார்.

அக்கட்டுரையில் 'தமிழுலகு வெகுகாலமாக எதிர் பார்த்துக் கொண்டிருந்த குறுந்தொகைப் பதிப்பு டாக்டர் சாமிநாதையரவர்களால் சில நாட்களுக்கு முன்பு வெளி யிடப்பட்டது. ஆகவே எட்டுத்தொகை என வழங்குவன வற்றுள் அனைத்து நூல்களும் ஒருவாறு பரிசோதிக்கப் பெற்று பெரும்பாலும் நல்ல பதிப்புகளாக வெளிவந்து விட்டன. இவற்றில் இனி நிகழ வேண்டும் ஆராய்ச்சியாலும் பிரதிகளின் உதவியாலும் சிற்சில திருத்தங்கள் ஏற்படக் கூடும்' (ப.413) என்று குறிப்பிடுகின்றார். மேலும் 'தொகை நூல்களின் நிலை இவ்வாறிருக்க அவற்றோடு உட னெண்ணப்படும் பதினெண் கீழ்க்கணக்கு நூல்கள் பலவற்றிற்கு இதுவரை திருந்திய பதிப்புகள் வெளிவர வில்லையென்றே சொல்ல வேண்டும்' (ப.414) என்றும் கூறுகிறார். இந்த அடிப்படையிலேயே பதினெண் கீழ்க் கணக்கு நூல்களைப் பதிப்பிக்கும் முயற்சியில் அவர் ஈடுபட்டுள்ளார்.

பதினெண் கீழ்க்கணக்கு நூல்கள் அனைத்தையும் திருத்தமான பாடங்களுடன் நல்ல பதிப்பாகக் கொண்டு வர வேண்டும் என அவர் திட்டமிட்டிருக்கிறார். 1944இல்

வெளியான நான்மணிக்கடிகை, இன்னா நாற்பது ஆகியவற்றின் பதிப்பு முன்னுரைகளில் 'இந்நூலையும் கீழ்க்கணக்கு நூல்களை யும் பதிப்பிடுவதற்குச் சென்னைப் பல்கலைக்கழகத்தார் அனுமதி அளித்துள்ளார்கள்' என்றும் 'தமிழ்ப் பதிப்பகத்தார் கீழ்க்கணக்கு நூல்களைத் தங்கள் பதிப்பாக வெளியிட இசைந்துள்ளார்கள்' என்றும் குறிப்பிட்டுள்ளார். பின்னர் 1949இல் வெளியான இனியவை நாற்பது முன்னுரையில், 'ஆசிரியர் நூற்பதிப்புக்கழகத் தார் பதினெண் கீழ்க்கணக்கு நூல்களை வரிசையாக அச்சியற்ற மனமுவந்து இசைந்துள்ளார்கள். மற்றைய நூல்களும் தொடர்ந்து வெளிவரும்' என்று எழுதியுள்ளார்.

பதினெண் கீழ்க்கணக்கு நூல்களின் வெளியிடப்படாத கையெழுத்துப் பிரதிகள் சிலவற்றை வையாபுரிப்பிள்ளையின் பதிப்புப் பணி குறித்து ஆய்வு செய்துள்ள பு. ஜார்ஜ் கண்டெடுத்துக் காட்டியுள்ளார். முதுமொழிக்காஞ்சி முழுமையாக அச்சுக்குச் சித்தமான நிலையில் உள்ளது. திருக்குறள் காலிங்கர் உரை, நாலடியார், பழமொழி, திணைமொழி ஐம்பது, ஏலாதி ஆகிய வற்றின் கையெழுத்துப் படிகள் அச்சுக்கு முழுமையாகத் தயா ராகாத நிலையில் உள்ளன.

பதினெண் கீழ்க்கணக்கு முழுவதையும் பதிப்பிக்கத் திட்டமிட்ட அவர் ஐந்து நூல்களை மட்டுமே வெளியிட்டார். அவரது திட்டம் நிறைவேறாமல் போன காரணம் தெரிய வில்லை. தொடர்ந்து பதினெண் கீழ்க்கணக்கு நூல்களை வெளி யிடப் போவதாக அறிவித்த தமிழ்ப் பதிப்பகம் நான்மணிக்கடிகை, இன்னா நாற்பது ஆகிய இரண்டு நூல்களோடு தன் வெளியீட்டை நிறுத்திவிட்டது. ஆசிரியர் நூற்பதிப்புக் கழகம் இனியவை நாற்பது ஒன்றை மட்டும் வெளியிட்டதோடு சரி. 1940களில் புத்தக வெளியீட்டிற்குக் காகிதத் தட்டுப்பாடு நிலவியது. இரண்டாம் உலகப்போரின் விளைவாக ஏற்பட்ட இந்தத் தட்டுப்பாடு இத்தகைய வெளியீட்டுத் திட்டங்களை முடக்கி யிருக்கக் கூடும்.

தமிழ்ப் பதிப்பகம், ஆசிரியர் நூற்பதிப்புக் கழகம் ஆகிய வற்றின் அறிவிப்புகள் புதிதாகப் பதிப்பகம் தொடங்குவோரின் பரவசம் சார்ந்தவையாக இருக்கக்கூடும். மேற்கொண்டு திட்டங் களைச் செயல்படுத்த இயலாத நிலை உருவாகியிருக்கலாம். வையாபுரிப்பிள்ளைக்கு ஏற்பட்ட உடல் தளர்ச்சி அல்லது அவரது பணி பற்றிய அக்கால எதிர்வினைகள் இந்தப் பதிப்பு வேலையில் அவருக்குச் சலிப்பை உண்டாக்கி இருக்கலாம். இந்தவிதமான ஏதோ காரணங்களால் எப்போதோ வந்திருக்க வேண்டிய பதினெண் கீழ்க்கணக்குச் செம்பதிப்புகள் இன்றுவரை வையாபுரிப்பிள்ளை கண்ட கனவாகவே இருக்கின்றன.

வையாபுரிப்பிள்ளையின் இயங்கு தளத்தை மூன்றாகப் பிரிக்கலாம். அடிப்படையில் அவர் ஓர் அகராதியியலாளர். தமிழ் லெக்சிகன் பதிப்பாசிரியராக இருந்து அதனை முற்றுப் பெறச் செய்தவர். அடுத்து அவர் தமிழ் இலக்கியத்தின் காலம், மூலபாட நிர்ணயம், ஒப்பீட்டு முறை முதலிய நிலைகளில் ஆய்வை நிகழ்த்திய ஆராய்ச்சியாளர். மூன்றாவதாக அவர் ஓர் பதிப்பாசிரியர். அகராதியியலாளர், ஆராய்ச்சியாளர் என்னும் இரு தன்மைகளும் அவரது பதிப்பாசிரியர் பணியில் ஊடாடியிருப்பதைக் காணலாம்.

நிகண்டுகள், சிற்றிலக்கியங்கள் முதலிய பலவற்றை அவர் பதிப்பித்தது அகராதி ஆசிரியராகப் பணியாற்றிக் கொண்டிருந்த போதுதான். அகராதிக்கான சொற்தரவுகளைச் சேகரித்தபோது அவற்றின் மூலமாகிய ஆதார நூல்களுக்கு நல்ல பதிப்புகள் தேவை என்பதை உணர்ந்து பதிப்பு வேலைகளில் அவர் ஈடு பட்டார். பின்னர் இலக்கியப் பதிப்புகளில் ஈடுபட்டபோதும் அகராதி நோக்கு அவர் பதிப்புகளில் செயல்பட்டிருப்பதை அறியமுடிகிறது. எந்தச் சிறு விசயத்தையுமே அகராதிக் கண்ணோட்டத்தில் காண்பவர் அவர்.

1949ஆம் ஆண்டில் பதிப்பித்த இனியவை நாற்பது நூலின் இறுதியில் அதுவரை அவர் பதிப்பித்த நூல்களின் பட்டியல் கொடுக்கப்பட்டுள்ளது. 39 நூல்கள் இடம் பெற்றிருக்கும் அப்பட்டியல் அகரவரிசை முறையில் கொடுக்கப்பட்டுள்ளது. சில நூல் பதிப்புகளின் மூலச் சிந்தனையே அகராதி நோக்கி லிருந்து உருவாகி இருக்கிறது. வையாபுரிப்பிள்ளையின் முக்கிய நூல் பதிப்பாகிய ‘சங்க இலக்கியம் பத்துப்பாட்டும் எட்டுத்தொகை யும்’ என்னும் பதிப்பு அவ்வகையிலானது. சைவ சித்தாந்த சமாஜம் வெளியிட்ட அப்பதிப்பிற்கான அடிப்படையே அகராதி நோக்குத்தான்.

சங்க இலக்கிய நூல்கள் எல்லாம் திருத்தமான பதிப்புகளாக வந்துவிட்டன என்று வையாபுரிப்பிள்ளையே குறிப்பிட்டு எழுது கிறார். ஆனால் சங்க இலக்கியப் பதிப்பு வேலை முடிவு பெற்றுவிட்டதாக அவர் கருதவில்லை. சங்க இலக்கியத்தில் ஆராய்ச்சி செய்வோருக்கு உதவும் வகையிலான பதிப்பு பற்றிய சிந்தனையில் ஈடுபட்டுள்ளார். அவர் ஆராய்ச்சியாளராகவும் இருந்ததால் இத்தகைய பதிப்பின் தேவை பற்றிய உணர்வு அவருக்கு ஏற்பட்டுள்ளது. இந்தப் பதிப்பின் அமைப்பு முறை, ‘சங்க புலவர்களின் பெயர்களை அகர வரிசையில் அமைத்தும், பாட்டு தொகை நூல்களையும் அவ்வாறே அகராதி அடைவில் வைத்தும் பாடல்களை அவ்வந் நூல்களின் தொடர் எண் வரிசையில் கொண்டும்’ உருவாக்கப்பட்டது. ‘ஒரு புலவர்

பாடிய பாடல்களையெல்லாம் ஒருசேரப் படிக்கக்கூடிய வசதியே' இப்பதிப்பின் பயன். அகராதிக் கூறுகளின் அடிப்படையில் தயாரித்துத் தரப்பட்டுள்ள பின்னிணைப்புப் பகுதிகள் இப்பதிப் பின் தனித்தன்மை. சங்க இலக்கிய நூற்பொருள்களை எளிதில் நோக்கி உணர்தற்குரிய கருவி நூல் இது எனப் பதிப்புரை கூறுகின்றது. ஒவ்வொரு பதிப்பையும் பல்நோக்குப் பயன்பாடு கொண்ட கருவி நூலாக உருவாக்குவதே வையாபுரிப்பிள்ளை அவர்களின் நோக்கம்.

கருவி நூல்களின் தேவையை, அவற்றின் முக்கியத்துவத்தை அகராதியாளரால் நன்கு உணர முடியும். ஆகவே நூல் பதிப்பைக் கருவி நூல் என்னும் தரத்திற்கு உயர்த்த அவரால் முடிந்திருக் கிறது. அவருக்கு முந்தைய பதிப்பாசிரியர்கள் பின்னிணைப்பில் அரும்பத அகராதி கொடுப்பதைப் பின்பற்றி வந்தனர். உ.வே.சா. பதிப்புகள் அனைத்திலும் பொருளுடன் கூடிய அரும்பத அகராதியைக் காணலாம். வையாபுரிப்பிள்ளையின் பதினெண் கீழ்க்கணக்குப் பதிப்புகளின் பின்னிணைப்புகளில் அருஞ்சொற் பொருள் அகராதி உள்ளது. கூடுதலாகச் சொல்லகராதி, சொல் தொடர் அகராதி அமைந்துள்ளன. இரண்டும் ஒன்றுதான்.

திரிகடுகம், சிறுபஞ்ச மூலம் ஆகிய நூல்களுக்குச் 'சொல்லகராதி' என்று கொடுத்துள்ளார். மற்ற மூன்று நூல் களிலும் 'சொல் தொடர் அகராதி' என்று உள்ளது. இன்றைய மொழியில் சொன்னால் இவை சொல்லடைவு எனப்படும். ஒரு நூலில் பயின்றுவரும் அனைத்துச் சொற்களையும் தொகுத்து அவை வரும் இடம் பற்றிய குறிப்போடு அகர வரிசையில் கொடுப்பதுதான் சொல்லடைவாகும். அகராதி தயாரிப்போருக்கு இந்தச் சொல்லடைவு மிகுதியும் பயன்படும். சொல் வரலாறு, சொல்லாய்வு ஆகியவற்றை அறிவதற்குச் சொல்லடைவு உதவும். நூலின் காலத்தைக் கணிப்பதற்குச் சொல்லாய்வைப் பயன் படுத்திய வையாபுரிப்பிள்ளைக்குச் சொல்லடைவின் பலவிதப் பயன்பாடு பற்றிய உணர்வு இருந்தமையாலேயே அதனைத் தயாரித்துக் கொடுத்துள்ளார்.

பதினெண் கீழ்க்கணக்கு நூல்களின் பதிப்புகளில் அவர் கொடுத்துள்ள மற்றொரு பின்னிணைப்பு 'நூற்பொருள்' அகராதி ஆகும். பதினெண் கீழ்க்கணக்கைப் பதிப்பித்த வேறு எவரும் கொடுக்காத அகராதி இது. இவ்வகை அகராதி நீதி நூல்களுக்கு மட்டுமே தேவைப்படுவது என்று சொல்லலாம். ஒரு நூலில் இடம்பெற்றுள்ள நீதிகள் அனைத்தையும் தொகுத்துச் செய்யுளின் தொடர் அமைப்பிலேயே அகர வரிசைப்படுத்திக் கொடுக்கிறது இவ்வகராதி. இன்னா நாற்பது எவையெவற்றை எல்லாம் இன்னா என்று கூறுகிறது என்று அறிய விரும்புவோருக்குப்

பாடல்கள் அனைத்தையும் படித்துத் தொகுத்துக்கொள்ளும் சிரமம் தேவையில்லை. நூற்பொருள் அகராதி அதைச் செய்து தந்திருக்கிறது. மேலும் இதனைப் பயன்படுத்திப் பிற நீதி நூல் களுடன் ஒப்பீடு செய்வது எளிது. பிறமொழி நீதி நூல்களுடன் ஒப்பிட இது மிகவும் உதவும். ஆசாரக்கோவை சொல்லும் ஆசாரங்கள் வடமொழி நீதி நூல்களோடு தொடர்புடையவை எனக் கருதப்படுகின்றன. வடமொழி நூல்களின் மொழிபெயர்ப்பு என்றும்கூட இதைக் கூறுகின்றனர். இதனை ஆராய முயல் வோருக்கு நூற்பொருள் அகராதி பெருந்துணையாகும். ஆனால் ஆசாரக்கோவைக்கு அப்படி ஒரு அகராதி இதுவரை உருவாக்கப் படவில்லை.

வையாபுரிப்பிள்ளையின் பதிப்புகளின் மற்றொரு சிறப்பு ஆராய்ச்சியாளர் என்னும் பார்வையில் அவர் செய்துள்ளவை. பதினெண் கீழ்க்கணக்கு நூல் பதிப்புகளில் அவர் எழுதியுள்ள முன்னுரைகள் மிகவும் முக்கியமானவை. பிற பதிப்பாசிரியர் களின் முன்னுரைகளிலிருந்து வேறுபட்ட வகையில் இவர் முன்னுரைகள் அமையும். நூலின் பெயர்க் காரணத்திலிருந்து நூலின் காலம்வரை ஆராயும் விதத்தில் முன்னுரை விளங்கு கிறது. அகராதியாளர் அவர் என்பதால் சொற்களில் சட்டென அவர் கவனம் குவிகிறது. சில நூல்களின் காலத்தைக் கணிக்க அந்த நூலில் வரும் ஒரே ஒரு சொல் அவருக்குப் போதுமானதா யிருக்கிறது. இனியவை நாற்பதின் காலம் ஒன்பதாம் நூற்றாண்டு என்பதற்கு ஆதாரமாகப் 'பொலிசை' என்னும் சொல் வரலாற்றை விளக்குகிறார். நான்மணிக்கடிகையின் காலத்தைக் கணிக்க அதில் கையாளப்பட்டுள்ள சொல் வடிவங்கள், வேற்றுமை உருபுகள் முதலியவற்றை ஆதாரமாக்குகிறார்.

வையாபுரிப்பிள்ளையின் பதிப்புகளில் மிக முக்கியமாக அவர் செய்தது பாடபேத ஆய்வாகும். சீவக சிந்தாமணியை நச்சினார்க்கினியர் உரையுடன் உ.வே.சா. பதிப்பித்தார். அடுத்தடுத்த பதிப்புகளில் திருத்தங்கள் செய்து அவர் வெளி யிட்டார். இருப்பினும் சீவக சிந்தாமணி மூலத்தை மட்டும் சைவ சித்தாந்த சமாஜ வெளியீடாக வையாபுரிப்பிள்ளை பதிப்பிக்கக் காரணம் சரியான பாடங்களுடனான பதிப்பு வெளிவர வேண்டும் என்பதுதான். உ.வே.சாவின் பதிப்புகளிலும் திருந்த வேண்டிய பாடங்கள் பல இருக்கின்றன என்பது வையாபுரிப்பிள்ளையின் கருத்தாகும். சரியான பாடத்தை நிர்ணயித்துப் பதிப்பிக்க வேண்டும் என்பது அவர் வகுத்துக் கொண்ட பதிப்பு நெறிமுறை.

ஒரு பாடபேதம் ஆய்வாளருக்கு எவ்வளவு முக்கியம் என்பது அவரது ஆராய்ச்சியின் மூலமே விளங்கும். இனியவை

நாற்பதின் காலத்தை நிர்ணயம் செய்ய அவருக்குப் பயன்பட்ட சொல் 'பொலிசை' என்பது. அச்சொல்லே ஒரு பாடபேதத்தின் மூலமாக அவர் ஆராய்ந்து கண்டதாகும். 'உற்ற பேராசை' என எல்லாப் பதிப்புகளிலும் கொடுக்கப்பட்டிருந்தன. பழைய உரையில் 'மிக்க ஊதியம்' என்று பொருள் உள்ளது. வையாபுரிப் பிள்ளைக்குக் கிடைத்த ஏட்டுப் பிரதியில் 'உற்ற பொலிசை' எனப் பாடம் இருந்தது. பொலிசை என்பதற்கு ஊதியம் என்பது பொருள். ஆகவே பேராசை என்னும் பாடம் தவறு, பொலிசை என்பதுதான் சரியான பாடம் என நிறுவுகிறார்.

நான்மணிக்கடிகையின் முன்னுரையிலும் இப்படியான மூல பாட ஆய்வை நிகழ்த்துகிறார். 'நன்றூக்கல் அந்தணர் உள்ளம்' என்று வரும் 86ஆம் பாடல் 'அறனூக்கல் அந்தணர் உள்ளம்' என்றிருக்க வேண்டும் என முடிவு செய்கிறார். இன்னா நாற்பதில் 'குழல் இல் இயமரத்து ஓசை நற்கு இன்னா' என ஓரடியின் பாடத்தை நிர்ணயிக்கிறார். இவ்வாறு பிற பதிப்பாசிரியர்களிடம் காணப்படாத மூலபாட ஆய்வும் பாட நிர்ணயம் செய்யப்பட்ட பதிப்புமுறையும் வையாபுரிப் பிள்ளையின் சிறப்பியல்புகள்.

பதினெண் கீழ்க்கணக்கு நூல் பதிப்புகள் ஐந்தையும் பழைய உரையோடு அவர் பதிப்பித்திருக்கிறார். ஒன்றுக்கு மேற்பட்ட பழைய உரைகள் இருக்கும்போது அவற்றில் சிறந்ததைத் தேர்ந்தெடுத்துக் கொண்டிருக்கிறார். பாடல், பழையவுரை ஆகியவற்றைப் பதிப்பித்ததோடு நின்றுவிடவில்லை. அவை பற்றிய தனது கருத்துக்களை 'ஆராய்ச்சிக் குறிப்புகள்' 'விளக்கக் குறிப்புக்கள்' எனத் தலைப்பிட்டு நூலின் பின்னிணைப்பில் கொடுத்திருக்கிறார். அக்குறிப்புகள் ஆராய்ச்சியாளர் ஒருவரின் தேர்ந்த நோக்கைக் கொண்டவை. பாடற்பொருள், உரைத்தெளிவு, ஒப்புமைப் பகுதிகள் ஆகியவற்றிற்காக இப்பகுதி அமைகின்றது. உ.வே.சா. உள்ளிட்ட பதிப்பாசிரியர்களும் இத்தகைய பகுதிகளைக் கொடுத்துள்ளனர் என்றபோதும் இப்பகுதியில் வையாபுரிப்பிள்ளை கொடுக்கும் ஆராய்ச்சி கருத்துக்கள் அவரது தனித்தன்மை எனலாம்.

இன்னா நாற்பது நூலின் விளக்கக் குறிப்பிலிருந்து உதாரணங்கள்:

1. *'வள்ளல்கள் இன்மை பரிசிலர்க்கு முன் இன்னா – இதில் முன் என்ற சொல்லை இந்நூலாரும் இனியவை நாற்பதின் ஆசிரியரும் 'மிகவும்' என்ற பொருளில் வழங்கியுள்ளார்கள். இப்பொருள் பண்டை நூல்களில் காணப் படாதது.'*

2. பாக்கு: இச்சொல் சங்க நூல்களில் காணப்படவில்லை. அவற்றிற்குப் பின் தோன்றியவைகளில் பாகு என்ற சொல் வடிவம் வந்துள்ளது.

1949இல் இனியவை நாற்பது வெளியிடும்போது 'ஆராய்ச்சிக் குறிப்புகள்' அமைப்பு முறையில் சிறிய மாற்றத்தைச் செய்கிறார். பழைய உரைக்குக் கீழேயே 'விளக்கவுரை' என்று கொடுத்துப் பாடல், உரை தொடர்பான தெளிவுக் குறிப்புக்களைக் கொடுத்து விடுகிறார். பின்னிணைப்பாகிய 'ஆராய்ச்சிக் குறிப்புக்கள்' பகுதியில் ஒப்புமைப் பகுதிகளைக் காட்டுவது, ஆராய்ச்சிக் கருத்துக்களைக் கொடுப்பது எனப் பிரித்துக் கொண்டிருக்கிறார். இவ்வாறு பதிப்பில் நுட்பமான அமைப்பு மாற்றங்களை வளர்ச்சி யாகக் காண முடிகிறது.

பதினெண் கீழ்க்கணக்கு நூல்களைப் பதிப்பிப்பதற்கு வையாபுரிப்பிள்ளை சில நியமங்களைக் கைக்கொண்டிருக் கிறார். அவற்றை நான்மணிக்கடிகை, இனியவை நாற்பது ஆகிய பதிப்புகளின் முன்னுரைகளில் விரிவாக எழுதியுள்ளார். 1944இல் நான்மணிக்கடிகை பதிப்பில் எழுதிய அதே குறிப்புக்கள் 1949இல் இனியவை நாற்பது முன்னுரையிலும் உள்ளன. நேரிசை வெண்பாக்களில் தனிச்சொல்லைக் காட்டச் சிறுகோடு போடுவதைத் தவிர்த்திருக்கிறார். சொற்களை அசை உறுப்புக் கெடாத வண்ணம் பிரித்திருக்கிறார். குற்றியலுகரம் முற்றியலுகரம் ஆகியவற்றை எல்லா இடங்களிலும் பிரித்தே தந்திருக்கிறார். இத்தகைய முறைகளைப் பற்றித் தக்கபடி ஆராய்ந்து முடிவு செய்யவேண்டும் என்கிறார். இவர் கையாண்டுள்ள இம்முறை களுக்கும் பின்னர் மர்ரே பதிப்பில் கையாளப்பட்டுள்ள முறை களுக்கும் உள்ள தொடர்பை விரிவாக ஆராய வேண்டும். திரிகடுகம், சிறுபஞ்ச மூலம் ஆகியவற்றின் பதிப்புகளில் இந்த முறைகள் கையாளப்படவில்லை. மற்ற மூன்று நூல்களில் இவை கையாளப்பட்டுள்ளன. பதிப்பு முறைகளில் வளர்ச்சிக்குரிய மாற்றங்களைத் தொடர்ந்து செய்யும் அவரது இயல்பின் வெளிப்பாடு இது எனலாம்.

தமிழ்ப் பதிப்பு வரலாற்றில் மூன்று வகையான கால கட்டங்களைப் பார்க்கலாம். ஆறுமுக நாவலர், சி.வை. தாமோதரம் பிள்ளை முதலியோர் செயல்பட்ட தொடக்க காலம். பத்தொன்ப தாம் நூற்றாண்டின் மையப்பகுதி அது. ஓலைச்சுவடியில் இருந்த தமிழ் இலக்கிய இலக்கணங்கள் செல்லரித்து அழிந்துபோகாமல் காக்கும் நோக்கம் கொண்டு பதிப்பித்தவர்கள் அவர்கள். வீரசோழியப் பதிப்புரையில் சி.வை. தாமோதரம் பிள்ளை '... அழிந்திறந்து போன நூல்களுட்டானு மொன்றாகி இன்னுஞ் சில காலத்தில் மருந்துக்கு மகப்படாமற் போய்விடுமென்றஞ்சி,

அதன் பாலிய யவ்வன சொரூபங் கிட்டதாயினுங் கிடைத்த வரைக்கும் அதனைக் காப்பாற்றுதலே இதனை இப்போது அச்சிடுவித்த நோக்கமென் றுணர்க' என்று கூறியுள்ளார்.

அவரே கலித்தொகை பதிப்புரையில் ஓலைச்சுவடிகளின் நிலை குறித்தும் அவற்றை அச்சிட வேண்டிய தேவை குறித்தும் மிக விரிவாகவும் உணர்ச்சிப் பூர்வமாகவும் எழுதியுள்ளார். இறுதியில், 'இந்நூல் பதிப்பில் யாவர்க்காயினுங் குற்றங்கூற இஷ்டமுளதாயின் அன்னோர் இன்னும் அச்சிற்றோற்றாத நற்றிணை பரிபாடல் அகம்புறமென்றிவற்றினொன்றைத் தாமாகப் பரிசோதித்து அச்சிடுவித்து அதன்மேற் குறை கூறும்படி வேண்டிக் கொள்கிறேன்' என்று கூறுகிறார். நூல்களை அச்சில் கொண்டுவர வேண்டும் என்னும் எண்ணம் எந்த அளவு தீவிரமாக இருந்தது என்பதற்கு இந்தக் கூற்று நல்ல சான்றாகும். சூளாமணி பதிப்புரையின் இறுதியிலும் இத்தகைய ஆவலை அவர் வெளிப் படுத்துகிறார். '... இன்னும் அநேகர் தத்தமக்கு ஏற்ற வித்துவான் களைக் கொண்டு பற்பல பழைய தமிழ் நூல்களை வெளிப்படுத்தி நிலைநிறுத்தக் கலைமகள் கடாட்சிப்பாளாக' என்னும் கூற்றில் ஓலைச் சுவடியில் இருப்பவை அழிந்துவிடாமல் காப்பாற்ற வேண்டும் என்னும் வேட்கை வெளிப்படுகிறது. பழைய தமிழ் நூல்களை நிலைநிறுத்த வேண்டும் என்பதில் நிலை நிறுத்துதல் என்பது காப்பாற்ற வேண்டும் என்னும் கருத்துடையது.

தமிழ்ப் பதிப்பு வரலாற்றின் இரண்டாம் நிலைக் காலகட்டத்தின் மையப் பிரதிநிதியாக உ.வே. சாமிநாதையரைக் குறிப்பிடலாம். இந்தக் கட்டத்தில் ஓலைச்சுவடிகள் பற்றிய உணர்வு ஓரளவு தோன்றியிருந்தது. பழந்தமிழ் இலக்கியங்கள் அனைத்தும் பதிப்பிக்கப்படவில்லை என்றாலும் அவற்றைப் பற்றிய ஆய்வுகள் வரத் தொடங்கின. ஆகவே வெறும் அச்சுப் பிரதியாக நூலைத் தருவது மட்டும் போதாது என்னும் நிலை உருவாயிற்று. நூலை அறிஞர்களும் ஆர்வலர்களும் எளிதாக அணுகுவதற்கேற்ற பிரதியாகத் தயாரித்துத் தரும் நிலை பதிப்பில் ஏற்பட்டது.

உ.வே.சாவின் பதிப்புகள் அனைத்தும் அப்படிப்பட்டவை. நூலாராய்ச்சி, நூலாசிரியர் அறிமுகம், உரையாசிரியர் வரலாறு என விரிவாக எழுதப்பட்ட பதிப்புரை உ.வே.சா. பதிப்புகளில் அமைந்திருக்கும். தொகை நூலாக இருப்பின் புலவர்களின் வரலாறு, பாடப்பட்டோர் வரலாறு அமைந்திருக்கும். காப்பிய மாக இருப்பின் கதைச் சுருக்கம் தரப்பட்டிருக்கும். செய்யுள் முதற்குறிப்பகராதி, அரும்பத அகராதி, விளங்கா மேற்கோள் அகராதி உள்ளிட்ட பின்னிணைப்புகள் சேர்க்கப்பட்டிருக்கும். நூலின் உள்ளே குறிப்புரை ஒவ்வொரு பக்கத்தின் கீழும் எழுதப்

பட்டிருக்கும். பாடபேதம், ஒப்புமைப் பகுதிகள், பொருள் விளக்கம் என இக்குறிப்புரைச் செய்திகள் அமையும். இவை அனைத்தும் நூலை ஒருவர் எளிதாக அணுகிப் புரிந்துகொள்வதற் கேற்ற வழிமுறைகள் எனலாம். மூலபாட ஆய்வுகளில் உ.வே.சா. ஈடுபடுவதில்லை. பாடபேதங்களை அடிக்குறிப்பில் கொடுத்து விடுவதோடு சரி. நூலின் காலம் உள்ளிட்ட ஆய்வுகளிலும் அவருக்கு நாட்டமில்லை. நூலைச் செம்மையான பதிப்பாக உருவாக்க வேண்டும் என்பதே அவர் நோக்கம். அவருக்கு ஆராய்ச்சியாளர் என்னும் முகம் கிடையாது.

சீவக சிந்தாமணி முதல் பதிப்பைத் தாமோதரம் பிள்ளை போன்றவர்களைப் பின்பற்றி அச்சுப் பிரதியாகத்தான் உ.வே.சா வும் உருவாக்கினார். ஆனால் அடுத்தடுத்து அவர் பதிப்பு நுட்பங்களைத் தேர்ந்து கொடுப்பவராயினார். 1887இல் சீவக சிந்தாமணி முதல் பதிப்பு வெளியாயிற்று. 1907இல் அதன் இரண்டாம் பதிப்பு வந்தது. இடைப்பட்ட இருபது ஆண்டுகளில் உ.வே.சாவின் பதிப்பு நுட்ப அறிவு எந்த அளவு வளர்ந்திருந்தது என்பதற்குச் சீவக சிந்தாமணி பதிப்புகளுக்கு இடையில் உள்ள வேறுபாடுகளே உணர்த்தும். இரண்டாம் பதிப்புக்குரிய முகவுரை யில் இப்பதிப்பின் பயன் என அவர் குறிப்பிடுபவை பதிப்பு நோக்கத்தை வெளிப்படுத்துகின்றன. ‘தமிழில் நல்ல பயிற்சி யுள்ளவர்களுக்கு மிக்க இன்பத்தையும் படிப்பவர்களுக்கு நல்ல ஊக்கத்தையும் பயிற்சியையுமுண்டுபண்ணுவதன்றிப் பண்டைக் காலத்திலிருந்தே பெரியோர்களுடைய இயல்பையும் ஆராய்ச்சி வன்மையையும் மேற்கூறிய பகுதிகள் நன்கு புலப்படுத்தும். தமிழ்ச் சுவையை நுகர்ந்து ஆனந்திப்பவர்களுக்கு இவை நல்விருந்தாக இருக்குமென்பது வெளிப்படை’ என்பது நூலை வாசிப்பவர்க்கு உதவும் நோக்கிலானது இப்பதிப்பு என்பதற்குச் சான்றாகும்.

மேற்கண்ட இரண்டு நிலைகளைத் தாண்டிய மூன்றாம் கட்டப் பதிப்பாசிரியராகச் ச. வையாபுரிப்பிள்ளை விளங்குகிறார். அகராதி நோக்கும் ஆராய்ச்சிக் கண்ணோட்டமும் இயைந்து உருவாக்கப்பட்ட பதிப்புகள் அவருடையவை. 1941இல் சைவ சித்தாந்த மகா சமாஜ வெளியீடாக வந்த சீவக சிந்தாமணி மூலம் மட்டுமான பதிப்பைச் செய்தவர் வையாபுரிப்பிள்ளை என்பதும் அதற்கு சமாஜ காரியதரிசியான ம. பாலசுப்பிரமணியன் பெயரில் உள்ள பதிப்புரை வையாபுரிப்பிள்ளையால் எழுதப் பட்டது என்பதும் பலரும் அறிந்த செய்தி.

இப்பதிப்பிற்குக் கொடுக்கப்பட்டுள்ள உள்ளுறைப் பகுதி (அதாவது பொருளடக்கம்) வித்தியாசமானது. பக்க வரிசைப்படி உள்ளடக்க நிரல் அமையவில்லை. அகர வரிசையில் உள்ளடக்கம் அமைக்கப்பட்டுள்ளது. அபிதான விளக்கம், அரும்பதவுரை,

அவையடக்கம், இலக்கணையார் இலம்பகம் ... என்னும் நிரலில் உள்ளடக்கம் உள்ளது. நூலின் இறுதியில் அமைந்துள்ள அபிதான விளக்கம் உள்ளடக்கத்தில் முதலாவதாக விளங்குகிறது. நூலின் முன்பகுதியில் இருக்கும் 'சிறீபுராணத்துள்ள சீவக சரித்திரம்' என்பது உள்ளடக்கத்தின் கடைசியில் உள்ளது. இப்படியான உள்ளுறைப் பகுதி அனேகமாக வேறெந்த நூலுக்கும் அமைந் திருக்காது என்றே சொல்லலாம். இது வையாபுரிப்பிள்ளையின் அகராதி நோக்கு தந்த உள்ளடக்க முறை. பரிசோதனையாக இப்படிச் செய்து பார்த்துள்ளார். தொடர்ந்து இதனைப் பின்பற்ற வில்லை.

சீவக சிந்தாமணிப் பதிப்பு உரையுடன் உ.வே.சாவால் வெளியிடப்பட்டிருக்க மூலத்தை மட்டும் வையாபுரிப்பிள்ளை வெளியிடக் காரணம் மூல பாட ஆய்வு நோக்குத்தான். உ.வே.சா வின் பதிப்பில் உள்ள மூலபாடப் பிழைகள் பலவற்றை ஆய்ந்து திருத்தி நிர்ணயம் செய்த பாடங்களுடன் இப்பதிப்பு வெளியிடப் பட்டுள்ளது. இதேபோலப் புலவர் வரிசையில் வெளியிடப்பட்ட வையாபுரிப்பிள்ளையின் சங்க இலக்கியம் போன்ற ஒரு பதிப்பிற் கான சிந்தனை உ.வே.சாவுக்குத் தோன்றியிருக்குமா என்பது சந்தேகமே. வையாபுரிப்பிள்ளையின் பதிப்புகள் அனைத்தும் கருவி நூல்கள் என்னும் தகுதியை நோக்கிச் செய்யப்பட்டவை. ஒரு நூலைச் செம்மையான பாடங்களுடன் பதிப்பிற்கும் அதே சமயத்தில் அது கருவி நூல் என்னும் நிலையையும் அடைய வேண்டும் என்பது அவர் பதிப்பு நோக்கம். பதினெண் கீழ்க்கணக்கு நூல்களையும் இந்த நோக்கோடே பதிப்பித்திருக் கிறார். ஆகவே வையாபுரிப்பிள்ளை மூன்றாம் கட்டப் பதிப்பாசிரியர் என்னும் சிறப்பைப் பெறுகிறார்.

வையாபுரிப்பிள்ளையின் பதிப்புகளுக்கு அடுத்த கட்டம் என்ன என்னும் கேள்வியும் எழுகிறது. அவர் பதிப்பாக வந்துள்ள ஐந்து நூல்களைப் போலவே பதினெண் கீழ்க்கணக்கின் பிற நூல்களுக்கும் பழைய உரைகளுடன் கூடிய ஆராய்ச்சிக் குறிப்புக் கள் நிரம்பிய திருந்திய பாடங்களுடனான கருவி நூல் தகுதி கொண்ட பதிப்புகள் வெளியிடப்பட வேண்டும். செம்மொழித் தகுதி பெற்ற தமிழின் மிகப் பழமையான நீதி இலக்கியங்கள் செம்பதிப்பாக இன்னும் வரவில்லை என்பது வருத்தத்திற்குரிய செய்தி. வையாபுரிப்பிள்ளை தொடங்கிவைத்த மூன்றாம் கட்டப் பதிப்பு வளர்ச்சியை அடுத்த கட்டத்திற்குக் கொண்டு செல்லும் பதிப்பு முயற்சிகளும் அவசியம். ஏனெனில் வையாபுரிப்பிள்ளை யின் பதிப்புகளிலும் சிக்கல்கள் உள்ளன.

மர்ரே பதிப்பாக வந்துள்ள சிறுபஞ்ச மூலத்தின் முன்னுரை யில் பின்வருமாறு காணப்படுகின்றது. 'இந்நூலில் கடவுள்

வாழ்த்து நீங்கலாக நூற்றிரண்டு பாடல்கள் உள்ளன. 85ஆம் பாடல் தொடங்கி 89ஆம் பாடல்வரை உள்ள ஐந்து பாடல்கள் பிரதிகளில் காணப்பெறவில்லை. ஆனால் புறத்திரட்டில் சிறுபஞ்சமூல நூலைச் சார்ந்த மூன்று செய்யுட்கள் காணப்படு கின்றன. அவை விடுபட்ட இப்பகுதியைச் சார்ந்தனவாக இருக்கலாம். அந்தப் பாடல்களை 85, 86, 87ஆம் எண்களுக்குரிய பாடல்களாகச் சென்னைப் பல்கலைக்கழகப் பதிப்பு அமைத் துள்ளது. அங்ஙனம் உறுதி செய்வதற்கு உரிய தக்க ஆதாரங்கள் இன்மையால் இப்பதிப்பில் அவை நூல் இறுதியில் தனியாக அமைக்கப்பெற்றன.' இதில் குறிப்பிடப்படும் சென்னைப் பல்கலைக்கழகப் பதிப்பு வையாபுரிப்பிள்ளை செய்ததாகும். அவர் அமைத்த ஒரு முறையைத் தக்க ஆதாரங்கள் அற்றது என இம்முன்னுரைப் பகுதி கூறுகின்றது. வையாபுரிப்பிள்ளை இனியவை நாற்பது நூலின் பெயர் பற்றிக் கூறியுள்ள கருத்துக் களும் மேலாய்வுக்கு உரியவை. அந்நூலின் முன்னுரையில் "இராமாநுஜ கவிராயர் 'இனியா நாற்பது' என்றும் தி.ச. ஆறுமுக நயினார் 'இனியவை நாற்பது' என்றும் கோவிந்தராஜ முதலியார் 'இனிது நாற்பது' என்றும் பதிப்பித்துள்ளார்கள். 'இனிய நாற்பது' எனவும் பிரதிகளிற் காணுதல் கூடும். இதற்குமுன் தோன்றிய 'இன்னா நாற்பது' என்பதைப் போலவே இதன் பெயரும் அமைந்திருத்தல் பொருத்தமாகும். எனவே 'இனியவை நாற்பது' என்ற பெயரையே பதிப்பாளர்கள் கையாளுதல் நலம்" என்று எழுதியுள்ளார். மர்ரே பதிப்பும் இதனை அப்படியே வழி மொழிந்துள்ளது.

'இனியவை நாற்பது' என்னும் பெயரை நிலைநிறுத்தியவர் வையாபுரிப்பிள்ளைதான். ஆனால் பழைய வழக்கு இதுதானா என்று அவர் கவனமாக ஆராயவில்லை எனத் தோன்றுகின்றது. அவை என்னும் பன்மை வழக்கு தோன்றிய காலம் பற்றியோ நூலுக்குள் அதற்கான அகச்சான்றுகள் பற்றியோ அவர் ஆய்வு செய்யவில்லை. இலக்கண விளக்கப் பாட்டியல் உரையில் 'காலம் பற்றி வருவது கார் நாற்பது; இடம் பற்றி வருவது களவழி நாற்பது; பொருள் பற்றி வருவன இன்னா நாற்பது இனிய நாற்பதாம். இன்னலாக்குதலை இன்னா என்றும் இனிமை யாக்குதலை இனிய என்றும் கூறினார்' என்று வருகின்றது.

வீரசோழிய உரைப் பகுதியில், 'இன்னா என்னும் சொல்லினையுடைய நாற்பது கவி யாதொரு நூலின் உண்டு, அந்நூல் இன்னா நாற்பது எனவும் இவ்வண்ணம் இனிய நாற்பது, கார் நாற்பது, களவழி நாற்பது எனவும் வருவன பின்மொழிகள் எண்மொழிகள் ஆதலால் பின்மொழி எண் தொகை' எனக் கூறப்படுகின்றது. வீரசோழிய உரைப் பகுதியை

வையாபுரிப்பிள்ளை இன்னா நாற்பது முன்னுரையில் எடுத்துக் காட்டுகின்றார். இரண்டு உரைப் பகுதிகளையும் மர்ரே பதிப்பின் இன்னா நாற்பது முன்னுரை குறிப்பிடுகின்றது. இவற்றில் ‘இனிய நாற்பது’ என்றே பெயர் வருகின்றது. நூலுக்குள் இனிது, இனியது ஆகிய ஒருமை வடிவங்கள் காணப்படுகின்றன. இவற்றின் பன்மை வடிவம் ‘இனிய’ என்பது. அதையே மேற்காட்டிய உரைச் சான்றுகளும் காட்டுகின்றன. ஆகவே நூலின் பெயர் ‘இனிய நாற்பது’ என்றே இருந்திருத்தல் கூடும். இது இன்னும் விரிவான ஆய்வுக்குரியது.

இவ்வாறு வையாபுரிப்பிள்ளையின் பாடங்களும் மேலும் திருந்துவதற்கு வாய்ப்புகள் உள்ளன. அத்தகைய நோக்கிலும் இன்றைய ஆய்வுக்குத் தேவைப்படும் வகையில் முன்னிணைப்பு, பின்னிணைப்புகளில் சேர்க்கைகள் கொடுத்தும் பதினெண் கீழ்க்கணக்குப் பதிப்பை அடுத்த கட்டத்திற்கு நகர்த்தலாம். ஆனால் அப்படியான முயற்சிகள் எதுவும் இதுவரை செய்யப்பட வில்லை.

தஞ்சை தமிழ்ப் பல்கலைக்கழகம் பதினெண் கீழ்க்கணக்கு நூல்களைத் தொடர்ந்து வெளியிடும் திட்டத்தில் 2001ஆம் ஆண்டு நான்மணிக்கடிகையை வெளியிட்டுள்ளது. இதன் பதிப்பாசிரியர் வே.இரா.மாதவன் ஆவார். வையாபுரிப்பிள்ளை யின் நான்மணிக்கடிகை பதிப்புக்குப்பின் கிடைத்த பல ஓலைச் சுவடிகளை ஆய்ந்து பதிப்பிக்கப்பட்டதாக இப்பதிப்பின் முன்னுரை கூறுகின்றது. ஆனால் 1944இல் வெளிவந்த வையாபுரிப் பிள்ளை பதிப்பின் மறுபதிப்பு என்றுதான் இதனைக் கூற வேண்டும். பதிப்பாசிரியர் பெயர் மட்டும் வே.இரா. மாதவன் என்று மாறிவிட்டது.

பின்னிணைப்பில் ‘சொல் தொடர் அகராதி’ என்று வையாபுரிப்பிள்ளை கொடுத்திருக்கிறார். அது இன்று சொல் லடைவு என்று வழங்கப்படுகிறது என்பதைக்கூட அறியாமல் தலைப்பு மாற்றம்கூடச் செய்யாமல் அப்படியே எடுத்தாளப் பட்டுள்ளது. வையாபுரிப்பிள்ளை பதிப்பின் தனித்தன்மையாகிய நூற்பொருள் அகராதி உட்படப் பின்னிணைப்புகள் அனைத்தும் கைக்கொள்ளப்பட்டிருக்கின்றன. அவர் எழுதியுள்ள விளக்கக் குறிப்புக்கள் மட்டும் நூலுக்குள்ளே கொண்டு செல்லப்பட்டிருக் கின்றன.

முன்னுரையும் சுயமானதல்ல. வையாபுரிப்பிள்ளையின் முன்னுரை குதறப்பட்டு இப்பதிப்புக்கான முன்னுரையாக மாற்றப்பட்டுள்ளது. வையாபுரிப்பிள்ளையின் மூலபாட ஆய்வுப் பகுதியைத் தன்னுடையதாக்கிக் கொண்டுள்ளது இம்முன்னுரை.

‘இப்பதிப்பில் கையாண்டுள்ள நியமங்கள்’ என்று வையாபுரிப் பிள்ளை பட்டியல் இட்டுள்ளவை அனைத்தையும் தான் கையாண் டுள்ளவையாக மாதவனின் முன்னுரை கூறுகின்றது. தம் பெயர் போடப்படுகிறதா இல்லையா என்பதில்கூடக் கவனம் கொள்ளா மல் நல்ல பதிப்புகள் வந்தால் போதும் என்று பணியாற்றிய பேராசிரியர் வையாபுரிப்பிள்ளைக்கு இந்தத் தலைமுறை செலுத்தி யிருக்கும் நன்றிக்கடன் இதுதான்.

பயன்பட்ட நூல்கள்

1. ச. வையாபுரிப்பிள்ளை (ப.ஆ.), திரிகடுகமும் சிறுபஞ்ச மூலமும், 1944, சென்னை, சென்னைப் பல்கலைக்கழகம்.
2. ச. வையாபுரிப்பிள்ளை (ப.ஆ.), நான்மணிக்கடிகை, 1944, சென்னை, தமிழ்ப் பதிப்பகம்.
3. ச. வையாபுரிப்பிள்ளை (ப.ஆ.), இன்னா நாற்பது, 1944, சென்னை, தமிழ்ப் பதிப்பகம்.
4. ச. வையாபுரிப்பிள்ளை (ப.ஆ.), இனியவை நாற்பது, 1949, சென்னை, ஆசிரியர் நூற்பதிப்புக் கழகம்.
5. ச. வையாபுரிப்பிள்ளை, இலக்கியச் சிந்தனைகள் நூற்களஞ்சியம் தொகுதி ஒன்று, 1989, சென்னை, வையாபுரிப்பிள்ளை நினைவு மன்றம்.
6. ச. வையாபுரிப்பிள்ளை (ப.ஆ.), சங்க இலக்கியம் பாட்டும் தொகையும் இருதொகுதிகள், 2005, மறுபதிப்பு, சென்னை, முல்லை நிலையம்.
7. ச. வையாபுரிப்பிள்ளை (ப.ஆ.), சீவக சிந்தாமணி, 1941, சென்னை, சைவ சித்தாந்த மகா சமாஜம்.
8. சி.வை. தாமோதரம் பிள்ளை, தாமோதரம், 2004, மறுபதிப்பு, சென்னை, குமரன் பப்ளிஷர்ஸ்.
9. உ.வே. சாமிநாதையர் (ப.ஆ.), சீவக சிந்தாமணி, 1986, மறுபதிப்பு, தஞ்சாவூர், தமிழ்ப் பல்கலைக்கழகம்.
10. எஸ். ராஜம் (ப.ஆ) பதினெண் கீழ்க்கணக்கு, 1981, இரண்டாம் பதிப்பு, சென்னை, நியு செஞ்சுரி புக் ஹவுஸ்.
11. வே.இரா. மாதவன் (ப.ஆ.), நான்மணிக்கடிகை, 2001, தஞ்சாவூர், தமிழ்ப் பல்கலைக்கழகம்.

வட்டார இலக்கியப் பதிப்பு முன்னோடி: தி.அ. முத்துசாமிக் கோனார்

தமிழ் இலக்கியப் பதிப்பு முன்னோடிகள் பற்றிப் பேசும்போது பொதுப்போக்கில் இடம் பெற்றிருந்த நூல்களைப் பதிப்பித்தவர்களையே பெரிதும் முன்னிலைப் படுத்துவது வழக்கமாக இருந்துவருகிறது. நிலவியல் அமைப்பின் காரணமாகத் தமிழகம் பல வட்டாரங் களாகப் பிரிந்திருந்ததும் பிரிந்திருப்பதும் நிதர்சனம். ஒவ்வொரு வட்டாரத்திற்குமான தனித்தன்மைகளை மையமாகக் கொண்ட பல்வேறு இலக்கிய நூல்கள் எழுந்திருக்கின்றன. அவை அக்குறிப்பிட்ட வட்டாரத்தின் ஆட்சியாளர்கள் பற்றிய வரலாற்றிற்கும் சமூக வரலாற்றிற் கும் மிகவும் முக்கியமான தரவுகளாக விளங்கத்தக்கவை. இத்தகைய வட்டார வரலாறுகளை உள்ளடக்கிய தமிழக வரலாறு இன்னும் எழுதப்படவில்லை. வட்டாரத் தரவு களை இணைத்துத் தமிழக வரலாறு எழுதப்படுவதற்கு வட்டாரம் சார்ந்த இலக்கிய நூல் பதிப்புகள் மிகவும் முக்கியமானவை.

வட்டாரம் சார்ந்த நூல்களை மட்டுமே பதிப்பிப்பதில் கவனம் செலுத்திய அறிஞர்கள் பலர் உள்ளனர். அவர் களின் பணி பெருமளவு பொருட்படுத்திப் பேசப்பட வில்லை என்பது வருத்தத்திற்குரிய செய்தி. ஒருவரின் பங்களிப்பு விதந்து பேசப்படுவதற்கும் பேசப்படாமல் விடப்படுவதற்கும் பல்வேறு காரணங்கள் இருக்கக்கூடும். சமகால அரசியலுக்கு உதவும் நூல்களைப் பதிப்பித்தோர், ஆதிக்கம் பெற்ற சாதியைச் சேர்ந்த பதிப்பாசிரியர், சமகாலத்தில் புகழ் பெற்றிருக்கும் நிறுவனங்களோடு தொடர்புடையோர் ஆகியோர் கூடுதல் கவனம் பெறுவதும்

இத்தகைய பின்னணி எதுவும் இல்லாத பதிப்பாசிரியர்கள் கால ஓட்டத்தில் மங்கிப் போவதும் தமிழகத்தில் சாதாரணம். தமிழ் போன்ற நீண்ட பாரம்பரியம் கொண்ட மொழியில் பலதரப்பட்ட பதிப்புகளில் ஈடுபட்ட அனைவருக்கும் அவரவருக் குரிய முக்கியத்துவத்தை வழங்கும் விதத்திலான விரிவான பதிப்பு வரலாறு உருவாகியிருக்க வேண்டும்.

பதிப்பு வரலாறு தொடங்கி இரண்டு நூற்றாண்டுகள் ஆகிவிட்டன. ஆகவே இவ்விரண்டு நூற்றாண்டுகளில் நடைபெற்ற பதிப்புப் பணிகள் பற்றிய தகவல்களைத் திரட்டி ஆவணப்படுத் தவும் வரலாறு எழுதவும் இதைவிடவும் சரியான காலம் இல்லை. எந்த நூல் எந்தத் தருணத்தில் முக்கியத்துவம் உடையதாக மாறும் என்பதைப் பற்றி யாராலும் தீர்மானிக்க முடியாது. கவிதைச் சுவையற்றது என ஒதுக்கப்படும் ஒருநூல் அதில் உள்ள ஏதாவது ஒரு வரலாற்றுக் குறிப்பின் காரணமாக முக்கியத் துவம் கொண்டதாக மாறிவிடுகிறது. தமிழ் இலக்கியப் பரப்பின் குறிப்பிட்ட காலப் போக்கைத் தீர்மானிக்கவும் சமூக இயங்கு முறைகளை அறியவும் இலக்கிய மதிப்பில்லாத சாதாரண நூல்களும் உதவுகின்றன. எல்லாமே ஆவணம் என்னும் மதிப்பைப் பெறும் காலம் இது.

தல புராணங்கள் பற்றிய ஆய்வுகள்கூட இங்குப் பெருமளவு நடைபெறவில்லை. நூற்றுக்கணக்கான தலபுராணங்கள் தமிழகத் தில் எழுந்துள்ளன. அவற்றில் பல அச்சிடப்பட்டும் உள்ளன. இட்டுக் கட்டப்பட்ட கதைகளின் தொகுப்புத்தான் தலபுராணம் என்னும் அசட்டைப் பார்வை நிலவுகிறது. ஆனால் தலபுராணங் கள் கட்டமைக்கும் கதைகளின் பொதுமைத்தன்மை பற்றி இன்று ஒருவர் ஆய்வு செய்யத் தொடங்கலாம். தலபுராண உருவாக்கம், அதன் பராவலாக்கம் உள்ளிட்டவற்றிற்கான சமூகப் பின்புலம் பற்றிய ஆய்வுகள் இரண்டு நூற்றாண்டு காலப் புலமை மரபைப் பற்றிய பல சுவையான செய்திகளை வெளிப்படுத்துவதாகவும் அமையும். புராணக் கதைகளைப் புறந்தள்ளும் அரசியல் காலம் முடிவடைந்து அவற்றை நவீனக் கோட்பாடுகளின் வெளிச்சத்தில் ஆய்வு செய்வதற்கான காலம் இப்போது தொடங்கியிருக்கிறது. மேலும் வட்டார வரலாறுகளை எல்லாம் உள்ளடக்கிய முழுமையான தமிழக வரலாறு, வட்டாரப் பின்புலம் கொண்ட இலக்கியங்களின் வரலாற்றையும் உட்கொண்ட தமிழ் இலக்கிய வரலாறு ஆகியவற்றை உருவாக்கப் பொதுப்போக்கில் கவனம் பெறாத பல்வேறு நூல்களையும் பொருட்படுத்தியாக வேண்டும் என்னும் பார்வையும் இன்று உருவாகியிருக்கிறது. தமிழ் இலக்கிய வரலாற்றில் பதினைந்தாம் நூற்றாண்டுக்குப் பின் எழுந்தவை பெரும்பாலும் சிற்றிலக்கிய

வகைகளே. பேரிலக்கியங்களில் சிறு பகுதியாக இடம்பெற்றிருந்த ஒரு கூறை விரிவாக்கி உருவானவை இத்தகைய சிற்றிலக்கியங்கள். எனினும் இவற்றின் தனித்தன்மைகளுள் மிகவும் முக்கியமானது ஏதாவது குறிப்பிட்ட ஊர் அல்லது பகுதியைக் களனாகக் கொண்டவை இவை என்பதாகும்.

நகலெடுப்புப்போல அமைந்தவை இவ்விலக்கியங்கள் எனினும் பல்வேறு ஊர்கள், அங்குக் கோயில் கொண்டுள்ள கடவுள், அப்பகுதியைச் சேர்ந்த வள்ளல்கள் என வட்டாரத் தன்மை மிக்கனவாக இவை விளங்குகின்றன. இவற்றில் வரலாறும் புராணக்கதைப் புனைவுகளும் கலந்து கிடக்கின்றன. வரலாற்றுக்கும் புராணத்துக்குமான இடைவெளி குறித்துச் சிந்திக்காமல் எல்லாவற்றையும் வரலாற்றுத் தரவுகளாகக் கருதும் தலைமுறை இங்கு வாழ்ந்திருக்கிறது. இத்தகு வட்டாரம் சார்ந்த சிற்றிலக்கியங்களைப் பதிப்பித்தவர்களில் ஒருவர் தி.அ. முத்துசாமிக் கோனார்.

தற்போதைய நாமக்கல் மாவட்டத்தில் அமைந்துள்ள திருச்செங்கோட்டைச் சேர்ந்தவர் அவர். 1858ஆம் ஆண்டு ஆனி மாதம் பிறந்த அவர் பல்வேறு நிலைகளில் இருந்து புலவராகத் தன்னை உயர்த்திக் கொண்டவர். திருச்செங்கோட்டு மலைப் படிகள் அமைக்கும் தொழிலாளர்களுக்கு மேஸ்திரியாக வேலை பார்த்தவர். தமது ஆர்வத்தின் காரணமாகப் பலரிடம் பயின்று புலமை பெற்றவர். சமஸ்கிருதம், தெலுங்கு ஆகிய மொழிகளையும் கற்றவர். அஷ்டாவதானக் கலையில் தேர்ச்சி பெற்றவர். சைவ சமயத்தில் மிகுந்த பற்றுக் கொண்டவர். சைவம் சார்ந்த ‘கேதார விரதம்’ போன்ற சிறுசிறு நூல்களை உரைநடையில் எழுதிப் பதிப்பித்து வந்ததோடு அம்மதக் கருத்துக்களைப் பரப்பும் பொருட்டுத் ‘திருச்செங்கோட்டு விவேக திவாகரன்’ என்னும் இதழையும் நடத்தி வந்துள்ளார்.

தேவாரப் பாடல் பெற்ற தலமாக விளங்கிய தம்மூராகிய திருச்செங்கோட்டின்மீது கொண்ட பற்றால் அவ்வூர் தொடர்பாக இயற்றப்பட்ட பல சிற்றிலக்கியங்களைத் தேடி ஓலைச் சுவடியிலிருந்து அச்சுக்குக் கொண்டுவந்தார். பதினெட்டு, பத்தொன்பதாம் நூற்றாண்டுகளில் தமிழகத்தில் பெரும்பாலான கோயில்களுக்குத் தலபுராணங்கள் உருவாயின. கோயிலால் முக்கியத்துவம் பெற்ற ஊர்களுக்கு விதவிதமான சிற்றிலக்கியங்கள் புனையப்பட்டன. திருச்செங்கோட்டுக்கு மட்டும் அனேகமாக எழுபதுக்கும் மேற்பட்ட இலக்கியங்கள் உள்ளதாகத் தகவல்கள் தெரிவிக்கின்றன. அவை அனைத்தும் அச்சேறிவிடவில்லை. அவற்றில் கிட்டத்தட்ட இருபத்தைந்து நூல்களை முத்துசாமிக் கோனார் பதிப்பித்திருக்கிறார்.

தம் ஊர் இலக்கியங்கள் தொடர்பான தேடலும் பதிப்பும் என ஈடுபட்டவருக்கு அவற்றை வெளியிட வேண்டி அக்காலத்தில் கொங்கு வட்டாரத்தில் புகழ் பெற்றிருந்த வள்ளல்களை நாட வேண்டிய அவசியம் ஏற்பட்டது. அத்தேவை கோனாரின் தேடல் பரப்பைச் சற்றே விரிவாக்கியது. கொங்கு நாட்டின் மற்ற பகுதிகள் சார்ந்த இலக்கியங்களையும் புராணங்களையும் கண்டெடுத்துப் பதிப்பிக்கலானார். அவற்றைப் பதிப்பிக்கும் போது நூல் பற்றிய குறிப்புக்கள், ஆசிரியர் வரலாறு, நூலில் உள்ள சில விஷயங்களைத் தெளிவுபடுத்துதல் ஆகியவற்றிற்காகக் கொங்கு நாட்டு வரலாறு தொடர்பான தகவல்களில் அவரது கவனம் சென்றது. அது கொங்கு நாட்டு வரலாற்றை விரிவாக எழுத வேண்டும் என்னும் பெருங்கனவில் அவரைச் செலுத்தியது. கோனார் சைவம், நூல் பதிப்பு ஆகியவற்றில் ஈடுபட்டாலும்கூட அவரது அடிப்படை ஈடுபாடு வரலாறுதான். வரலாறு தொடர்பான அவரது ஆர்வத்தை அவர் எழுதியுள்ள சிறு குறிப்பிலும் காணலாம்.

பொதுவாக இலக்கியங்களைப் பதிப்பிப்பவர்கள் காலப் போக்கில் ஆய்வாளர்களாக மாறுவது இயல்பு. ஆய்வாளர்களாக இருப்பவர்கள் தமது ஆய்வுக்கான தரவுகளை உருவாக்கும் தேடலில் பதிப்பாசிரியர்களாக உருவாதலும் உண்டு. கோனார் சமயம் பரப்பும் நூலாசிரியராகவும் சைவம் சார்ந்த சிற்றிலக்கிய நூல்களின் பதிப்பாசிரியராகவும் தொடங்கி அவற்றின் காரணமாகப் பார்வை விரிவு பெற்று வராலாற்றாசிரியராக உருவானவர். கொங்கு நாட்டு வரலாறு என்னும் திட்டம் அவரது பதிப்புப் பார்வையை வெகுவாக மாற்றியிருக்கிறது. வரலாற்றுக்கான ஆதாரத் தரவுகளாகவே அனைத்து நூல்களையும் கருதியிருக்கிறார். அவர் எழுதி முற்றுப்பெறாத வரலாற்று நூலாகிய 'கொங்கு நாடு' என்பதில் தரவுகளை அவர் பயன்படுத்தும் விதம் அவரது வரலாற்று உணர்வுக்குச் சான்றாகும். 1900க்குப் பின் சைவ சமயம் சார்ந்து சிறுசிறு உரைநடை நூல்கள் எழுதி வெளியிடுவதை அவர் நிறுத்திவிட்டதாகத் தெரிகிறது. சைவ சமயப் பரப்பலுக்கெனத் தொடங்கப்பட்ட 'விவேக திவாகரன்' இதழில் கொங்கு நாடு தொடர்பான வரலாற்றுச் செய்திகளும் கட்டுரைகளும் வெளியிடப்பட்டன. அவ்விதழை நிறுத்திவிட்டு வரலாற்றுக்கெனவே 'கொங்குவேள்', 'கொங்கு மண்டலம்' ஆகிய இதழ்களை நடத்தியுள்ளார். கொங்கு நாட்டு வரலாற்றுக்காகக் கடுமையாக உழைத்து இலக்கியங்கள், கல்வெட்டுகள், செப்பேடுகள் உள்ளிட்ட பலவற்றையும் சேகரித்திருக்கிறார். பதிப்பிக்க வாய்ப்புக் கிடைத்த நூல்களைப் பதிப்பித்திருக்கிறார். கோனாரின் பதிப்புப் பணியை மூன்று நிலைகளில் வைத்துப் பார்க்கலாம்.

முதலாவது, தம் ஊராகிய திருச்செங்கோடு தொடர்பான இலக்கியப் பதிப்புகள். திருச்செங்கோட்டு மாலை, திருச்செங் கோட்டுத் திருப்பணி மாலை, திருச்செங்கோட்டுக் கலம்பகம், திருச்செங்கோட்டுப் பிள்ளைத்தமிழ், திருச்செங்கோட்டுப் புராணம், திருச்செங்கோட்டுச் சதகம் உள்ளிட்ட இருபத்தைந்துக் கும் மேற்பட்ட நூல்கள் அவர் பதிப்பித்தவை. இவற்றுள் திருச்செங்கோட்டுத் திருப்பணிமாலை என்னும் நூல் மிகவும் முக்கியத்துவம் வாய்ந்ததாகும்.

திருப்பணிமாலை என்பது கோயிலுக்குச் செய்யப்பட்ட திருப்பணிகளைப் பற்றிய விவரங்களைத் தொகுத்துக் கூறும் நூல் ஆகும். மாலை என்பது சிற்றிலக்கிய வகைகளுள் ஒன்று. அதன் வகையாக அல்லது அதிலிருந்து வளர்ந்த தனிவகை இலக்கியமாகத் திருப்பணிமாலை என்பதைக் கருதலாம். செய்யுளில் எழுதப்பட்ட எல்லாவற்றையும் இலக்கியமாகக் கருதும் போக்கு இருப்பதால் திருப்பணிமாலையும் அவ்வாறு குறிப்பிடப்படுகின்றது. ஆனால் இலக்கியத்திலிருந்து முற்றிலும் வேறுபட்ட நூல் இது. கோயில் ஒன்றுக்கு எந்தெந்தக் காலத்தில் என்னென்ன திருப்பணிகள் நடைபெற்றன, அவற்றைச் செய்து கொடுத்தவர்கள் யார் என்னும் விவரங்களைச் செய்யுள் வடிவில் தொகுத்துத் தரும் நூலே திருப்பணிமாலை என்பது. இதனை வரலாற்று நூல் என்றோ வரலாற்றுத் தரவு நூல் என்றோ கருதலாம்.

364 பாடல்கள் கொண்ட திருச்செங்கோட்டுத் திருப்பணி மாலையை 1913இல் கோனார் பதிப்பித்தார். அந்நூலில் மேலும் சில பாடல்கள் சிதைந்துபோய் விட்டன என்னும் குறிப்பையும் தருகின்றார். இந்நூலின் ஆசிரியர் எழுகரைநாட்டு நம்பி என்னும் சதாசிவ பண்டிதர். இந்நூல் கூறும் தகவல்களுக்குப் பின் நடந்த திருப்பணிகள் பற்றிய தகவல்களைக் கோனாரே செய்யுள் வடிவில் பாடிச் சேர்த்துள்ளார். அவற்றையும் சேர்த்து 408 செய்யுள்களைக் கொண்ட நூலாக இது பதிப்பிக்கப்பட்டுள்ளது. இதன் முன்னுரையில், ‘திருச்செங்கோட்டிலுள்ள திருக்கோயில், திருக்கோபுரம், மண்டபம், வாகனம், நந்தவனம், வாவி, கூவம், மடம், சத்திரம், ஈசுரருக்கும் குருமார் ஆதியர்க்கும் புரிந்த பணிவிடை முதலிய புண்ணியங்கள், இன்ன காலத்து இன்னா ரால் இவ்வண்ணஞ் செய்யப்பெற்றன என்பதைத் தமிழ்ச் செய்யுளில் அமைத்துப் பாடப்பெற்றதொரு நூலாகும்’ (ப.i) என்று கோனார் எழுதியுள்ளார்.

இந்நூல் செய்திகளையும் கல்வெட்டுச் செய்திகளையும் ஒப்பிட்டுக் கல்வெட்டு ஆய்வாளர் வெ.இரா.துரைசாமி, இரண்டும் பெரும்பாலும் பொருந்திப்போவதைக் குறித்து

விரிவாக ஆராய்ந்துள்ளார். விஜயநகர ஆட்சிக்காலம் தொடங்கி அதன்பின் இப்பகுதியை ஆண்ட சிற்றரசர்கள் எனப் பலரது திருப்பணிகளை இந்நூல் பதிவு செய்துள்ளது. ஆங்கிலேயர்களும் உள்ளூர்க்காரர்களும் செய்த திருப்பணிகளைப் பற்றியதாகக் கோனார் எழுதிச் சேர்த்த பாடல்கள் அமைந்துள்ளன. ஆகவே கோனாரின் பதிப்பு நூல்களுள் இத்திருப்பணிமாலை சிறப்பிடம் பெறத்தக்கதாக விளங்குகின்றது. இந்நூலுக்குக் முத்துசாமிக் கோனார் எழுதிய சிறுசிறு குறிப்புக்கள் உள்ளன. ஆனால் உரை விளக்கம் இல்லை என்பது குறைதான்.

திருச்செங்கோட்டுப் புராணப் பதிப்பும் மிகவும் முக்கியம் வாய்ந்ததே. இது திருச்செங்கோடு தொடர்பான பலவிதக் கதைகள் அடங்கிய நூல். தென்காசி கவிராஜ பண்டிதர் இயற்றிய இந்நூல் 1874இல் அச்சிடப்பட்டுள்ளது. வெளியீட்டு விவரம் தெரியவில்லை. அதனை 1932இல் சிற்றம்பலக் கவிராயரின் உரையுடன் கோனார் வெளியிட்டார். இந்நூலின் முன்பகுதியில் திருச்செங்கோடு தொடர்பான கல்வெட்டுகள் சிலவற்றையும் கொடுத்துள்ளார். கல்வெட்டு ஆய்விலும் அவருக்கு மிகுந்த ஈடுபாடு இருந்துள்ளது. திருச்செங்கோடு தொடர்பான கல்வெட்டுகள் பலவற்றை முதலில் கண்டுபிடித்ததும் அவற்றை வாசித்ததும் அவர்தான். அவர் பதிப்புகளிலும் எழுத்துக்களிலும் கல்வெட்டு ஆதாரங்களை விரிவாகப் பயன்படுத்தியுள்ளார்.

கோனாரின் பதிப்புப் பணியில் இரண்டாம் நிலையில் அமைவன கொங்கு நாட்டின் பிற ஊர்கள் பற்றிய இலக்கியங்கள். அவை ஊர் தொடர்பாகவோ அவ்வூர் சார்ந்த வள்ளல்கள் மீது பாடப்பட்டவையாகவோ உள்ளன. சிவமலைப் புராணம், சிவமலைக் குறவஞ்சி, பூந்துறைப் புராணம், கபிலமலை வருக்கக்கோவை, மோரூர்ப் பாம்பலங்காரர் வருக்கக்கோவை, பாம்பண காங்கேயன் குறவஞ்சி, சர்க்கரை மன்றாடியார் காதல் உள்ளிட்ட பதினைந்துக்கும் மேற்பட்ட நூல்கள் இவ் வகைப்பட்டவை. இவற்றுள் படிக்காசுப் புலவர் பாடிய மோரூர் பாம்பலங்காரர் வருக்கக்கோவை முக்கியத்துவம் பெற்ற நூலாகும்.

மொழி முதலில் வரும் எழுத்துகளைச் செய்யுளின் தொடக்க மாக வைத்து அகரநிரல் முறையில் பாடப்படும் கோவை நூல் வருக்கக்கோவை ஆகும். திருச்செங்கோட்டிலிருந்து சங்ககிரி செல்லும் சாலையில் உள்ள மோரூர் என்னும் ஊரைத் தலைநக ராகக் கொண்டு ஆட்சி செய்த குறுநில மன்னர் மரபு காங்கேயர் என்பதாகும். அவ்வூருக்குச் சென்ற படிக்காசுப் புலவர் குமாரசாமிக் காங்கேயன் என்னும் மன்னனின் வேண்டுகோளுக் கிணங்கப் பாடிய நூல் இது. தொண்டை மண்டலத்தைச் சேர்ந்த படிக்காசுப் புலவருக்குக் கொங்கு நாட்டோடு ஏற்பட்ட

தொடர்பு குறித்த செவிவழிக் கதைகள், அவற்றிற்கு ஆதரவாக வழங்கும் தனிப்பாடல்கள் ஆகியவற்றைத் திரட்டித் தரும் கோனாரின் முன்னுரை இந்நூலுக்குச் சிறப்பு சேர்க்கிறது. புராணக் கதைகள், செவிவழிக் கதைகள், கல்வெட்டு உள்ளிட்ட ஆவண ஆதாரங்கள் எனத் தனக்குக் கிடைக்கும் அனைத்தையும் தவறாமல் பதிவு செய்யும் அவரது இயல்பு இந்நூலிலும் வெளிப்பட்டுள்ளது. 'காருலாம் கொங்கு நாட்டைக் கனவிலும் நினைக்கொணாதே' எனக் கம்பர் பாடியதைப் போலப் படிக்காசுப் புலவர் 'நஞ்சாகப் போச்சுதை யோஎன் தமிழ்கொங்கு நாடெங்குமே' என்று பாடியுள்ளார் என்பதற்கான பின்னணிக் கதைகள் சுவையானவை. 1916இல் இந்நூலை அவர் பதிப்பித் துள்ளார். படிக்காசுப் புலவரின் கவித்திறனுக்குச் சான்றாக இந்நூல் விளங்குகின்றது.

கோனாரின் பதிப்புப் பணியில் அடுத்ததாகக் குறிப்பிட வேண்டியவை கொங்கு நாடு என்னும் முழுமைப் பார்வையில் அமைந்த நூல்களாகும். இவ்வகையில் கம்பர் வாழி, மங்கல வாழ்த்து, கொங்கு மண்டல சதகம் ஆகிய நூல்களைக் குறிப்பிட லாம். இவை எண்ணிக்கையில் குறைவானவை எனினும் வரலாற்று முக்கியத்துவம் நிறைந்தவையாகும். கம்பர் வாழி, மங்கல வாழ்த்து ஆகியவை சிறு நூல்கள். இவை கொங்கு வேளாளர் திருமணத்தில் வாழ்த்தாகப் பாடப்படுபவை. இவற்றை இயற்றியவர் கம்பர் என்று செவிவழியாக வழங்கி வருகிறது. இவற்றை 1913இல் முதன்முதலாக அச்சேற்றியவர் கோனார். கொங்கு நாட்டுக்குக் கம்பர் வந்து சிலகாலம் வாழ்ந்தார் என்று வழங்கும் கதையோடு தொடர்புடையவை இந்நூல்கள்.

கார்மேகக் கவிஞர் இயற்றிய கொங்கு மண்டல சதகப் பதிப்பு கோனாரின் பதிப்புப் பணியில் உச்சம் எனக் கூறத்தக்க தாகும். திருப்பணிமாலை என்பது கோயில் திருப்பணிகளின் வரலாற்றைக் கூறுவதுபோல மண்டல சதகங்கள் குறிப்பிட்ட வட்டாரத்தின் வரலாற்றைக் கூறுவன. கார் மண்டல சதகம், தொண்டை மண்டல சதகம், சோழ மண்டல சதகம் எனப் பல மண்டல சதகங்கள் உள்ளன. குறிப்பிட்ட வட்டாரத்தின் சிறப்புகளுக்குக் காரணமானவற்றைத் தொகுத்துக் கூறுவன மண்டல சதகங்கள். வள்ளல்கள், புலவர்கள், நூல்கள், அதிசயச் செய்திகள், மன்னர் வரலாறுகள் எனப் பலவற்றின் செய்யுள் வடிவத் தொகுப்புத்தான் இவ்வகைச் சதகங்கள்.

கொங்கு மண்டல சதகம் பற்றிக் கோனார், 'இம்மண்டலத்துப் பண்டைக்கால நிலப்பரப்பு, தெய்வீக விளக்கம், சித்தர், சமயாசிரியர், முடியுடை வேந்தர், குறுநில மன்னர், வள்ளல், புலவர் மற்றும் பலவகை மாந்தர்களின் நீதி, வீரம், கொடை,

ஆண்பாலர் பெண்பாலர் கல்வி, நட்பு, கற்பு, நன்றி மறவாமை, அடக்கமுடைமை, புலவர்களை ஆதரித்து வந்த அருமைப் புரவலர் களின் பெருமை இன்னும் பல பழக்கவழக்கங்களைச் சுருக்கிக் கூறப்பட்டுள்ளது.' (ப.xviii) என்று எழுதியுள்ளார்.

சதகங்களிலும் வரலாறுகளும் புராணக் கதைகளும் செவி வழிச் செய்திகளும் கலந்து கிடப்பதைக் காணலாம். எனினும் வரலாற்று உணர்வு சார்ந்த நூல் வகை சதகம் ஆகும். கார்மேகக் கவிஞர் இயற்றிய கொங்கு மண்டல சதகத்தை முத்துசாமிக் கோனார் 1923இல் பதிப்பித்தார். ஆனால் இந்நூல் அச்சில் வரும் முன்பே இதில் உள்ள பாடல்கள் பலவற்றைத் தாம் பதிப்பித்த நூல்களின் முன்னுரைகளிலும் தமது ஆய்வுகளிலும் பயன்படுத்தியுள்ளார். அவர் தாம் பதிப்பித்த தல புராணங்களின் முன்பகுதியில் அத்தலபுராணச் சுருக்கத்தை உரைநடையில் கணிசமான பக்கங்கள் எழுதுவதை வழக்கமாகக் கொண்டவர். திருச்செங்கோட்டுப் புராணத்தை மட்டும் விரிவாகத் 'திருச்செங்கோட்டு மான்மியம்' என்னும் பெயரில் தனி நூலாக எழுதியுள்ளார். ஆனால் அவர் உரை எழுதிப் பதிப்பித்த நூல் கொங்கு மண்டல சதகம் மட்டும்தான்.

கோனாரின் புலமைத் திறத்தையும் வரலாற்று உணர்வையும் உழைப்பையும் வெளிப்படுத்தும் தன்மை கொண்டது இவ்வுரை. இந்நூலுக்கு வெறும் உரை என்றில்லாமல் ஒவ்வொரு செய்யுளில் குறிப்பிடப்படும் செய்தியின் பின்னணி வரலாற்றை 'வரலாறு' எனத் தலைப்பிட்டு விரிவாக எழுதிச் செல்கிறார். உரையின்றி வெறுமனே பதிப்பிக்கப்பட்டிருந்தால் இந்நூல் இவ்வளவு முக்கியத்துவம் பெற்றிருக்காது என்று சொல்லலாம். இந்நூலின் முன்னுரையில் இதை வெளிக்கொண்டு வருவதற்காக அவர் செய்த முயற்சிகள், உழைப்பு, சிரமங்கள் ஆகியவற்றை விவரித் துள்ளார்.

பதிப்பு தொடர்பான அவர் அனுபவத்தைக் கூறும்போது 'ஒரு நூலைப் பதிப்பிக்குங் காலத்தில் உளவாகுங் காலப்போக்கு, பொருட்செலவு, உழைப்பு முதலியவற்றைக் காட்டிலும் அவற்றைத் தேடுதலினும் பரிசோதித்தல் முதலியவற்றினும் உளவாகுங் காலப்போக்கு முதலியன எத்தனையோ மடங்கு அதிகமென்பது பழைய நூலச்சிட்டார்க்கே நன்கு தெரியும்' (xix) என்று குறிப்பிட்டுள்ளார். 1912ஆம் ஆண்டு தொடங்கி பத்தாண்டுகளுக் கும்மேல் முயன்று இப்பதிப்பை அவர் நிறைவு செய்துள்ளார்.

கார்மேகக் கவிஞர் சமண சமயத்தைச் சேர்ந்தவர். சைவ சமயத்தில் மிகுந்த ஈடுபாடு கொண்ட கோனார் சமணர் செய்த நூலைப் பதிப்பித்துள்ளமைக்குக் காரணம் இந்நூல்

வரலாறு தொடர்பானது என்பதனால் இருக்கலாம். மேலும் கார்மேகக் கவிஞர் சமணர் எனினும் கொங்கு மண்டல சதகத்தில் சைவம் சார்ந்த செய்திகளுக்கும் தாராளமாக இடமளித்துள்ளார். இதன் காரணமாகவும் முத்துசாமிக் கோனாருக்கு இந்நூலைப் பதிப்பிப்பதில் மனத்தடை ஏதும் ஏற்படவில்லை. அவர் பதிப்பிக்கத் திட்டமிட்டு தம் வாழ்நாளில் இயலாமல் போன நூல்களுமுண்டு. குறிப்பாக எம்பெருமான் கவிராயரால் இயற்றப்பட்ட 'தக்கை ராமாயணம்' என்னும் நூலைப் பதிப்பிக்கும் திட்டத்தை அவர் 1896ஆம் ஆண்டுக்கு முன்பிருந்தே கொண்டிருந்தார் எனத் தெரிகிறது. ஆனால் அவரால் அதை நிறைவேற்ற இயலவில்லை.

02.11.1944 அன்று முத்துசாமிக் கோனார் இறந்தார். அதற்கு முன் கிட்டத்தட்டப் பத்தாண்டுகள் கண் பார்வை இல்லாமல் துன்புற்றார் எனத் தெரிகிறது. ஆகவே அவரது பதிப்புப் பணி 1934ஆம் ஆண்டுடன் நின்றுவிட்டது. 86 ஆண்டுகள் வாழ்ந்த அவர் கொங்கு வட்டார வரலாற்றிற்கு ஆதாரத் தரவுகளாகிய சிற்றிலக்கியங்களைப் பதிப்பித்த முன்னோடி என்னும் சிறப்பைப் பெறுகிறார்.

பயன்பட்ட நூல்கள்

1. தி.அ. முத்துசாமிக் கோனார் (ப.ஆ.), திருச்செங்கோட்டுத் திருப்பணிமாலை, 1913, சேலம், சுந்தரவதனி அச்சுக்கூடம்.
2. தி.அ. முத்துசாமிக் கோனார் (ப.ஆ.), மோரூர்ப் பாம்பலங்காரர் வருக்கக்கோவை, 1916, பிற விவரம் தெரியவில்லை.
3. இ. சுந்தரமூர்த்தி முதலியோர் (ப.ஆ), கொங்கு மண்டல சதகங்கள், 1986, கோவை, தவத்திரு சாந்தலிங்க அடிகளார் தமிழ்க் கல்லூரி.
4. வெ.இரா. துரைசாமி, திருச்செங்கோட்டுத் திருப்பணி மாலை வரலாறும் கல்வெட்டுகளும், 2008, அச்சிடப் படாத கட்டுரை.

புனைகதைப் பதிப்புகள் [1900க்கு முன்]

புனைகதை என்பது சிறுகதை, நாவல் ஆகிய இரண்டையும் குறிக்கும் பொதுச்சொல். ஆனால் தமிழில் 1900க்கு முன் சிறுகதை இலக்கியம் தோன்றவில்லை. பிற இலக்கியங்களில் சிறுகதைக் கூறுகள் பற்றிப் பலர் குறிப்பிட்டிருக்கின்றனர். சங்க இலக்கியக் கலித்தொகைப் பாடல் ஒவ்வொன்றும் சிறுகதைதான் என்று சொல்வோர் உண்டு. பரமார்த்த குரு கதைகள் சிறுகதையின் முன்னோடி என்று எழுதியவர்களும் உண்டு. இவையெல்லாம் ஆசை பற்றி அறையலுற்றவை. சிறுகதை என்னும் இலக்கிய வடிவம் உருவானது இருபதாம் நூற்றாண்டில்தான். ஆகவே 1900க்கு முன் புனைகதை என்பது நாவலைக் குறிப்பதாகவே கருதலாம்.

1900க்கு முன் வெளியான நாவல்களின் எண்ணிக்கை கிட்டத்தட்ட 20 எனக் கொள்ளலாம். சிட்டி, சிவபாத சுந்தரம் ஆகியோர் 'முதல் நாவல்' என்னும் பெயருடன் பதிப்பித்த அம்மானை வடிவ நூலாகிய 'ஆதியூர் அவதானி சரிதம்' நூலிலிருந்து தொடங்கிப் பிரதாப முதலியார் சரித்திரம் (1879), சுகுண சுந்தரி (1887), ஈழத்திலிருந்து வெளியான அசன்பேயுடைய சரித்திரம் (1885), பிரேம கலாவத்யம் (1893), தானவன் (1894), தீனதயாளு (1900), வசன சம்பிரதாயக் கதை (1895), மோகனாங்கி (1895), கமலாம்பாள் சரித்திரம் (1896), கமலினி (1897), ஞானபூஷணி (1897), மீதி இருள் (1898), பத்மாவதி சரித்திரம் (1898), மதிவாணன் (1898), லீலை (1898) எனப் பட்டியல் எடுத்தால் பதினாறு நூல்கள் வருகின்றன. மொழிபெயர்ப்பாக வெளியான கிருபா சத்தியநாதனின் கமலா, சகுணா ஆகிய நாவல்களையும் தொடர்கதையாக வெளியாகி

நூலாகாத சிலவற்றையும் சேர்த்து நெகிழ்வாகவே கணக்கிட்டால் கிட்டத்தட்ட இருபது நாவல்கள் வரலாம்.

ஆங்கிலக் கல்வி பயின்ற ஆசிரியர்களால் பெரும்பாலும் இவை எழுதப்பட்டன. ஆங்கிலக் கல்வி பயின்று அரசுப் பணியில் சேர்ந்திருந்த பிரிவினரை வாசக இலக்காகக் கொண்டிருந்தன. அத்தகைய பிரிவினர்க்கு அப்போது மிகப் பெரும் பிரச்சினையாக இருந்தது பெண்கள் நிலை. புதிய வாழ்க்கைக்கேற்ப ஆண்கள் நிலையில் மாற்றங்கள் ஏற்பட்டன எனினும் பெரிய பாதிப்பை அது ஏற்படுத்தவில்லை. ஆதியூர் அவதானி சரிதம் நூலில் பார்ப்பன சாதியைச் சேர்ந்த அவதானி பிணம் அறுத்துக் கற்றுக்கொள்ள வேண்டிய மருத்துவம் கற்பதை எதிர்க்கும் சாதிப் பார்வையின் வெளிப்பாட்டைக் காண முடிகிறது. மற்றபடி ஆண்கள் தொடர்பான எதிர்ப்பு எழுத்து வடிவில் பெரிதாக இல்லை. ஆனால் பெண்கள் நிலை பற்றிப் பெரும் விவாதம் நடந்திருக்கிறது. அந்தத் தாக்கத்தின் பருண்மை யான சான்றுகளாக இந்த நாவல்களைப் பார்க்கலாம். சிட்டி, சிவபாதசுந்தரம் ஆகியோர் இதையே 'பண்பாட்டுக் கவலை' என்று குறிப்பிடுகின்றனர்.

இந்த நாவல்கள் வெளியான பத்தொன்பதாம் நூற்றாண்டில் பதிப்பு என்னும் தகுதியைப் பெற்றிருந்தன எனச் சொல்ல முடியாது. அவை அச்சிடப்பட்டன என்று சொல்லலாம். அச்சுக்கும் பதிப்புக்குமான வேறுபாடு தமிழில் தெளிவாக இல்லை. அச்சிடும் எல்லா நூல்களும் பதிப்பு என்ற குறிப்புட னேயே வெளிவருகின்றன. ஆசிரியரின் காலத்திலேயே வெளி யாகும் ஒருநூலை அச்சு என்றோ வெளியீடு என்றோ குறிப்பிடு வது பொருந்தும். முதல் அச்சு, முதல் வெளியீடு எனக் குறிப்பிட லாம். பதிப்பு இதிலிருந்து வேறுபட்டது. ஒரு பிரதியை வெறுமனே அச்சாக்குதல் பதிப்பல்ல. பதிப்புக்கென நெறிமுறைகள் உள்ளன. அவற்றைக் கொண்டிருப்பனவே பதிப்புகள். ஒரு நூலுக்குப் பதிப்பு என்னும் தேவை ஏற்படுவதற்குச் சில காரணங்கள் உள்ளன. அவற்றில் மிக முக்கியமானது காலம். ஒருநூல் அது வெளியாகும் காலத்திலேயே பதிப்பு என்னும் தகுதியுடன் வருவதில்லை. குறிப்பாகப் படைப்பிலக்கியமான நாவல், சிறுகதை போன்றவற்றிற்கு அதற்கான தேவை இல்லை. மிக முக்கியமாக அந்நூலின் மொழிநடை சமகாலத்தவருக்கு இயல்பானதாக இருக்கிறது. அந்நூலின் பின்னணி, விவரங்கள் முதலியவை வாசகருக்கு ஏதோ ஒருவகையில் தெரியவும் செய்கின்றன. நூலில் அத்தகைய விவரங்கள் வெகு சுருக்கமாக இருத்தலே நல்லது. ஆகவே எழுதப்பட்ட பிரதியின் அச்சுவடிவம் போது மானதாக இருக்கிறது. ஆனால் காலப் பழமை ஏற்படும்போது அந்நூலுக்குப் பதிப்பு தேவைப்படுகிறது.

காலம் எல்லாவற்றையும் தன்னோடு வாரிக் கொண்டு வருவதில்லை. சிலவற்றைக் கண்டுகொள்ளாமல் அப்படியே விட்டுவிட்டு வந்து கொண்டிருக்கிறது. சிலவற்றைத் தயக்கத்தோடு கொஞ்ச தூரம் சுமந்து வந்து பின்னர் கைவிட்டு விடுகிறது. தனக்குச் சுமை என்று தோன்றாத தன்னோடு இயல்பாகக் கைப்பிடித்து இணைந்து வரக்கூடிய தன்மை கொண்ட சில வற்றையே அழைத்து வருகிறது. காலம் கைவிட்டு வந்த சில பின்னாளில் ஏதேனும் காரணங்களால் உயிர் பெற்று உலவும் விசித்திரங்களும் நடப்பதுண்டு. ஆகவே பதிப்புத் தேவை கொண்டவை என்று காலத்தை அனுசரித்துத் தேர்ந்தெடுத்துக் கொள்ள வேண்டியவர்களாக இருக்கிறோம்.

தமிழ் நாவல்கள் 1900வரை 20 வந்திருந்தாலும் அவை அனைத்தும் இன்றைய வாசகருக்குத் தேவையானவை அல்ல. வாசிப்புத்தன்மை கொண்டவற்றையே இன்றைய வாசகர் விரும்புவர். நாவல் வாசிப்பில் ஈடுபாடுடையோர் தொடக்க கால நாவல்களின் வகைமாதிரிகளை வாசித்துப் பார்க்க விரும்பக்கூடும். நாவல் வரலாற்றில் முக்கியத்துவம் உடையவை யாகச் சிலவற்றை அடையாளம் காட்டலாம். இத்தகைய நோக்கத்திற்காக இன்றைக்குத் தேர்ந்தெடுத்துச் சிலவற்றைப் பதிப்பிக்கலாம். மேற்குறிப்பிட்ட இருபது நாவல்களில் பிரதாப முதலியார் சரித்திரம், கமலாம்பாள் சரித்திரம், பத்மாவதி சரித்திரம் ஆகியன இன்றும் புத்தகச் சந்தையில் கிடைப்பனவாக உள்ளன. இவற்றிற்குத் தொடர்ந்து விற்பனை மதிப்பு இருப்பதால் வெவ்வேறு பதிப்பகங்கள் வெளியிட்டுக் கொண்டிருக்கின்றன. பிரேமகலாவத்யம், தீனதயாளு, தானவன், தலையணை மந்திரோபதேசம் ஆகியவையும் அச்சிடப்பட்டுள்ளன. ஆனால் இவற்றில் எதுவும் பதிப்பு என்னும் கண்ணோட்டத்தில் அச்சிடப் படவில்லை. பழைய நூல்களை வெளியிட அரசாங்கம் வைத்திருக்கும் சலுகைகளைப் பயன்படுத்திக்கொள்ளும் பொருட்டுச் சிலர் வெளியிட்டுள்ளனர். இப்போதும் விற்பனை மதிப்பு உள்ள காரணத்தால் சிலவற்றை வெளியிட்டுள்ளனர். அரசு ஆவணக் காப்பகத்தில் இருந்து அனுமதி பெற்று வெளியிட்டால் அரசு நூலகங்களுக்குப் பிரதிகள் சிக்கலில்லாமல் எடுத்துக்கொள்ளப்படும் என்பதும் காரணம். மற்றபடி இவற்றை வெளியிட்டோருக்குப் பதிப்பு பற்றிய உணர்வு கிடையாது.

பழந்தமிழ் நூல்கள் என்னும் தொன்மை கொண்ட நமக்கு, அவற்றைப் பதிப்பிப்பதில் இருநூறு ஆண்டுகளுக்கும் மேற்பட்ட வரலாறுடைய நமக்குப் பதிப்பு வரலாற்றை விளக்கும் விரிவான நூலும் இல்லை; பதிப்பு நெறிமுறைகளை வரையறைப்படுத்திச் சொல்லும் வழிகாட்டி நூல்களும் இல்லை. சொல்லடைவு,

பொருளடைவு ஆகியவற்றைப் பற்றிய அடிப்படைப் புரிதல்கூட இல்லாதவர்களாகப் பதிப்பாளர்கள் உள்ளனர். ஐந்நூறு பக்கம், ஆயிரம் பக்கம் கொண்ட நூல்களுக்குக்கூடப் பொருளடைவு தயாரிக்கும் வழக்கம் இல்லை. பொருளடைவோடு கூடிய பழைய நூல்களை மீண்டும் அச்சிடும்போது பக்கம் மிகுகிறது என்னும் வறட்டுப் பார்வையில் இருக்கும் பொருளடைவை நீக்கிவிட்டு நூலை இப்போது அச்சிடுகின்றனர். பதிப்பகத்தாரை அல்லது பதிப்பில் ஈடுபடுவோரைக் குறை சொல்வதில் பொருளில்லை. பழைய நூலொன்றை வெளியிடும்போது அவை எப்படிப்பட்ட பதிப்பாக இருக்க வேண்டும் என்று வழிகாட்டும் நெறிமுறைகளை இதுவரை உருவாக்கித் தராத நமது சூழலையே குறை சொல்ல வேண்டும். பொருளடைவு என்பது என்ன, அதனை உருவாக்கும் முறைகள் எவை, அதைப் பயன்படுத்துவது எவ்விதம் என்பவற்றை விவரிக்கும் நூல் ஏதாவது தமிழில் இருக்கிறதா? இப்படி ஒரு பதிப்பில் இடம்பெற வேண்டியவை பற்றிய குறிப்புகளைத் தரும் அறிமுக நூல்கூட நம்மிடம் இல்லை. ஒருநூல் அச்சாகி வரும்போது அதில் எந்தெந்த அம்சங்கள் இருக்க வேண்டும் என்னும் நிர்ப்பந்தம் தருவதாகவும் நம் சூழல் இல்லை. ஆகவே பதிப்பு பற்றிய உணர்வற்று வெளியிடப்படும் அச்சுப் பிரதிகளே நமக்குக் கிடைக்கின்றன.

அதுமட்டுமல்ல, பழைய பிரதியைச் சிதைக்கும்படியான வெளியீடுகளும் வருகின்றன. பிரதாப முதலியார் சரித்திரம், கமலாம்பாள் சரித்திரம், பத்மாவதி சரித்திரம் ஆகிய நாவல் களுக்கு இன்று கிடைக்கும் வெளியீடுகள் நம்பகமானவை அல்ல. நூல் அமைப்பு முறையிலும் மொழிநடையிலும் பல்வேறு மாற்றங்களை அவை கொண்டிருக்கின்றன. ஒரு நூல் உருவான காலம் பற்றிய உணர்வுகூட இத்தகைய பதிப்பாளர்களுக்கு இருப்பதில்லை. சமீப காலத்தில் வெளியிடப்படும் மறுபதிப்பு கள் பலவற்றில் மொழி நடையை மாற்றும் வேலைகள் நடைபெறு கின்றன. கு.ப.ராவின் சிறுகதைகளை அல்லயன்ஸ் பதிப்பகம் வெளியிட்டுள்ளது. அதில் சமஸ்கிருதச் சொற்கள் பலவற்றை நீக்கிவிட்டுத் தமிழ்ச் சொற்களைச் சேர்த்துள்ளனர். போரும் வாழ்வும் மொழிபெயர்ப்பின் மறுபதிப்பை வெளியிட்ட கௌரா ஏஜன்ஸீஸ் அப்பதிப்பில் பல சொற்களை மாற்றி வெளியிட் டுள்ளது. அலைகள் பதிப்பகம் வெளியிட்ட ரிக்வேதம் மூன்று தொகுதிகளிலும் மொழிபெயர்ப்பாளரின் பல சொற்கள் மாற்றப் பட்டுள்ளன.

பிரதாப முதலியார் சரித்திரத்தைச் சைவ சித்தாந்த நூற்பதிப்புக்கழகம் வெளியிட்ட கதை பலருக்கும் தெரிந்திருக்கும். அந்நூலிலுள்ள சமஸ்கிருதச் சொற்கள் முழுவதையும் தனித்தமிழ்ச் சொற்களாக மாற்றி வெளியிடப்பட்டது. அதிலே வேதநாயகம்

பிள்ளையின் நடையைக் காணமுடியாது. கதையோட்டத்தோடு வாசகரையும் உடனழைத்துச் செல்லும் அவர் நடையின் வசீகரத்தைச் சிதைத்து எதற்காக வெளியிட வேண்டும்? பால்ய சேஷ்டைகள் என்பதை 'இளமை விளையாட்டு' என்று மாற்றி னால் பொருந்துமா? பால்யம் என்பதை இளமை என்று மாற்றினால் இன்றும்கூடப் பொருள் மாறுபாடு ஏற்படுகிறது. இளமைக்கும் பால்யத்திற்கும் வேறுபாடு இன்றைய மொழியிலும் உண்டு. சேஷ்டையும் விளையாட்டும் ஒன்றல்ல. இளமை விளையாட்டு என்றால் அது ஏதோ மலையாளப் படத்திற்குக் கொடுக்கப்பட்ட தமிழ்த் தலைப்பு போலத் தோன்றுகின்றது. இப்படி அனர்த்தங்கள் நிறைந்தது கழக வெளியீடு.

பிரதாப முதலியார் சரித்திரத்தில் உள்ள சொற்களில் எவையெவை இன்றைய வாசகருக்குப் புரிபடாதவை எனப் பட்டியல் தயாரித்து அவற்றை அகரவரிசையில் பொருள் அல்லது நிகரான இன்றைய வழக்குச் சொல்லோடு நூலின் இறுதியில் கொடுக்கலாம். அந்தந்தப் பக்கத்திலேயே அடிக்குறிப் பாகப் புரியாத சொற்களுக்கு நிகரான சொற்களைத் தரலாம். பதிப்பாசிரியர் செய்ய வேண்டியது இதுதான். பிரதாப முதலியார் சரித்திரத்திற்கு என்றல்ல, எந்தப் பழைய நூலாக இருப்பினும் அதன் மொழிநடையை மாற்றுவதற்கோ ஆசிரியர் கையாண் டுள்ள சொற்களை மாற்றுவதற்கோ பதிப்பாசிரியருக்கு உரிமை கிடையாது. பதிப்பு என்பதன் அடிப்படை நூலின் தனித்தன்மை களுக்கு எந்தச் சிதைவும் ஏற்படாமல் காப்பதுதான். அடுத்து வாசகர் நூலை நெருங்குவதற்கான வழிமுறைகளை ஏற்படுத்திக் கொடுப்பது பதிப்பின் நோக்கம். அந்த வழிமுறைகள்தான் சொல்லடைவு, பொருளடைவு, அருஞ்சொற்பொருள் உள்ளிட்டவை ஆகும்.

பிரதாப முதலியார் சரித்திரத்தையோ கமலாம்பாள் சரித்திரத்தையோ இன்று பதிப்பிக்க வேண்டுமானால் அப்பதிப்பு வாசகருக்கானதாகவோ ஆராய்ச்சியாளர்களுக்கானதாகவோ இருக்க வேண்டுமானால் அதில் எவையெவை இருக்க வேண்டும் எனச் சிந்திக்கலாம். முதலில் மூலப் பிரதியாக எதைக் கொள்வது என்பது முக்கியம். ஆசிரியரின் காலத்திலேயே அவரது நேர் பார்வையில் கடைசியாக வந்த பிரதியை இப்போதைய பதிப்புக்கு மூலமாகக் கொள்ளவேண்டும். ஆசிரியர் தம் பிரதி எந்த வகையில் வாசகருக்குக் கிடைக்க வேண்டும் எனக் கருதினாரோ அந்தக் கருத்துக்கு மதிப்பளிப்பது அவசியம். கடைசியாக வந்த பிரதி ஆசிரியர் செய்த திருத்தங்கள், மாற்றங்கள் ஆகிய வற்றைக் கொண்டதாக இருக்கும். அடுத்து நூலுக்கு நல்ல ஆராய்ச்சி முன்னுரை ஒன்று அவசியமானது. பிரதாப முதலியார் சரித்திரம் நூலென்றால் அந்நாவலைப் பற்றி இதுவரை வந்துள்ள

ஆராய்ச்சிகள், விமர்சனங்கள் ஆகியவற்றைக் கணக்கில் எடுத்துக் கொண்டு எழுதப்பட்ட முன்னுரை அமைய வேண்டும். அந்நூல் அச்சிடப்பட்ட வரலாற்றையும் அம்முன்னுரை உள்ளடக்கி யிருக்கலாம். 1900க்குப் பிறகு பாடநூலாக வைக்கப்பட்டபோது அந்நூலை வெளியிடுவதில் ஏற்பட்ட வாரிசுப் போட்டிகள் சுவாரஸ்யமானவை. வேதநாயகம் பிள்ளையின் தனிப்பட்ட வாழ்க்கை குறித்து வேறு கோணத்தில் பார்க்க வேண்டிய தேவையை இந்தப் பதிப்புப் போட்டி உருவாக்கிவிடுகிறது.

இப்போதைய பதிப்பில் நூலாசிரியரின் வரலாறு போதுமான தகவல்களோடு சுருக்கமாக இருக்க வேண்டும். நூலாசிரியர் வரலாறாக இதுவரை வந்துள்ள நூற்பட்டியல் ஒன்றையும் தரலாம். நூலின் பின்னிணைப்பில் பல விஷயங்கள் இடம்பெற வேண்டும். முக்கியமாக இந்நாவலில் எந்தெந்தச் சொற்கள் இன்றைய வாசிப்புக்கு அந்நியமானவையோ அவற்றைத் தொகுத்துப் பொருளோடு தரும் அகராதி இடம் பெற வேண்டும். பிரதாப முதலியார் சரித்திரம் நாவலில் அத்தியாயத் தலைப்புகள் உண்டு. இன்று புத்தகச் சந்தையில் கிடைக்கும் பிரதிகள் எவற்றிலும் அத்தியாயத் தலைப்புகள் கிடையாது. உள்ளடக்கம் என்னும் பகுதியில் இந்த அத்தியாயத் தலைப்புகள் எண் வரிசையில் கொடுக்கப்பட்டிருக்கும். கமலாம்பாள் சரித்திரம் முதலிய நாவல்களிலும் அத்தியாயத் தலைப்புகள் உண்டா என்பது தெரியவில்லை. இன்று கிடைக்கும் வெளியீடுகள் எவற்றிலும் தலைப்புகள் இல்லை. 1900க்கு முன் வந்த பதிப்பு களைத் தேடி ஒப்பிட்டுப் பார்த்துத்தான் கண்டுபிடிக்க வேண்டும்.

கமலாம்பாள் சரித்திரம் நாவலுக்கு இன்னொரு தலைப்பும் உண்டு. அநியாய அபவாதம் என்றும் ஆபத்துக்கிடமான அபவாதம் என்றும் அந்தத் தலைப்பு குறிப்பிடப்படுகிறது. அந்நாவல் புத்தக வடிவில் வந்தபோது இரட்டைத் தலைப்பு இடம்பெற்றதா என்பது தெரியவில்லை. நாவல்களுக்கு இரட்டைத் தலைப்பு வைக்கும்முறை பிரதாப முதலியார் சரித்திரத்திலேயே தொடங்கிவிட்டது. இரட்டைத் தலைப்புள்ள நூலை அவ்வாறே வெளியிட வேண்டும். ஒரு தலைப்பை நீக்கிவிட்டு வெளியிடுதல் முறையல்ல. அதுபோல அத்தியாயத் தலைப்புகளையும் பொருளடக்கத்தில் கொடுக்க வேண்டும். மேலும் அவற்றை அகர வரிசையில் பின்னிணைப்பாகக் கொடுக்கலாம். சில அத்தியாயங்களை மட்டும் படிக்க விரும்பு வோருக்கு அது மிகவும் பயன்படும். பிரதாப முதலியார் சரித்திரம் நாவலில் தமிழ்வழிக் கல்விக்கு ஆதரவான பகுதி இடம் பெற்றுள்ளது. அதைக் கண்டுபிடிக்க இந்த அத்தியாயத் தலைப்பு அகராதி உதவும்.

பின்னிணைப்பில் அவசியம் இடம்பெற வேண்டியதும் பதிப்பாசிரியரின் உழைப்பைக் கோருவதுமான ஒருபகுதி பாடபேதங்களைத் தொகுத்துத் தருவதாகும். நவீன இலக்கியத் திற்கும் பாடபேதங்கள் உண்டு. சான்றாகப் புதுமைப்பித்தன் சிறுகதைகளைக் கூறலாம். புதுமைப்பித்தனின் கையெழுத்துப் படிகள், பத்திரிகையில் வந்தபோதான வடிவம், நூலாக்கம் பெறும்போது செய்யப்பட்ட திருத்தங்கள், புதுமைப்பித்தனின் மேற்பார்வையில் நூல் மறுபதிப்பு வந்தபோது அவர் மேலும் செய்த திருத்தங்கள் ஆகியவற்றை ஆ.இரா.வேங்கடாசலபதியின் பதிப்பு, பாடபேதங்களாகத் தொகுத்துத் தருகிறது. அந்தப் பகுதி புதுமைப்பித்தன் பற்றி வெவ்வேறு கோணங்களில் ஆய்வதற் கான ஆதாரங்களைக் கொண்டிருக்கிறது.

'கடவுளும் கந்தசாமிப் பிள்ளையும்' சிறுகதை கலைமகள் இதழில் 1941இல் வெளிவந்தது. அதில் 'குடுமியைப் பிடித்து மாற்றிக் கொண்டு வந்திருப்பேனே' என்று ஒருவரி உள்ளது. இரண்டு ஆண்டுகள் கழித்து 1943இல் 'காஞ்சனை' தொகுப்பில் அந்தக் கதை இடம்பெற்றபோது 'பாப்பான் குடுமியைப் பிடித்து மாற்றிக் கொண்டு வந்திருப்பேனே' என்று வரி உள்ளது. 'பாப்பான்' என்னும் சொல் சேர்க்கப்பட்டுள்ளது. கலைமகள் இதழ் 'பாப்பான்' என்னும் சொல்லை நீக்கி விட்டுக் கதையை வெளியிட்டிருக்கலாம். புதுமைப்பித்தனேகூட கலைமகள் இதழுக்குக் கதை கொடுக்கிறோம் என்னும் எச்சரிக்கை உணர்வில் அந்தச் சொல்லை அப்போது எழுதாமல் விட்டிருக்கலாம். ஆனால் நூலாக வரும்போது அச்சொல்லைச் சேர்த்திருக்கிறார். ஒரு சொல் என்றாலும் அரசியல் சமூகத் தளத்தில் மிகவும் முக்கியத்துவம் பெற்ற சொல் அது. அதன் பின்னணியை விரிவாக ஆராய இந்தப் பாடபேதக் குறிப்பு இடமளிக்கிறது. ஆகவே நூலாசிரியரின் காலத்தில் செய்யப்பட்ட திருத்தங்களைப் பதிப்பாசிரியர் தொகுத்துத் தர வேண்டியது அவசியம்.

தமிழ்ப் புனைகதை இலக்கியம் தோன்றி நூற்று முப்பது ஆண்டுகள் ஆகிவிட்ட நிலையில் அவற்றுள் தேர்ந்தெடுக்கப் பட்டவற்றிற்கேனும் பதிப்புகள் வர வேண்டியது அவசியம். தமிழ் இரண்டாயிரம் ஆண்டுகளுக்கு முந்தைய இலக்கியங் களைப் பெற்றுள்ள செம்மொழியாக இருப்பதால் பழந்தமிழ் இலக்கியங்களுக்குப் பதிப்பு வந்தால் போதும் என்னும் கருத்து மாறி இன்றைய நவீன இலக்கியங்களுக்கும் பதிப்பு உருவாகும் நிலை ஏற்பட வேண்டும். அப்போதுதான் தமிழ் வாழும் மொழி யாகத் தன்னைத் தொடர்ந்து நிலைநிறுத்திக்கொள்ள முடியும்.

பயன்பட்ட நூல்கள்

1. சிட்டி, சிவபாதசுந்தரம், தமிழ் நாவல் நூறாண்டு வரலாறும் வளர்ச்சியும், 1978, சென்னை, கிறித்தவ இலக்கிய சங்கம்.
2. சிட்டி, சிவபாதசுந்தரம் (ப.ஆ), ஆதியூர் அவதானி சரிதம், 1993, கோவை, விஜயா பதிப்பகம்.
3. ச. வேதநாயகம்பிள்ளை, பிரதாப முதலியார் சரித்திரம், ஆண்டு தெரியவில்லை, சென்னை, கழகம்.
4. ஆ.இரா. வேங்கடாசலபதி (ப.ஆ), புதுமைப்பித்தன் கதைகள், 2003, நாகர்கோவில், காலச்சுவடு பதிப்பகம்.

❍

நவீன இலக்கியங்களும் நம்பகமான பதிப்புகளும்

கீர்த்தனைகள், செய்யுள்கள் செய்வதிலும் புகழ் பெற்றவரான மாயூரம் வேதநாயகம் பிள்ளை, நாவலுக் குரிய அடிப்படை இயல்பாகிய உரைநடையைப் பயன் படுத்தி மேற்கத்திய பாணியும் நாட்டுப்புறக் கதை சொல்லல் மரபும் இணைந்த வடிவத்தில் தமிழின் முதல் நாவலாகிய பிரதாப முதலியார் சரித்திரத்தை எழுதினார். நாவல் என்பதற்குச் சில கறாரான வரையறைகளை வைத்திருப்போர் பிரதாப முதலியார் சரித்திரத்தில் நாவலுக்குரிய அம்சங்கள் குறைவு என்று கூறினாலும் இன்றைய வாசகரும் சுவாரஸ்யமாக வாசிக்கக்கூடிய அளவுக்கு வாசிப்புத்தன்மை கொண்டதாகவே அந்நாவல் விளங்குகிறது. நாவல் வாசிப்போர் சிரிக்கவே கூடாது என்று திட்டமிட்டு எழுதப்படாததாலோ என்னவோ அந்நாவலில் வாய்விட்டுச் சிரிக்கும் வகையில் பல்வேறு சம்பவக் கோவைகள் இயல்பாக அமைந்துள்ளன.

சம்பவங்கள் கொடுக்கும் சுவைக்காகவும் அவற்றை மேற்கோள்களாகப் பயன்படுத்தும் தொழில்முறை நோக்கத்திற்காகவும் அவ்வப்போது நான் இந்நாவலைப் படிப்பதுண்டு. இப்போதும் புத்தகச் சந்தையில் நான்கைந்து பதிப்பகங்கள் வெளியிட்டுள்ள இந்நாவலின் அச்சுப்படிகள் கிடைக்கின்றன. ஆனால் ஓரளவு பதிப்புணர்வும் அழகுணர்ச்சியும் கொண்டவர்கள் இந்த அச்சுப்படிகளை நிராகரிக்கவே செய்வர். இந்நாவலையும் சுகுணசுந்தரியையும் சேர்த்து, ஒருபுறம் தொடங்கினால் பிரதாப முதலியார் சரித்திரம், மறுபுறம் தொடங்கினால் சுகுணசுந்தரி என்னும் முறையில் நூலுக்கான பின்புறமே இல்லாமல் சக்தி காரியாலயம் மலிவு விலையில் வெளியிட்ட பதிப்பு சிதிலமடைந்த நிலையில் என்னிடம்

உள்ளது. எனினும் அதைப் பயன்படுத்தவே என் உள்ளம் விரும்பும். அதையும்கூட முழுமையானதும் சிறந்ததுமான பதிப்பு என்று சொல்லிவிட முடியாது. ஆனால் இன்றைய வாசகருக்கு அதுகூடக் கிடைப்பதில்லை. அச்சுத் தொழில்நுட்பம் வளர்ந்த அளவு பதிப்பு நுட்பங்களை வளர்த்தெடுக்காத செம்மொழிக்காரர்கள் நாம்.

பிரதாப முதலியார் சரித்திரம் நாவல் போலவே அதன் பதிப்பு வரலாறும் வெகுவான சுவாரஸ்யம் கொண்டதுதான். அனேகமாக ஐம்பதிற்கும் மேற்பட்ட முறை அந்நாவல் அச்சிடப் பட்டிருக்கக்கூடும். 1879இல் முதல் பதிப்பு வெளியாயிற்று. அப்பதிப்பு இப்போது பார்ப்பதற்கு எங்காவது இருக்கிறதா எனத் தெரியவில்லை. ஆனால் அவருடைய பார்வையிலேயே 1887ஆம் ஆண்டு வெளிவந்த இரண்டாம் பதிப்புப் பிரதி சென்னை ரோஜா முத்தையா ஆராய்ச்சி நூலகத்தில் உள்ளது. *'The Life and Adventures in Tamil of Pradapa Mudaliar'* என்னும் ஆங்கிலத் தலைப்பை முன்பக்கத்தில் கொண்ட இந்நூலில் 'முதற்பதிப்பு' என்று குறிக்கப்பட்டுள்ளது. காரைக்கால் முகம்மது ஸமதானி பிரசில் பதிப்பிக்கப்பட்ட இது இரண்டாம் பதிப்பு என்பதுதான் சரியானது. இந்நாவலுக்குத் தமிழில் இரண்டு தலைப்புகள் வைக்கப்பட்டிருந்ததையும் இப்பதிப்பு மூலமாகவே அறிகிறோம். 'பிரதாபம் என்னும் பிரதாப முதலியார் சரித்திரம்' என்று தலைப்புள்ளது. 'காரைக்கால் முகம்மது ஸமதானி அச்சுக் கூடத்திற் பதிப்பித்த பிரதிக்கிணங்க' நகரி சுப்பராயப் பிள்ளை என்பவர் 1907இல் வெளியிட்ட பதிப்பு இந்நாவலின் மூன்றாம் பதிப்பாக இருக்கக்கூடும். இதிலும் 'பிரதாபம் என்னும் பிரதாப முதலியார் சரித்திரம்' என்றே தலைப்பு காணப்படுகின்றது. ஆனால் 'பிரதாபம்' என்னும் பெயரை இப்போது வரும் எந்தப் பதிப்பக வெளியீட்டிலும் காணமுடியாது. இதற்குக் காரணம் 1910களில் வேதநாயகம்பிள்ளையின் குடும்பத்தாரால் வெளியிடப்பட்ட பதிப்புகளே 'பிரதாபம்' என்பதை உதிர்த்து விட்டுப் 'பிரதாப முதலியார் சரித்திரம்' என்னும் பெயரை மட்டும் எடுத்துக்கொண்டன என்பதுதான்.

1910களில் பிரதாப முதலியார் சரித்திரத்திற்குப் பாடத்திட்ட அந்தஸ்து கிடைத்திருக்கிறது. மெட்ரிகுலேசன் தமிழ்ப் பாடநூல் களில் இந்நாவலின் சில பகுதிகள் சேர்க்கப்பட்டன. சென்னைப் பல்கலைக்கழக இன்டர்மீடியட் வகுப்புக்குப் பாடநூலாகவும் இந்நாவல் வைக்கப்பட்டிருந்தது. ஆகவே இந்நாவலுக்கு விற்பனை மதிப்புக் கூடியது. அவ்வருவாயில் அவர் எழுதிய அனைத்து நூல்களையும் அச்சிட முடியும் என்று கருதியதோடு அவரது பிற நூல்களையும் பாடத்திட்டத்தில் சேர்க்கவும் முயற்சி நடைபெற்றிருக்கிறது. வேதநாயகம்பிள்ளையின் மகன்

வீ. ஞானப்பிரகாசம் பிள்ளை எழுதியுள்ள முன்னுரை ஒன்றில், 'எப்போதும் போல் தாலுகா போர்டார்களும் டிஸ்டிரிக்ட் போர்டார்களும் இத்தகைய வசன நூல்களைத் தம் பார்வை யிலுள்ள பள்ளிக்கூடங்களில் பாடப் புத்தகங்களாக ஏற்படுத்தி உதவிபுரிவாரேல், இக்கிரந்தகர்த்தார் உரைநடையிட்ட 'சுகுணசுந்தரி' போன்ற நூல்களை வெளிக்கொணரவியலும்' என்று வேண்டுகோள் விடுக்கின்றார். அதன்பின்னர், வேதநாயகம் பிள்ளையின் பெண்மதி மாலை நூலும் பாடத்திட்டத்தில் வைக்கப்பட்டதாகத் தெரிகிறது.

பாடத்திட்ட நூலானதால் வேதநாயகம் பிள்ளையின் குடும்பத்தினர் இந்நாவலை வெளியிடுவதில் தொடர்ந்து ஆர்வம் காட்டியுள்ளனர். வேதநாயகம்பிள்ளையின் மகன் வீ. ஞானப்பிரகாசம் பிள்ளை, மருமகள் வி.ஜி. ஆச்சியம்மாள், பேரன் வி.ஜி. ஆரோக்கியசாமி ஆகியோர் பெயர்களில் இந்நாவல் பதிப்புகள் தொடர்ந்து வெளியாகி வந்துள்ளன. நூலின் முன்பக்கத்தில் 'இந்நூலாசிரியர் மருமகள் வி.ஜி. ஆச்சியம்மாள் அவர்களால் பிரசுரிக்கப்பட்டது' என்பது போன்ற குறிப்பு வாசகங்கள் இடம்பெற்றிருந்தன. இப்பதிப்புகளின் பின்னிணைப் பில், இந்நாவல் குறித்து இதழ்களில் வெளியான மதிப்புரைப் பகுதிகள், அறிஞர்களின் கருத்துக்கள் ஆகியன தொகுத்துத் தரப்பட்டிருந்தன. வேதநாயகம்பிள்ளை 1889ஆம் ஆண்டு காலமானபோது பலர் அனுப்பிய இரங்கல் கடித வாசகங்களும் கொடுக்கப்பட்டிருந்தன. இவையெல்லாம் மிக முக்கியமான ஆவணங்கள்.

பாடநூல் விற்பனை மதிப்பு இந்நாவலுக்கு இருந்தமையால் நாவலை வெளியிடுவதில் போட்டியும் வாரிசுரிமைப் போராட்டங் களும் நடந்துள்ளன. வேதநாயகம்பிள்ளை பற்றி எழுதப்பட்ட வாழ்க்கைக் குறிப்புகள் எவையும் அவரது குடும்பம் குறித்த விரிவான தகவல்களைத் தரவில்லை. பெரும்பாலானவற்றில் குடும்பம் பற்றி எந்தத் தகவலும் இல்லை. 'இந்திய இலக்கியச் சிற்பிகள்' வரிசையில் வேதநாயகம்பிள்ளை பற்றி அ. பாண்டு ரங்கன் எழுதிய நூலில் அவரது குடும்பம் பற்றிச் சிறுபகுதி உள்ளது. அது வருமாறு:

நீதிமன்றப் பணிகளில் வேதநாயகருடைய வாழ்க்கை ஒரு சோதனைக் களமாக இருந்ததுபோல அவருடைய குடும்ப வாழ்க்கையும் சோதனைகள் நிறைந்ததாக இருந்தது. இல்லற வாழ்வில் அவர் மணந்துகொண்ட பெண்கள் அடுத்தடுத்துக் காலமாகிக் கொண்டிருந்ததால் அவர் ஐந்து பெண்களை மணக்க நேரிட்டது. மூன்றாவது மனைவி மாணிக்கத்தம்மாளுக்கு மட்டுமே ஓர் ஆணும் இரண்டு பெண்களும் பிறந்தனர். (ப.26)

இதில் குறிக்கப்படும் ஆண் குழந்தைதான் பிரதாப முதலியார் சரித்திரத்தைப் பிற்காலத்தில் முன்னுரை எழுதிப் பதிப்பித்த வீ. ஞானப்பிரகாசம் பிள்ளை ஆவார். ஆனால் 1910களில் வேதநாயம்பிள்ளையின் மகன் எனக் கூறி வேறொருவர் வெளியிட்ட பதிப்புகளும் விற்பனையில் இருந்துள்ளன. 'பிரதாபம் என்னும் பிரதாப முதலியார் சரித்திரம், மாயூரம் முன்சீப் ச. வேதநாயகம்பிள்ளை அவர்களால் இயற்றப்பட்டு, மேற்படியார் குமாரர் வீ. துரைப்பிள்ளையினால் . . . பதிப்பிக்கப் பெற்றது' என்னும் குறிப்புடன் வெளியான பதிப்புகளும் இருந்துள்ளன. மேற்படியார் குமாரர் வீ. துரைப்பிள்ளையினால் என்பதும் ஆங்கிலத்தில் 'Published by the author's son V. Doraipillai' என்பதும் முறையாக முத்திரையாக வைக்கப்பட்டுள்ளன. 'வீ. துரைப்பிள்ளை' என்பவர் வாரிசுரிமை கொண்டாடியிருக் கிறார் என்பது தெரிகிறது. மற்றபடி வேதநாயகம்பிள்ளைக்கு அவர் எவ்வகையில் மகனாவார் என்பது பற்றிய தகவல்கள் எதுவும் தெரியவில்லை.

இந்தப் போட்டியின் காரணமாகச் சென்னைப் பல்கலைக் கழகப் பதிவாளரிடமிருந்து 'வீ. ஞானப்பிரகாசம் பிள்ளையின் பதிப்பே பாடத்திட்டத்தில் வைக்கப்பட்டுள்ளது' என ஆணை பெற்றுள்ளனர். அத்தோடு ஞானப்பிரகாசம் பிள்ளை பதிப்புப் பற்றி விதந்து எழுதப்பட்ட மதிப்புரைகளும் அப்போது வந்துள்ளன. ஒரு மதிப்புரை, 'பழம் பிரதிகள் போலும், புஸ்தகச் சொந்தக்காரர் அல்லாத மற்றவர் பதிப்புகள் போலுமல்லாது, பிழைகள் களையப்பட்டு, கிளேஸ் கடிதத்தில் சுத்தமாய் அச்சியன்ற இப்புத்தகத்தின் விலை அணா 10. வேண்டியவர்கள் மாயூரம் ஞானப்பிரகாசம் பிள்ளையவர்களிடமிருந்து பெற்றுக் கொள்ளலாம்' எனக் குறிப்பிடுகின்றது.

ஒப்பீட்டளவில் பார்த்தால், வீ. ஞானப்பிரகாசம் பிள்ளை யும் அவரது வகையறாக்களும் வெளியிட்ட பதிப்புகளைவிட, வீ. துரைப்பிள்ளையின் பதிப்பு சிறப்புடையதாகத் தோன்று கின்றது. 1887, 1907 ஆகிய ஆண்டுகளில் வெளியான முந்தைய பதிப்புகளை வீ. துரைப்பிள்ளையின் பதிப்பு பின்பற்றியுள்ளது. 'பிரதாபம்' என்னும் பெயரும் தலைப்பில் இருப்பதோடு அதிகார அட்டவணையும் இப்பதிப்பில் இடம்பெற்றுள்ளது. பாடத்திட்ட நோக்கிலான இத்தகைய பதிப்புகளே 1950கள் வரை விற்பனையில் இருந்துள்ளன.

1950களுக்குப் பின் வெளியான பதிப்புகள் இந்நாவலிலும் நாவல் பற்றிய செய்திகளிலும் பல்வேறு சிதைவுகளை உண்டாக் கின என்று சொல்லலாம். சுருக்கப் பதிப்பு, மலிவு விலைப்

பதிப்பு, திருத்தப் பதிப்பு எனப் பெயரிட்டுப் பலவகைப் பதிப்புகள் வெளியாகின. தென்மொழிகள் புத்தக டிரஸ்ட்டின் ஆதரவில் பதிப்பிக்கப்பட்ட சுருக்கப் பதிப்பை இ.மு. சுப்பிரமணிய பிள்ளை செய்தார். மலிவு விலைப் பதிப்பைச் சக்தி காரியாலயம் வெளியிட்டது. பல்வேறு சொற்களைத் திருத்தம் செய்து சைவ சித்தாந்த நூற்பதிப்புக் கழகம் வெளியிட்டது. முதல் நாவல் என்னும் பெருமையுடைய நூலுக்கு இவ்வாறு பல்வேறு பதிப்புகள் வெளியாவது இயல்புதான்; தேவையும்கூட. ஆனால் மூலப்பிரதிக்குச் சிதைவு நேராமல் இருப்பது முக்கியம்.

சக்தி காரியாலயம் மலிவுப் பதிப்பாகப் பிரதாப முதலியார் சரித்திரம், சுகுணசுந்தரி ஆகிய இரண்டு நூல்களையும் இணைத்து ரூ. 1.25 விலையில் 1957இல் வெளியிட்டது. இதன் முன்னுரையில், '. . . இந்தப் புத்தகத்தை வெளியிடும்போது ஆசிரியர் எழுதிய படியே கூடுதல் குறைச்சல் இல்லாமல் அப்படியே வெளியிடத் துணிந்தோம். அவர்கள் எழுதிய சொற்களை மாற்றியோ கூட்டியோ குறைத்தோ வெளியிடுவது ஆசிரியரை அவமதிப்ப தாகும் என்றுகூட எண்ணுகிறோம்' என்று குறிப்பிட்டுள்ளனர். மிகச் சரியான முடிவுதான். இப்பதிப்பு வேதநாயகம்பிள்ளையின் பேரர் ஆரோக்கியசாமியின் ஒப்புதலோடும் உதவியோடும் வந்தது. இப்பதிப்பில் நேர்ந்த மிக முக்கியமான குறைபாடு 'தமிழ்மொழியிலே முதன்முதலாக 1876 வருடத்தில் தோன்றிய நாவல்' என்னும் குறிப்பு முதல் பக்கத்தில் இருப்பதுதான். இப்பதிப்பில் உள்ள வேதநாயகம்பிள்ளையின் முன்னுரையி லேயே 1879 என ஆண்டு இருக்க, '1876ஆம் ஆண்டு தோன்றிய நாவல்' என்று பிழையாகக் குறிப்பிட்டது இப்பதிப்பின் சிறப்பையே குறைத்துவிட்டது. இந்தக் குறிப்பைக் கொண்டே சாகித்ய அகாதமி வெளியிட்ட மு. வரதராசனின் தமிழ் இலக்கிய வரலாறு உள்ளிட்ட இலக்கிய வரலாற்று நூல்கள் பலவற்றிலும் 1876 எனத் தொடர்ந்து பிழையாகவே எழுதப்பட்டுள்ளது. சிட்டி, சிவபாதசுந்தரம் ஆகியோர் எழுதிய தமிழ் நாவல் நூறாண்டு வரலாறும் வளர்ச்சியும் என்னும் நூலில் அவர்கள் 1879 என்பதை நிரூபித்து எழுதிய பின்னும் பல இலக்கிய வரலாறுகளில் ஆண்டு மாற்றம் எதுவும் செய்யப்படவில்லை. மு. வரதராசனின் இலக்கிய வரலாற்று மறுபதிப்புகளிலும் இன்றுவரை 1876 என்றே உள்ளது.

வேதநாயகம்பிள்ளை முதல் பதிப்புக்கு ஆங்கிலத்தில் எழுதிய முன்னுரை முதன்முதலாகத் தமிழில் மொழிபெயர்க்கப் பட்டதும் சக்தி காரியாலயப் பதிப்பில்தான். ஆங்கில முன்னுரை கொடுக்கப்படவில்லை. 'இம்முன்னுரை ஆங்கிலத்தில் எழுதப் பட்டது' என்னும் குறிப்பு மட்டும் கொடுக்கப்பட்டிருக்கும்.

தமிழில் மொழிபெயர்த்தவர் யார் என்பது தெரியவில்லை. ஆங்கில முன்னுரையையும் தமிழ் மொழிபெயர்ப்பையும் ஒப்பிட்டு யாரும் பார்த்ததாகவும் தெரியவில்லை. Fiction, Novel ஆகிய இரண்டு சொற்களையும் வேதநாயகம் பிள்ளை தம் முன்னுரையில் கையாள்கிறார். மொழிபெயர்ப்பில் இரண்டு சொற்களுமே ‘நவீனம்’ என்றே மொழிபெயர்க்கப்பட்டுள்ளன. வேதநாயகம்பிள்ளையின் அம்முன்னுரை வரலாற்று முக்கியத் துவம் வாய்ந்தது. அதில் அவர் கையாண்டுள்ள சொற்கள் தமிழ் நாவல் தோற்றம் பற்றிய ஆய்வுக்குப் பெரிதும் பயன் படுபவை. இன்று நியூ செஞ்சுரி புக் ஹவுஸ் வெளியீடுவரை சக்தி காரியாலயப் பதிப்பின் மொழிபெயர்ப்பு முன்னுரைதான் அப்படியே தொடர்கிறது. ஆகவே இம்மொழிபெயர்ப்பைப் பரிசீலனை செய்ய வேண்டியுள்ளது.

பிரதாப முதலியார் சரித்திரத்தில் வேதநாயகம்பிள்ளை பயன்படுத்தியுள்ள பிறமொழிச் சொற்களை எல்லாம் தனித் தமிழ்ப்படுத்திச் சைவ சித்தாந்த நூற்பதிப்புக் கழகம் வெளியிட்ட பதிப்பு (இதன் ஆண்டு என்னிடம் உள்ள பிரதியில் சிதைந் துள்ளது) ஒரு மூலநூலைப் பிற்காலத்தார் எப்படியெல்லாம் சிதைக்க முடியும் என்பதற்குச் சிறந்த எடுத்துக்காட்டு. ‘காலவியல்பால் ஆசிரியர்கள் ஆங்காங்குச் சேர்த்துள்ள பிற மொழிச் சொற்களைக் களைந்து தூய தனித்தமிழ்ச் சொற்களைக் கருத்தும் பொருளும் இனிமையும் எளிமையும் மாறுபடாமல் பெய்துள்ளோம்’ என்று பதிப்புரை கூறுகிறது. வைதுஒறுத்தல், பூம்பொழில், இன்னாமொழி போன்ற இன்று புழக்கத்தில் இல்லாத பழந்தமிழ்ச் சொற்களைப் போட்டும் அத்தியாயத் தலைப்புகளை எல்லாம் இஷ்டப்படி மாற்றியும் பத்தி பிரிப்பு, உள்தலைப்புக் கொடுத்தல் ஆகியவற்றால் நாவலைக் கட்டுரை போல் ஆக்கியும் உருவாக்கப்பட்டது இப்பதிப்பு. சரியாகப் பொருள் புரிந்துகொள்வதற்குக்கூட இயலாத யாரோ ஒருவர் கண்டபடி திருத்தம் செய்த இப்பதிப்பு நவீன இலக்கியப் பதிப்பு பற்றிய கண்ணோட்டத்திற்கு மிக மோசமான வழிகாட்டி யாக விளங்குகிறது. ‘அவன் உயிருக்கும் உடலுக்கும் அபாயம் வரும்படியாக, அவனுக்கு அடிவாங்கிக் கொடுக்க அட்சரங் களுக்கு உயிரெழுத்து, மெய்யெழுத்து, உயிர் மெய்யெழுத்து என்று பெயர் வந்தது கிரமமல்லவா?, என்று வேதநாயகம் பிள்ளை எழுதியுள்ளார். ‘அவன் உயிருக்கும் உடலுக்கும் ஊறு வரும்படியாக, அவனுக்கு அடிவாங்கிக் கொடுத்த எழுத்துக் களுக்கு உயிரெழுத்து, மெய்யெழுத்து, உயிர்மெய்யெழுத்து என்று பெயர் வந்தது முறையாகுமா?’ என்று கழகப் பதிப்பு தனித்தமிழ்ப்படுத்தியிருக்கிறது. ‘கிரமமல்லவா’ என்பதை முறை யல்லவா, முறைதானே என உடன்பாடான பொருளில்

வேதநாயகம்பிள்ளை எழுதியுள்ளார். ‘முறையாகுமா?’ என எதிர்மறைப் பொருளில் கழகப் பதிப்புக் கூறுகிறது. இப்படி அனர்த்தங்கள் நிறைந்தது இப்பதிப்பு.

இன்று புத்தகச் சந்தையில் கிடைக்கும் பதிப்புகள் பலவும் அச்சுப் பிரதிகள் என்று சொல்லத்தக்கவையே. அத்தியாயத் தலைப்புகள் எல்லாம் நீக்கப்பட்டுவிட்டன. ‘பிரதாபம்’ என்னும் பெயரும் போய்விட்டது. நூலுக்குள்ளே எத்தகைய குளறுபடிகள் நேர்ந்திருக்கின்றன என்பதைப் பொறுமையாக ஒப்பிட்டுப் பார்த்தால் அறியலாம். தமிழின் முதல் நாவல் எழுதப்பட்டு 127 ஆண்டுகள் கடந்துவிட்டன. ஆனால் அந்நாவலுக்கான செம்பதிப்பு ஒன்றை இதுவரை கொண்டுவர இயலவில்லை.

நாவலில் பிரதாப முதலியார் சரித்திரத்திற்கு உள்ள முக்கியத் துவம் போலச் சிறுகதையில் வ.வே.சு. ஐயரின் மங்கையர்க்கரசி யின் காதல் முதலிய கதைகள் தொகுப்பு நூலுக்கு முக்கியத்துவம் உண்டு. தமிழ்ச் சிறுகதை எப்போது தோன்றியது என்னும் வினாவுக்குத் ‘தமிழில் எல்லாம் உள்ளது’ என்று மனநிறைவு பெற்றுச் சில நூற்றாண்டுகளுக்கு முந்தைய மனநிலையில் வாழ்வோர், ‘சங்க இலக்கியப் பாடல் ஒவ்வொன்றும் சிறுகதை தான்’ என்று சொல்வர். சிறுகதை வரலாற்று ஆசிரியர்கள் வீரமாமுனிவரின் பரமார்த்த குரு கதையில் தொடங்கி அ. மாதவையாவின் குசிகர் குட்டிக் கதைகள், பாரதியார் கதைகள் எனக் கடந்து வ.வே.சு. ஐயரில் வந்து நிற்பதும் அவரது தொகுப்பையே முதல் சிறுகதைத் தொகுப்பு என அங்கீகரிப்பதும் இயல்பாக உள்ளது. சிறுகதை பற்றிய உருவ உணர்வு வ.வே.சு. ஐயருக்கு இருந்துள்ளது என்பதை அனைவரும் ஒப்புக்கொள்கின்றனர்.

மங்கையர்க்கரசியின் காதல் முதலிய கதைகள் வரலாற்றுச் சிறப்புடையதாகவும் சிறுகதை ஆய்வுக்கு முதன்மை ஆதாரமாக வும் விளங்கத்தக்கது. இதன் முதல் பதிப்பு 1927இல் வெளியாகி யுள்ளது. நூல் தொகுப்பு வேலை முடிந்து, வ.வே.சு. ஐயர் முன்னுரையும் எழுதிவிட்டார். ஆனால், நூல் வெளியாகும் முன்னர் 1925இல் அவர் இறந்தார். அவர் மனைவி ஸ்ரீமதி பாக்கியலக்ஷ்மி அம்மாள் முயற்சியால் நூல் வெளியாகியுள்ளது. இத்தகவல் அந்நூலுக்கு இராஜாஜி எழுதியுள்ள முகவுரை மூலமாகத் தெரிகிறது.

மங்கையர்க்கரசியின் காதல் தொகுப்பை இரண்டாம் பதிப்பாக 1939இல் அல்லயன்ஸ் கம்பெனி வெளியிட்டுள்ளது. 1942, 1987, 2002 ஆகிய ஆண்டுகளில் மறுபதிப்புகள் வந்துள்ளன. 2002இல் வந்துள்ள ஐந்தாம் பதிப்பு, ‘ஜெனரல் பப்ளிஷர்ஸ்’

என்னும் பதிப்பகம் பெயரில் வெளியிடப்பட்டுள்ளது. 1953இல் அல்லயன்ஸ் கம்பெனி வெளியீடாக இந்நூல் வந்திருப்பதாக ஒரு தகவலைக் கா. சிவத்தம்பி, தம் தமிழ்ச் சிறுகதையின் தோற்றமும் வளர்ச்சியும் நூலில் குறிப்பிடுகிறார். 1953 வெளியீடு பற்றி இப்போதைய 'ஜெனரல் பப்ளிஷர்ஸ்' நூலில் குறிப்பு எதுவுமில்லை. 1942க்குப் பின் 1987இல்தான் அடுத்த பதிப்பு வந்ததாக உள்ளது. எது சரியான தகவல் எனத் தெரியவில்லை.

ஜெனரல் பப்ளிஷர்ஸ் பதிப்பை மேலோட்டமாகக் கவனித் தாலே பல குறைகள் தென்படுகின்றன. அட்டையில் தலைப்பு மங்கையர்க்கரசியின் காதல் எனவும் முகப்புப் பக்கத்தில் மங்கையர்க்கரசியின் காதல் முதலிய கதைகள் எனவும் உள்ளது. 'மஹரிஷி' வ.வே.சு. ஐயர் எழுதியது' என அவருக்கு 'மஹரிஷி' பட்டம் கொடுக்கப்பட்டுள்ளது. அவர் எழுதிய முகவுரையின் இறுதியில் 'வ.வே. ஸுப்ரமண்ய ஐயர்' எனப் பெயர் காணப்படு கின்றது. வ.வே.சு. ஐயர் 1925இல் இறந்தார். இத்தொகுப்பு 1927இல் முதலில் வெளியானது. எப்போது அவர் முன்னுரை எழுதினார் என்பது தெரியவில்லை. நூலின் முக்கியத்துவம் பற்றிய பதிப்புரை எதுவும் இல்லை. தமிழ்ச் சிறுகதை வரலாற்றில் இந்நூலுக்குரிய இடம் குறித்து வாசகருக்கு விளக்கும் முன்னுரையும் கிடையாது. ஏதோ ஒரு வகையில் வாசகருக்கு இந்நூல் கிடைக்கச் செய்து வந்தமைக்காக அல்லயன்ஸ் கம்பெனியைப் பாராட்டலாம்.

இதுவன்றி 1997இல் திருச்சி, இந்திரா பதிப்பகம் இந்நூலை வெளியிட்டுள்ளது. இந்நூலின் பதிப்புரை, 'இந்த நூலை நவம்பர் 2ஆம் தேதி 1927இல் சக்கரவர்த்தி இராஜகோபாலாச்சாரி முகவுரையுடன் சென்னை திருவல்லிக்கேணி எஸ். கணேசன் வெளியிட்டுள்ளார். அதை அப்படியே மறுபதிப்பு செய்துள்ளேன்' என்று குறிப்பிடுகிறது. 'அதை அப்படியே மறுபதிப்பு' செய்துள்ளாரா என்பதைப் பழைய பதிப்பைக் கண்டடைந்து ஒப்பிட்டுப் பார்த்தால்தான் அறிய முடியும்.

இந்திரா பதிப்பக வெளியீட்டைக் கொண்டே இது சிறந்த பதிப்பில்லை என்று சொல்லிவிடலாம் . . . வ.வே.சு. ஐயரின் பெயரிலேயே குழப்பம் வந்துவிடுகிறது. 'வரகனேரி வேங்கட சுப்பிரமணிய ஐயர்' என்பது அவர் பெயருக்கான விளக்கம் எனப் படித்திருக்கிறேன். நூல் முன்னட்டையில் 'வ.வெ.சு. ஐயர்' என்றுள்ளது. முதல் பக்கத்தில் 'வ.வெ. சுப்பிரமணிய ஐயர்' எனவும் அவரே எழுதிய முன்னுரை முடிவில் 'வ.வெ. ஸுப்ரஹ்மண்ய ஐயர்' எனவும் இராஜாஜியின் முகவுரைக்குள் 'வ.வெ.சு. ஐயர்' எனவும் குறிக்கப்பட்டுள்ளது. அவரது பெயர் மட்டும் நான்கு விதமாகக் காணப்படுகின்றது.

நூலின் முதல் பதிப்பிலும் இப்படிப்பட்ட குழப்பம் இருந்துள்ளதா, இந்திரா பதிப்பகம் செய்துள்ள குளறுபடி இதுவா என்பது தெரியவில்லை. இந்நூலுக்கு வ.வே.சு. ஐயர் எழுதியுள்ள முன்னுரை 'முடிவுரை' என்னும் தலைப்பில் இடம்பெற்றுள்ளது. இது அச்சுப்பிழையா, முதல் பதிப்பின் முடிவில் 'முடிவுரை' என இருந்து அதை இந்திரா பதிப்பகம் இப்போது நூலின் முன்பகுதிக்குக் கொண்டு வந்துள்ளதா என்பதைத் தெளிவு படுத்திக்கொள்ள எந்தக் குறிப்பும் இல்லை.

இந்நூலுக்கு இராஜாஜி எழுதியுள்ள முகவுரை ஆங்கிலம், தமிழ் ஆகிய இரண்டு மொழி வடிவங்களிலும் உள்ளது. தமிழ் வடிவமும் அவருடையதா மொழிபெயர்க்கப்பட்டதா என்பது தெரியவில்லை. ஆங்கில முகவுரையில் வ.வே.சு. ஐயரின் மனைவி பெயர் இல்லை. '*Widow*' என்று மட்டும் குறிப்பிட்டுள்ளார். தமிழ் முகவுரையில்தான் 'ஸ்ரீமதி. பாக்கியலட்சுமி அம்மாள்' எனப் பெயர் இடம்பெற்றுள்ளது. இராஜாஜியின் முகவுரையில் தான் வ.வே.சு. ஐயரின் இறப்புச் செய்தி வருகிறது. ஆனால் நூலில் அவரது வாழ்க்கைக் குறிப்பு எதுவும் இல்லை. சாவர்க்கர், பரலி சு. நெல்லையப்பர் ஆகியோர் எழுதிய மதிப்புரைகளும் நூலில் உள்ளன. இவையும் முதற்பதிப்பில் உள்ளனவாக இருக்க லாம். அவற்றில் உள்ள ஆண்டுக் குறிப்புக்கள் மூலமே இதனை உறுதிப்படுத்த முடிகிறது.

வ.வே.சு. ஐயர் தம் சிறுகதைகள் சிலவற்றுக்குச் 'சூசிகை' எழுதுவார். 'இவைகளின் தலைப்பில் எழுதியிருக்கும் சூசிகை களைப் படிக்காமல் கதைகளையே துவக்கிப் படித்தால் சுவை அதிகமாகத் தெரியும். ஆனால் ரீதி புதிதாகையால் சிலருக்கு விளங்காமற் போனாலும் போகலாம் என்று சூசிகையைச் சேர்த்திருக்கிறேன்' எனத் தம் உரையில் எழுதியுள்ளார். சூசிகை முடியும் இடத்திற்கும் கதை தொடங்கும் இடத்திற்குமான பிரிப்பு இப்பதிப்பில் தெளிவாக இல்லை.

சிறுகதையின் தொடக்க நிலையிலேயே தமிழ்ப் பேச்சு வழக்கை எழுத்தில் கொண்டு வருவது குறித்த சிக்கல் உருவாகி யுள்ளதையும் வ.வே.சு. ஐயரின் முன்னுரை காட்டுகிறது. குளத்தங்கரை அரச மரம் கதையைப் பற்றி எழுதும்போது, 'முற்றிலும் அது பேசியபடியே எழுதினால் இன்று, போதும் என்பன போன்ற வார்த்தைகளை இன்னு, போறும் என்று எழுத வேண்டி வரும். படிப்போர் பொருள் கண்டுபிடிப்பது கஷ்டமாய்ப் போய்விடும் என நினைத்து அவை போன்ற மொழிகளை இலக்கணப்படுத்தியே எழுதியிருக்கிறேன்' என்கிறார். பேச்சு வழக்கு, வட்டார வழக்கு ஆகியவற்றைக்

கதைகளில் பயன்படுத்தும்போது ஏற்படும் சிக்கல்கள் இன்றும் தீர்ந்தபாடில்லை. இது சிறுகதை இலக்கியம் தொடங்கியபோதே தொடங்கிய சிக்கலாகையால் மொழி பற்றிய இத்தகைய ஆய்வுக்கும் இத்தொகுப்பு பயன்படும். சில புதிய சொற்களையும் இத்தொகுப்புக் கதைகளில் காணலாம். பதிவுக்காரர், கண்காட்சிச் சாலை போன்றவை வ.வே.சு. ஐயரின் சொல்லாக்க முயற்சிகளுக்குச் சான்று. இவ்வாறு பல வகைகளில் முக்கியத்துவம் கொண்ட இத்தொகுப்பின் தலைப்பிலும்கூடத் தெளிவில்லை. முன்னட்டையில் மங்கையர்க்கரசியின் காதல் எனவும் முதல் பக்கத்தில் மங்கையர்க்கரசியின் காதல் முதலிய கதைகள் எனவும் உள்ளது.

இந்திரா பதிப்பகம் வெளியீடு, ஜெனரல் பப்ளிஷர்ஸ் வெளியீடு ஆகிய இரண்டையும் ஒப்பிட்டுப் பார்த்தால் பல பாட வேறுபாடுகள் தெரியவருகின்றன. சொல் மாற்றம், புணர்ச்சிப் பிரிப்பு, தொடர் அமைப்பு மாற்றம் ஆகியவை ஜெனரல் பப்ளிஷர்ஸ் வெளியீட்டில் உள்ளன. இந்திரா பதிப்பக நூலில் உயிரெழுத்தில் தொடங்கும் சொற்களுக்கு முன் 'ஒரு' பயன்படுத்தப்பட்டுள்ளது. ஜெனரல் பப்ளிஷர்ஸ் நூலில் அவ் விடங்களில் எல்லாம் 'ஓர்' என உள்ளது. மனதை – மனத்தை, திரிச்சி – திருச்சி, முற்றிலும் – முற்றும், அழியாத புகழ் – அழியாப் புகழ் எனப் பல சொற்கள் வேறுபடுகின்றன. 'சிற்றப்பன் மார்த்தாண்டனை மணக்கும்படி வற்புறுத்துகிறான்' என இந்திரா பதிப்பக வெளியீட்டில் உள்ள தொடர் அமைப்பு, 'மார்த்தாண்டனை மணக்கும்படி சிற்றப்பன் வற்புறுத்துகிறான்' என உள்ளது. இப்படிப்பட்ட பல்வேறு மாற்றங்களில் வ.வே.சு. ஐயரின் மூலபாடம் எதுவெனத் தீர்மானிக்க முடியவில்லை. எந்தப் பதிப்பக வெளியீட்டில் திருத்தங்கள் செய்யப்பட்டுள்ளன என்பது தெளிவாகவில்லை.

இவை சிறுசிறு மாற்றங்கள் போலத் தோன்றினாலும் வ.வே.சு. ஐயரின் மொழிநடையை அறியவும் ஆராயவும் பெரும் இடையூறு தருவன. 1927இல் வந்த முதல் பதிப்பை அப்படியே மறுபதிப்பு செய்திருப்பதாகக் கூறினாலும் ஆசிரியர் பெயரையே தவறாகவும் பலவிதமாகவும் அச்சிட்டுள்ள இந்திரா பதிப்பக நூலையும் நம்ப முடியவில்லை. மெய்ப்புத் திருத்தம் செய்தவர் தமிழ் இலக்கண விதிகளுக்கேற்ப மொழிநடையில் மாற்றம் செய்திருப்பாரோ என்னும் சந்தேகத்தை ஜெனரல் பப்ளிஷர்ஸ் நூல் தோற்றுவிக்கிறது. ஆகவே முதற்பதிப்பைக் கண்டறிந்து மூல பாடத்தைத் தீர்மானிக்க வேண்டியுள்ளது. ஐயரின் சிறு கதைகள் வெளியான இதழ்களைக் காணமுடிந்தால் இன்னும் சிறப்பான பதிப்பைக் கொண்டுவர முடியும்.

தமிழில் இலக்கிய வடிவம் ஒன்றின் தோற்றத்திற்குக் காரண மானதும் வரலாற்றுச் சிறப்புடையதுமான இத்தொகுப்புக்கும் நம்பகமான, சிறந்த பதிப்பு இல்லை. தமிழ்ச் சிறுகதை முன்னோடி வ.வே.சு. ஐயர் என்று பலவிடங்களில் சொல்லப்படுகின்றது. ஆனால் அவர் கதைகளை வாசிக்க விரும்புவோர்க்கு உவப்புடன் வாசிக்கும் அனுபவத்தை வழங்கும் பதிப்பு எதுவுமில்லை.

நாவல், சிறுகதையைப் போல் புதுக்கவிதை வரலாற்றில் முதல் தொகுப்பு நூல் என்னும் பெருமை உடையது, சி.சு. செல்லப்பாவால் தொகுக்கப்பட்டு 1962 அக்டோபரில் வெளியிடப்பட்ட புதுக்குரல்கள் என்னும் தொகுப்பாகும். ந. பிச்சமூர்த்தியின் காட்டு வாத்துதான் முதலில் வந்த புதுக்கவிதை நூல் (1962). இதை எழுத்துப் பிரசுரத்தில் சி.சு. செல்லப்பா வெளியிட்டார். அதையடுத்துப் புதுக்குரல்கள் தொகுப்பை அவரே வெளியிட்டார். ந. பிச்சமூர்த்தி, கு.ப.ரா. ஆகியோரின் சில கவிதைகளும் எழுத்து இதழில் வெளியான கவிதைகளில் தேர்ந்தெடுக்கப்பட்டவையும் சேர்ந்த தொகுப்பு இது. அந்நூலின் முன்னுரையில் சுமார் 200 கவிதைகளிலிருந்து 63 கவிதைகளைத் தேர்ந்தெடுத்திருப்பதாகச் சி.சு. செல்லப்பா தெரிவித்துள்ளார். இவற்றை எழுதிய கவிஞர்களின் எண்ணிக்கை 24. இத்தொகுப்பின் இரண்டாம் பதிப்பை 1973 ஜூலையில் சி.சு. செல்லப்பாவே வெளியிட்டார். இது 'திருந்திய பதிப்பு'. முதல் பதிப்பில் சேர்க்கப் பட்டிருந்த சில கவிஞர்கள் முற்றிலுமாக நீக்கப்பட்டனர். சிலரது கவிதைகளில் ஒருசில நீக்கப்பட்டன. புதிதாகச் சிலர் சேர்க்கப் பட்டனர். எக்காரணத்தால் இத்திருத்தம் மேற்கொள்ளப்பட்டது எனத் தெரியவில்லை. 1962க்குப் பின் எழுத்துவில் எழுதிய கவிஞர்களுக்கும் இத்தொகுப்பில் பிரதிநிதித்துவம் தர வேண்டும் என்பதாலா? கவிதைகளின் தரம் பற்றிய மதிப்பீடு மாறியதாலா? 1973இல் மதுரைப் பல்கலைக்கழக எம்.ஏ. மாணவர்களுக்குப் பாடத்திட்டத்தில் இத்தொகுப்பு வைக்கப்பட்டது. ஆகவே பாடத்திட்டத்திற்கு ஒத்துவராது என்பதால் திருத்தங்கள் மேற்கொள்ளப்பட்டனவா? இந்த இரண்டாம் பதிப்புக்குப் பேராசிரியர் சி. கனகசபாபதியின் ஆலோசனையும் உதவியும் பெறப்பட்டதாக வல்லிக்கண்ணன் தெரிவிக்கிறார். எனவே பாடத்திட்டத்திற்கு ஏற்ற பதிப்பை உருவாக்கும் நோக்கத்தில் திருத்தங்கள் செய்யப்பட்டிருக்கலாம்.

புதுக்குரல்களின் மூன்றாம் பதிப்பு 1994 நவம்பரில் பீகாக் பதிப்பகத்தால் வெளியிடப்பட்டுள்ளது. சி.சு. செல்லப்பாவின் படைப்புகளை வெளியிடுவதற்கெனவே இப்பதிப்பகம் தொடங்கப் பட்டதாகப் பதிப்புரை கூறுகிறது. புதுக்குரல்களின் மூன்றாம் பதிப்பு என்னும் விவரம் நூலில் இல்லை. நூலின் முதல் பதிப்புக்கு 1962இல் சி.சு. செல்லப்பா எழுதிய முன்னுரை

அப்படியே இப்பதிப்பிலும் உள்ளது. அதில் 'சுமார் 200 கவிதைகளிலிருந்து 63 கவிதைகளைத் தேர்ந்தெடுத்த'தாகச் செல்லப்பா கூறியுள்ளார். நூலின் பதிப்புரை, 'எழுத்துவில் நாற்பது கவிஞர்கள், ஐநூறு புதுக்கவிதைகள் எழுதியுள்ளனர். அவற்றிலிருந்து தேர்ந்தெடுத்துப் 'புதுக்குரல்கள்' எனத் தொகுத்து வெளியிட்டார், எனக் கூறுகிறது. இந்த முரணை எப்படிப் புரிந்துகொள்வது? நூலின் உள்ளடக்கத்தைப் பார்த்தால் 1973இல் வந்த இரண்டாம் பதிப்பை மூலமாகக் கொண்டு இப்பதிப்பு வெளியிடப்பட்டதாகத் தெரிகிறது. ஆனால் பதிப்புரையில் 'அதையேதான் முப்பதாண்டுகள் கழித்து மீண்டும் வெளியிடுகிறோம்' என்றுள்ளது. அப்படியானால் தகவல்களிலேயே இத்தகைய குளறுபடிகள். இரண்டாம் பதிப்புக்குச் சி.சு. செல்லப்பா முன்னுரை எதுவும் எழுதினாரா என்பது தெரியவில்லை. இருந்தால், அதில் திருத்தம் தொடர்பாக அவர் எழுதியிருக்கக்கூடும். பீகாக் பதிப்பக மூன்றாம் பதிப்பு சி.சு. செல்லப்பா இருந்தபோதே வெளியாகியுள்ளது. அவருக்கு அப்போது வயது எண்பதுக்குமேல் ஆகிவிட்டமையால் இப்பதிப்பு தொடர்பாக அவர் எந்தக் கவனமும் செலுத்தவில்லை என்பது தெரிகிறது. எழுத்துப் பிரசுர வெளியீடுகளின் அழகும் நேர்த்தியும் சிறிதும் இல்லாத இந்த மூன்றாம் பதிப்புத்தான் இப்போதைய வாசகருக்குக் கிடைக்கிறது.

வெளிவந்து ஐம்பது ஆண்டுகள்கூட முடிவடையாத, புதுக்கவிதையின் முதல் தொகுப்பு நூலுக்குச் சரியான தகவல்களுடன் கூட ஒரு பதிப்பு இல்லை. இந்நூலில் இடம்பெற்றுள்ள கவிஞர்களின் தனித்தொகுப்புகள் பின்னர் வெளிவந்துள்ளன. எழுத்துவில் வந்த கவிதையின் பாடமும் தனித் தொகுப்பில் வந்த பாடமும் ஒன்றா என்று பார்ப்பதற்கும் புதுக்குரல்கள் பயன்படும். சுந்தர ராமசாமியின் கவிதைகள் பத்து இத்தொகுப்பில் உள்ளன. இவற்றில் சில திருத்தங்களைச் சுந்தர ராமசாமி மேற்கொண்டுள்ளார் என்பது அவர் கவிதைத் தொகுப்பைப் பார்த்தால் தெரிகிறது. 'துடை' என்று பயன்படுத்திய சொல்லைத் 'தொடை' என்று மாற்றியுள்ளார். 'அக்கினி தேடியலைந்த என் மனசு' என்பதை 'அக்கினியைத் தேடியலைந்த என் மனசு' என்றாக்கியுள்ளார். 'காலாவதி' என்றிருந்ததைக் 'கால அவதி' எனப் பிரித்துள்ளார். கவிதையில் தெளிவுக்காக இத்தகைய திருத்தங்களைச் சுந்தர ராமசாமி செய்துள்ளார். புதுக்குரல்களில் 'கடலில் ஒரு கவிஞன்' என்றுள்ள கவிதைத் தலைப்பு சுந்தர ராமசாமி கவிதைகளில் 'கடலில் ஒரு கலைஞன்' என்றிருக்கிறது. சுந்தர ராமசாமியின் மொழிநடை பற்றிய ஆய்வுக்கு இவையெல்லாம் பயன்படக்கூடிய தரவுகள். பிற கவிஞர்களின் கவிதைகளையும் புதுக்குரல்கள் தொகுப்போடு இவ்வாறு ஒப்பிட்டுப் பார்க்கலாம்.

கவிஞர்களின் புனைபெயர் ஆராய்ச்சிக்கும் இத்தொகுப்பு பயன்படுகின்றது. சுந்தர ராமசாமி எழுத்து இதழில் 'பசுவய்யா' என்னும் புனைபெயரில்தான் கவிதைகள் எழுதியுள்ளார். அவரது கவிதைத் தொகுப்புக்கள் அனைத்தும் 'பசுவய்யா'வின் பெயரிலேயே வந்திருக்கின்றன. சமீபத்தில் (2005) வந்த ஒட்டு மொத்தக் கவிதைத் தொகுப்புதான் 'சுந்தர ராமசாமி'யின் பெயரில் உள்ளது. ஆனால் புதுக்குரல்கள் தொகுப்பில் அவரது கவிதைகள் 'சுந்தர ராமசாமி' என்னும் பெயரிலேயே இடம் பெற்றிருக்கின்றன. சி.சு. செல்லப்பாவின் முன்னுரையில் சுந்தர ராமசாமி பெயரைக் குறிப்பிட்டு அடைப்புக் குறிப்புக்குள் 'பசுவய்யா என்ற புனைபெயரில்' என்னும் குறிப்பும் உள்ளது. புதுக்குரல்கள் முதல் பதிப்பில் 'சுந்தர ராமசாமி' பெயரில்தான் கவிதைகள் இடம்பெற்றனவா என்பது தெளிவாகவில்லை. 'பசுவய்யா' என்னும் பெயரில் எழுதியிருக்க எக்காரணத்தால் 'சுந்தர ராமசாமி' எனப் பெயர் மாற்றம் நேர்ந்தது? நகுலனின் கவிதைகள், டி.கே. துரைஸ்வாமி என்னும் பெயரிலேயே இத் தொகுப்பில் உள்ளன என்பதையும் கருதிப் பார்க்கலாம். இவ்வாறு பலவகைப் பயன்பாடுடைய, வரலாற்றின் தொடக்க மாக விளங்குகின்ற ஒரு தொகுப்பு நூலுக்கு நம்பகமான பதிப்பு இல்லை என்பதை வருத்தத்தோடு குறிப்பிட வேண்டியுள்ளது.

பதிப்பு பற்றிப் பொதுமனத்தில் பதிந்துள்ள பார்வை, முழுக்க முழுக்கப் பழந்தமிழ் இலக்கியம் சார்ந்தது பதிப்பு என்பதுதான். பதிப்பைப் பொருத்தவரை பழமை, நவீனம் என்னும் பாகுபாடெல்லாம் இல்லை. பதிப்பின் முதல் அடிப்படை, படைப்பின் நம்பகமான மூலப் பிரதியை வாசகருக்கு வழங்குவதுதான். அடுத்து, படைப்பை வாசகர்கள் எளிமையாக அணுகுவதற்கேற்ற வழிமுறைகளை உருவாக்கித் தருவதாகும். இவ்விரண்டு நோக்கங்களுடன்தான் பதிப்பாசிரியர் செயல்படுகிறார். பிரதாப முதலியார் சரித்திரத்திற்கு இன்று கிடைக்கும் பதிப்புக்கள் நம்பகமான மூலப்பிரதி என்று சொல்வதற்கில்லை. தலைப்புகள் விடுபட்டும் மாற்றப்பட்டும் சொற்கள் சிதைக்கப்பட்டும் ஏனோதானோவென்று அச்சிடப் பட்ட பிரதிகள் என்று சொல்லலாம். இவை பதிப்பு உணர்வின்றி விற்பனை ஒன்றையே நோக்கமாகக் கொண்டவை. இன்றைய பதிப்பு முதலில் பிரதாப முதலியார் சரித்திரத்தின் நம்பகமான மூலத்தை வழங்க வேண்டும். நூலைப் பற்றியும் நூலாசிரியர் குறித்தும் ஆதாரப்பூர்வமான தகவல்களைக் கொண்டிருக்க வேண்டும். நூலில் உள்ள வழக்கிழந்த சொற்க ளுக்கு அடிக்குறிப்பிலோ பின்னிணைப்பிலோ பொருள் கொடுக்க வேண்டும். நூலில் உள்ள அக்கால வழக்கங்கள், நடைமுறைகள் முதலியவற்றிற்குக் குறிப்புரை அல்லது விளக்கம் தரப்படலாம்.

ஒருநூல் தொடர்ந்து வழங்கி வந்தாலும் குறிப்பிட்ட காலத்தைப் பிரதிநிதித்துவப்படுத்துவதாகும். அந்த உணர்வு பதிப்பில் செயல்பட வேண்டும். மங்கையர்க்கரசியின் காதல், புதுக்குரல்கள் ஆகிய நூல்களுக்கும் இத்தகைய பதிப்புகள் அவசியம். இவற்றிற்கு மட்டுமல்ல, முக்கியமான நவீன இலக்கியங்கள் அனைத்திற்கும் நம்பகமான பதிப்பை வாசகர்கள் கோரும் நிலை ஏற்பட வேண்டும்.

புதுமைப்பித்தன் கதைகள்: முன்னோடிப் பதிப்பு

தமிழுக்கு நெடுங்கால இலக்கியப் பாரம்பரியம் உண்டு என்பதால் ஓலைச்சுவடியிலிருந்து அச்சுக்குக் கொண்டுவரும் முயற்சிதான் பதிப்பு என்னும் கருத்து வலுவாகவும் பரவலாகவும் நிலவிவருகிறது. அச்சுக்குக் கொண்டுவந்த பின்னும் பழைய இலக்கியங்களைத் தேவைக் கேற்ற வகையில் பலவிதமாகப் பதிப்பிக்கலாம் என்பதை இன்னும் தமிழ் ஆய்வுலகம் பரவலாக உணரவில்லை. அத்தகைய முயற்சியில் வையாபுரிப்பிள்ளை உள்ளிட்ட சிலர் ஈடுபட்டு வேறுபட்ட பதிப்புகளை உருவாக்கியுள்ள னர் எனினும் அவற்றின் முக்கியத்துவம் அவ்வளவாக உணரப்படவில்லை. தமிழ் ஆய்வுப் படிப்புகள் விரிவு பெற்றாலும் ஆய்வுப் பார்வைகள், ஆய்வு உணர்வுகள் விரிவு பெறவில்லை என்றே சொல்ல வேண்டும். ஆகவே மிகப் பழைய இலக்கியங்களைக் கொண்டுள்ள தமிழில் மிக முக்கியமாக வளர்ந்திருக்க வேண்டிய பதிப்பியல் தேங்கி நின்றுவிட்டது. இத்தகைய சூழலில், அச்சு ஊடகம் வளர்ந்தபின் எழுதப்பட்டவற்றிற்கும் பதிப்புகள் தேவை, அவற்றிலும் பாடபேதங்கள் உண்டு என்பதற்குப் பாரதி நூல் பதிப்புகள் சான்றுகளாக இருந்தபோதும் அச்சு ஊடகத்தையே தன் வெளிப்பாட்டுக் களமாகக் கொண் டுள்ள நவீன இலக்கியங்களுக்குப் பதிப்புகள் தேவை என்னும் உணர்வு பொதுத்தளத்தில் உருவாகாததில் வியப் பில்லை.

மேலும் தமிழ் இலக்கியங்களின் சிறந்த பதிப்பாசிரியர் கள் உருவாக்கித் தந்துள்ள பல்வேறு பதிப்பு நூல்களில் உள்ள பின்னிணைப்புகளைப் பயன்படுத்தி ஆய்வு செய்யும் போக்கும் வளரவில்லை. அப்பின்னிணைப்புகளில் உள்ள வற்றைப் புரிந்துகொள்வதற்கான பயிற்சிகூட எங்கும்

வழங்கப்படுவதில்லை. செம்மொழி இலக்கியங்களைக் கற்கும் மாணவர்களுக்குப் பதிப்பு தொடர்பான அறிவும் அவற்றை உருவாக்குவதற்கான பயிற்சியும் பாடத்திட்ட அளவில் இல்லை என்பது நம் கல்விச் சூழலில் உள்ள பெருங்குறை. ஆகவே பதிப்பாசிரியர்கள் தம் பேருழைப்பால் உருவாக்கியவற்றைப் பயன்படுத்திக்கொள்ளும் போக்கு இங்கு வளரவில்லை. 1950, 60கள் வரை தொடர்ந்த பதிப்பு மரபுகள்கூட அதற்குப் பிந்தைய நூல்களில் பின்பற்றப்படாமல் போனதற்கு அவை அவசியம் எனக் கோரும் சூழல் தமிழில் இல்லாமல் போனதும் காரண மாகலாம்.

சிலப்பதிகாரம், மணிமேகலை முதலிய செவ்விலக்கியங் களை ஆங்கிலத்தில் மொழிபெயர்த்திருந்தபோதும் மரபு தெரியா தவர் என்று கூறப்படும் க.நா. சுப்ரமண்யத்தின் நூல்கள் பொருளடைவுடன் முதல்பதிப்பில் வெளியாகியிருக்கின்றன. ஆனால் அவை இப்போது மறுபதிப்பாகும்போது பொருளடைவு கள் நீக்கப்பட்டுவிட்டன. அதற்குக் காரணம் பதிப்பகத்தார் மட்டுமல்ல. நூல்களை வாங்குவோர் பொருளடைவைக் கட்டாய மாகக் கோருவதில்லை என்பதுதான். நூல் வாங்குவோர் பொருளடைவின் பயன்பாடு அறிந்து அதைப் பயன்படுத்துபவர் களாக இல்லை என்பது அடிப்படை அவலம். ஆய்வுப் படிப்பு மேற்கொள்பவர்களுக்குக்கூடப் பொருளடைவைப் பயன்படுத்தத் தெரியாத சூழல் நிலவுகிறது. நம் பாடத்திட்ட முறையில் பதிப்புகளைப் பயன்படுத்தும் முறை பற்றி எங்கும் கற்றுத்தரப் படுவதில்லை. ஆகவே பழம் இலக்கியப் பதிப்புகளின் இன்றைய மறுபதிப்புகள்கூடச் சொல்லும் தரத்தில் வருவதில்லை.

இந்நிலையில் நவீன இலக்கியத்திற்குப் பதிப்பு என்பது வியப்புக்குரியதாக மாறுகிறது. சிறுகதை, நாவல், புதுக்கவிதை ஆகியவற்றுக்குப் பதிப்பு தேவை என்பதைத் தமிழ்ச்சூழல் ஆரோக்கியமாக எடுத்துக்கொள்ளுமா என்பது தெரியவில்லை. ஆனால் அப்படி ஆரோக்கியமாக எடுத்துக்கொண்டாக வேண்டும் என்னும் நிர்ப்பந்தத்தை உருவாக்கியிருக்கிறது ஆ.இரா. வேங்கடாசலபதியைப் பதிப்பாசிரியராகக் கொண்டு காலச்சுவடு பதிப்பகம் 2000ஆம் ஆண்டு வெளியிட்ட 'புதுமைப்பித்தன் கதைகள்' நூல். நவீன இலக்கியப் பதிப்பு என்பதற்கான முன்னோடியாக இதைக் கருதலாம். இப்பதிப்பில் கையாளப்பட்டுள்ள நெறிமுறைகள் முக்கியமானவை. எதிர்கால நவீன இலக்கியப் பதிப்புகள் இந்நெறிமுறைகளை வளர்த்தெடுக்க வேண்டும்.

பதிப்பாசிரியரின் முன்னுரைகள், புதுமைப்பித்தனின் இலக்கிய ஆளுமையை மதிப்பிடும் சுந்தர ராமசாமியின்

முன்னுரை, சிறுகதைகளின் கால வரிசை முறையிலான தொகுப்பு ஆகியவற்றோடு ஆறு பின்னிணைப்புகள் உள்ளன. புதுமைப்பித்தன் நூல் முன்னுரைகள், அவரது கதைத் தொகுப்பு களின் பதிப்பு விவரங்கள், கதைகளின் வெளியீட்டு விவரங் களும் பாடவேறுபாடுகளும், கையெழுத்துப் படிகளும் அச்சுப்படி களும், படங்கள், புதுமைப்பித்தன் வாழ்க்கைக் குறிப்பு ஆகியவை அந்தப் பின்னிணைப்புகள். இவை பதிப்பாசிரியரின் பதிப்பு நெறிமுறைகள் பற்றியான தெளிவையும் பொதுவாசகருக்கும் ஆய்வாளருக்கும் பயன்படும் வகையிலான பதிப்பை உருவாக்க வேண்டும் என்னும் முயற்சியையும் அவற்றிற்கேற்ற வகையிலான உழைப்பையும் வெளிப்படுத்தக் கூடியன.

இப்பின்னிணைப்புப் பகுதி புதுமைப்பித்தன் தொடர்பான ஆய்வில் சில புதிய வெளிச்சங்களைத் தரக்கூடியது. புதுமைப்பித்தன் கதைகளின் வெளியீட்டு விவரங்களும் பாட வேறுபாடுகளும் என்னும் பகுதியில் உள்ள தகவல்கள் விரிவான ஆய்வுக்குப் பயன்படுபவை. பழைய இலக்கியங்கள் ஓலைச்சுவடி யில் புழங்கிவந்தன என்பதால் பாடபேதங்கள் ஏற்படப் பல காரணங்கள் இருந்தன. ஏடு பெயர்த்து எழுதுவோர், படி ஓலை தயாரிப்போர் கவனக் குறைவால் ஏற்பட்ட வேறுபாடுகள், திருத்தம், சேர்க்கை எனப் புலவர் மரபினர் செய்த மாற்றங் களால் உண்டான வேறுபாடுகள், அரசியல், மதம் ஆகியவற்றின் காரணமாகச் செய்யப்பட்ட மாற்றங்கள், மொழி அமைப்பைப் புரிந்துகொள்வதில் கால மாற்றத்தினால் ஏற்பட்ட தடுமாற்றங்கள் உண்டாக்கிய பாட வேறுபாடுகள் எனப் பல காரணங்களைக் கூற முடியும். ஆனால் சிறுகதை என்னும் நவீன இலக்கிய வடிவம் உருப்பெற்று நூறாண்டுகூட நிறையாத நிலையில் இதில் என்ன காரணங்களால் பாட வேறுபாடுகள் உண்டாக முடியும்?

எழுத்தாளரின் கையெழுத்துப் படி, அச்சிறுகதை வெளிவந்த இதழ்ப் படி, அச்சிறுகதை இடம் பெற்ற நூல் படி, அந்நூலின் வெவ்வேறு பதிப்புகள் எனப் பாடபேதத்தைக் கண்டறியப் பல தரவுகள் உள்ளன. இவற்றை முறைப்படி தொகுத்து ஆராய்ந் தால் பாட வேறுபாடுகளை மட்டுமல்ல, அவற்றுக்கான காரணங் களையும் கண்டறிய முடியும். புதுமைப்பித்தனின் பெரும்பாலான கதைகளுக்குப் பாட வேறுபாடுகள் கிடைக்கின்றன. இதழில் வெளிவந்தபோது கொடுக்கப்பட்ட தலைப்பு, அக்கதையே நூலில் இடம்பெறும்போது மாற்றப்படுகின்றது. ‘தனி ஒருவனுக்கு உணவில்லை எனின்’ என்னும் தலைப்பு ‘தனி ஒருவனுக்கு’ எனவும் ‘சங்குத்தேவனின் தர்மச் செலவு’ என்பது ‘சங்குத்தேவ னின் தர்மம்’ எனவும் மாற்றம் பெற்றுள்ளன. புதுமைப்பித்தன்

ஓர்மையுடன் இத்தகைய தலைப்பு மாற்றத்தைச் செய்தார் எனக் கருதலாம். நீளமான தலைப்பாக இருப்பதால் இவற்றைச் சுருக்கியுள்ளார் எனவும் கொள்ளலாம். சுருக்கம் கதைக்குக் கூடுதல் பரிமாணத்தைக் கொடுப்பதாக மாறுவதும் உண்டு.

சங்குத்தேவனின் தர்மச் செலவு என்னும் தலைப்பில் உள்ள 'தர்மச் செலவு' என்பது தர்மம் செய்வதற்காக அவன் செய்த பணச்செலவு என அர்த்தமாகிறது. செலவு என்பது பயணத்தைக் குறிக்கவும் பயன்படும். காட்டுவழிப் பயணம் கதையில் முக்கியமானது. ஆனால் 'சங்குத்தேவனின் தர்மம்' என இத்தலைப்பு குறுகியதும் கதை மேலும் வேவ்வேறு தளங்களில் அர்த்தம் தருவதாக மாறுகிறது. தர்மம் என்பது மேலோட்டமான பொருளில் அவன் வழங்கிய கொடை எனப்படுகிறது. அச்சொல் இன்னொரு பொருளிலும் தற்காலத்தில் வழங்குகிறது. 'தொழில் தர்மம்' என்றால் தொழிலில் பின்பற்றும் ஒழுங்கு அல்லது நியாயம் எனப் பொருள்படும். அந்தப் பொருளைக் கொண்டால் சங்குத்தேவன் தொழில் திருட்டு என்றாலும் அதில் அவன் சில ஒழுங்கைப் பின்பற்றுபவன், சில நியாயங்களைத் தனக்கென வைத்திருப்பவன் என அர்த்தமாகிறது. கதையை வாசிப்பவர் இந்த அர்த்தத்தை எடுத்துக் கொள்ளும்போது கதைக்குக் கூடுதல் வலு கிடைக்கிறது.

'கட்டில் பேசுகிறது!' என்னும் தலைப்பு 'கட்டில் பேசுகிறது' என வியப்புக்குறி நீக்கப்பட்டு நூலில் இடம்பெற்றுள்ளது. சிறிய நிறுத்தற்குறி மாற்றம்தானே என்பதல்ல. கட்டில் பேசுவதை வியப்பாகக் கருதிய புதுமைப்பித்தன் பின்னர் அதை இயல்பானதாக உணர்ந்துள்ளார். அஃறிணைப் பொருள்கள் பேசுவதை இயல்பாகக் கருதும் இலக்கியக் கோட்பாடு நம்மிடம் உண்டு. புதுமைப்பித்தனின் பார்வை மாற்றத்தை உணர்த்தும் சான்றாகவும் இதனைக் கருதலாம். 'இது மிஷின் யுகம்' என்னும் தலைப்பில் இப்போதுள்ள கதை முதலில் வெளியானபோது 'மனித யந்திரம்?' என்றுதான் தலைப்புப் பெற்றிருந்தது. நூலில் தலைப்பை மாற்றிய புதுமைப்பித்தன் பின்னர் 'மனித யந்திரம்' என்னும் தலைப்பிலேயே வேறொரு சிறுகதை எழுதியுள்ளார். இரண்டு கதைகளுக்கும் உள்ள ஒற்றுமை, தொடர்புகள் பற்றியும் புதுமைப்பித்தனுக்கு 'மனித யந்திரம்' என்னும் தலைப்பின் மீது இருந்த பிடிமானம் பற்றியும் விரிவாக ஆராய வாய்ப்பிருக்கிறது.

பல கதைகளின் இடையிலும் முடிவிலும் ஒரு வரியோ சில வரிகளோ நீக்கப்பட்டுள்ளன. அவை கதைக்குத் தேவையில்லாத விளக்கங்களைக் கொடுப்பனவாகவும் செறிவைக் குலைப்பனவாகவும் உள்ளவை. 'சங்குத்தேவனின் தர்மம்' கதையின்

கடைசி வரியாக 'காசுக்கடைச் செட்டியின் பணம் இந்தப் பாடு பட்டது! செட்டிக்குத் தெரிந்தால்?' என்றிருந்ததை நூலாக்கத்தின்போது புதுமைப்பித்தன் நீக்கியுள்ளார். சங்குத்தேவன் பாத்திரத்திற்கு வலுவூட்டத் தடையாக இருந்த காரணத்தால் இவ்வரியை நீக்கியுள்ளார். அக்கதை எழுதப்பட்ட காலத்திற்கும் நூலாக்கம் பெறும் காலத்திற்கும் இடையே ஆசிரியர் மனப்போக்கில் கதை வடிவம் குறித்து உண்டான வளர்ச்சியை இந்நீக்கங்கள் தெரிவிக்கின்றன.

துன்பக்கேணி கதையில் செய்யப்பட்டுள்ள பல நீக்கங் களையும் அமைப்புமுறை மாற்றங்களையும் கவனம் எடுத்துப் பார்த்தால் அக்கதையைச் செறிவாக்கும் முறைபாட்டில் புதுமைப்பித்தன் கொண்டிருந்த கவனம் விளங்கும். கதை முதலில் வெளியானபோது விளக்கம் கருதி எழுதப்பட்டிருந்த பல தொடர்கள் நீக்கப்பட்டும் கதையோட்டத்தைத் தடை செய்யும் மேற்கோள் வரிகள் முதலியன எடுக்கப்பட்டும் வாசகர் இட்டுநிரப்பிக்கொள்வதற்கான வாய்ப்புகள் வழங்கப்பட்டிருப் பதை இதில் காணலாம். புதுமைப்பித்தனுக்குச் சிறுகதை வடிவம் குறித்து ஏற்பட்ட கருத்து வளர்ச்சிக்கு இவை சான்றுகள். நீக்கங்கள் மட்டுமல்லாமல் திருத்தங்களும் சேர்க்கைகளும் செய்யப்பட்டுள்ளன.

'அகல்யை' கதை 1934இல் 'ஊழியன்' இதழில் வந்தபோது அக்கதையின் முக்கியப் பாத்திரமாகிய கௌதமர் ஒருமையில் சுட்டப்பட்டுள்ளார். ஆனால் 1940இல் நூலில் இடம்பெற்ற போது மரியாதைப் பன்மையில் சுட்டப்படுகிறார். 'கலியாணி' என்னும் கதையில் சுந்தர சர்மா என்னும் பாத்திரம் முதலில் ஒருமையில் குறிப்பிடப்பட்டுப் பின் பன்மையாக மாற்றப்பட் டுள்ளது. ஆசிரியருக்கு அப்பாத்திரம் பற்றி இருந்த கருத்து மாற்றத்தைக் குறிப்பதாகவே இத்திருத்தங்களைக் கொள்ளலாம். ஒருமையில் சுட்டும்போது அப்பாத்திரம் பற்றிய அசட்டைத் தன்மையும் எதிர்மறை மனோபாவமும் வெளிப்படும். ஆனால் மரியாதைப் பன்மை அப்பாத்திரத்தின் கோணத்தைப் பரிசீலிப் பதற்கும் அதன்மீது கவனம் கொள்வதற்கும் உதவும். அவற்றை நோக்கி வாசகரைச் செலுத்துபவை இத்திருத்தங்கள். பல சொற்களையும் புதுமைப்பித்தன் திருத்தம் செய்துள்ளார்.

'ஒருநாள் கழிந்தது' கதையில் 'குளிப்பறை' என்று முதலில் எழுதியிருந்ததைப் பின்னர் 'ஸ்நான அறை' என்று மாற்றி யுள்ளார். அக்கதையிலேயே 'எக்ஸிபிஷன்' என்றிருந்ததைப் 'பொருட்காட்சி' என மாற்றியுள்ளார். இந்த மாற்றங்கள் மொழியைப் பயன்படுத்துவதில் அவருக்கு இருந்த உணர்வைக் காட்டுகின்றன. குளிப்பறை என்பது புதிதாக உருவாக்கப்பட்ட

சொல்லாட்சியாக இருக்க வேண்டும். அதில் திருப்தி ஏற்படாமல் அக்காலத்தில் பலரும் எழுதுவதைப் போலவே இருக்கட்டுமென 'ஸ்நான அறை' என மாற்றியிருக்கக்கூடும். பொருட்காட்சி வழக்குக்கு வந்துவிட்டதால் எக்ஸிபிஷனைப் புறந்தள்ளியிருக்க லாம். மனித யந்திரம் கதையில் 'மாஸ்டர் மீனாட்சிகள்' என்பதைக் 'குழந்தை மீனாட்சிகள்' என மாற்றியுள்ளார். நாசகாரக் கும்பல் கதையில் 'மேடோர் பண்ணியிருந்தான்' என்பதை 'அடமானம் வச்சிருந்தான்' என மாற்றியுள்ளார். இக்கதையில் ஓரிடத்தில் 'ஸ்டைபன்ட்' என்னும் சொல்லைப் பயன்படுத்தியுள்ளார். அவ்விடத்திலேயே அடைப்புக்குறிக்குள் 'உபகாரச் சம்பளம்' எனக் கொடுத்துள்ளார். ஆங்கிலச் சொற் களுக்கு நிகரான தமிழ்ச் சொல் உருவாக்கத்தில் அன்றைய எழுத்தாளர்கள் காட்டிய அக்கறை பற்றிய தரவாக இவற்றைக் கருதலாம்.

புதுமைப்பித்தன் கதைகள் எழுதிக்கொண்டிருந்த அக்காலத் தில் மொழி, சொற்கள் தொடர்பாக நிகழ்ந்து கொண்டிருந்த மாற்றங்கள், விவாதங்கள் முதலியவற்றையும் கணக்கிலெடுத்துக் கொண்டு இவற்றைப் பார்க்க வேண்டும். 'நாசகாரக் கும்பல்' கதையில் அவர் செய்துள்ள இத்தகைய சொல் திருத்தம் ஒன்று மிகவும் முக்கியமானது. 1937இல் இக்கதை 'மணிக்கொடி'யில் வெளியானபோது ஒருதொடர் இவ்வாறு அமைந்திருந்தது: 'திருநெல்வேலித் தாழ்ந்த வகுப்புக்களிடை கொழும்பு என்றால் இலங்கையின் ரப்பர் தேயிலைத் தோட்டங்கள் என்றுதான் பொருள்.' இக்கதை 1941இல் தனி நூலாக வெளியிடப்பட்ட போது 'திருநெல்வேலித் தாழ்த்தப்பட்ட வகுப்புக்களிடை . . .' எனத் திருத்தம் செய்யப்பட்டுள்ளது. தாழ்ந்த, தாழ்த்தப்பட்ட ஆகிய சொற்களுக்கிடையே உள்ள பொருள் வேறுபாட்டிற்கும் இருபதாம் நூற்றாண்டு அரசியலுக்கும் நெருங்கிய தொடர்புண்டு. இடஒதுக்கீடு தொடர்பான கருத்தோட்டங்கள் உருவாகி அவை அரசியல் கோரிக்கைகளாகத் தீவிரம் பெற்ற காலகட்டத்தில் எழுதிக்கொண்டிருந்தவர் புதுமைப்பித்தன். அதன் தாக்கம் அவரிடம் ஏற்பட்டதைத்தான் இந்தச் சொல் திருத்தம் வெளிப் படுத்துகிறது. புதுமைப்பித்தனிடம் சாதி ஆதிக்கப் பார்வை இருந்ததாக எழும் விமர்சனங்களை முன்வைப்போர் அவர் செய்த இத்தகைய திருத்தங்களையும் கவனத்தில் கொண்டால் சமூகத்தில் ஏற்படும் மாற்றங்களுக்கு அவர் கொடுத்திருக்கும் முக்கியத்துவத்தையும் சாதி தொடர்பான கருத்துக்களைப் பரிசீலனைக்கு உட்படுத்த அவர் தயாராக இருந்திருக்கிறார் என்பதையும் உணரமுடியும்.

சில கதைகளில் சொற்கள், வரிகள் புதிதாகச் சேர்க்கப்பட்டுள்ளன. 'ஆண் சிங்கம்' என்னும் தலைப்பிலான கதை 'ஆண்மை' என மாற்றம் பெற்றுள்ளது. அக்கதையின் இறுதிவரி புதிதாகச் சேர்க்கப்பட்டுள்ளது. 'ஆனால் சீமா, பரமேச்வரய்யரிடமும் உலகினர் முன்பும் ஆண்மையுடன் நடந்துகொண்டான்' என்னும் அவ்வரி கதைத் தலைப்புக்குப் பொருந்துவதோடு மட்டுமல்லாமல் சீமா என்னும் பாத்திரத்தின் மனமாற்றம் பற்றியும் குறிப்பால் உணர்த்துகின்றது. ஆண்மை என்பதற்குப் புதுப் பொருள் ஒன்றும் இவ்வரி மூலம் கிடைக்கிறது.

இவ்வாறு புதுமைப்பித்தன் கதைகளில் நேர்ந்துள்ள பாட வேறுபாடுகளைக் கொண்டு சிறுகதை வடிவம் குறித்த உணர்வு, சமூக அரசியல் கருத்துக்களின் தாக்கம் முதலியவற்றைப் பற்றி விரிவாக ஆராய முடியும். அத்தகு ஆய்வுகள் உருவாகுமானால் நவீன இலக்கியப் பதிப்புகளின் பயன்பாடு பற்றிய புரிதல் விரிவாகும். முக்கியமான நவீன இலக்கியங்களுக்குச் செம்பதிப்புகள் தயாரிக்கும் பணி தொடர்வதற்கான வாய்ப்புகள் அமையும். இலக்கிய வாசகருக்கு மகிழ்ச்சியோடு வாசிப்பதற்கான நம்பகமான பிரதி கைக்குக் கிடைக்கும். அதை நோக்கித் தமிழ்ப் பதிப்புலகம் நகர வேண்டும்.

பதிப்பு ஒருபோதும் முழுமை பெற்றுவிடுவதல்ல. தொடர்ந்து திருத்தங்கள், சேர்க்கைகள் நிகழ்ந்துகொண்டேயிருக்கின்றன. புதிய தகவல்கள் பதிப்பைச் செழுமைப்படுத்துகின்றன. வாசகத் தேவையை ஒட்டியும் காலத்திற்கேற்பவும் பின்னிணைப்புச் செய்திகள் கூடுகின்றன. பதிப்பாசிரியர் தம் வாழ்நாள் முழுக்கவும் அப்பதிப்பில் ஏதாவது புதுமைகளைச் செய்துகொண்டிருப்பது அவசியமாகிறது. தொடர்செயல்பாடாகப் பதிப்பு விளங்குகிறது. பதிப்பின் இத்தன்மையைப் 'புதுமைப்பித்தன் கதைகள்' பதிப்பிலும் காணலாம். 'சுப்பையா பிள்ளையின் காதல்கள்' என்னும் கதை 1939ஆம் ஆண்டு 'சூறாவளி' இதழில் வந்துள்ள தகவலை மூன்றாம் பதிப்பு தருகின்றது. அதன் காரணமாகக் கதை வரிசை மாறி அமைகிறது. அதேபோலப் 'பொய்க் குதிரை' 1934ஆம் ஆண்டு 'தினமணி' இதழில் வந்த தகவல் நான்காம் பதிப்பில் கொடுக்கப்படுகின்றது. ஆய்வுக் குறிப்புகள் செழுமையடையும் வகையில் பாட வேறுபாடுகள் வழங்குதலையும் அடுத்தடுத்த பதிப்புகளில் காணலாம். நவீன இலக்கியப் பதிப்பும் அடுத்தடுத்துச் செம்மை பெறும் என்பதற்கு இவை சான்றுகள்.

இப்பதிப்பை ஆய்வுத் தேவைக்குப் பயன்படுத்தும்போது இதன் பின்னிணைப்பில் ஓர் அகராதி இடம்பெற்றிருந்தால் இன்னும் நன்றாக இருந்திருக்கும் எனத் தோன்றுகின்றது.

பழைய இலக்கியப் பதிப்புகளில் 'செய்யுள் முதற் குறிப்பகராதி' இருக்கும். அதுபோல, ஒட்டுமொத்தச் சிறுகதைத் தொகுப்பு நூலாகிய இதற்குக் 'கதைத் தலைப்பு அகராதி' இருப்பது அவசியம். உள்ளுறை இடம்பெற்ற வரிசையில் பொருளடக்கம் கதைகளைத் தருகிறது. கதைத் தலைப்பைக்கொண்டு ஒரு கதை எந்தப் பக்கத்தில் இருக்கிறது என்று கண்டுபிடிக்க வேண்டுமானால் உடனே முடியாது. 'கதைத் தலைப்பு அகராதி' அதைச் சாத்தியப் படுத்தும். இப்பதிப்பை மேலும் பலவிதமாகப் பயன்படுத்தும் போது இப்படி இன்னும் சில தேவைகளை உணரலாம். அது நவீன இலக்கியப் பதிப்பு நெறிமுறைகளை நோக்கி நகர்வதற்கு உதவக்கூடும்.

பயன்பட்ட நூல்

ஆ. இரா. வேங்கடாசலபதி (ப.ஆ.), புதுமைப்பித்தன் கதைகள், 2005, நாகர்கோவில், காலச்சுவடு பதிப்பகம், நான்காம் பதிப்பு.

○

மறுபதிப்பும் வியாபாரத் தந்திரங்களும்

ஜனவரியில் (2004) தொடங்கும் புத்தகக் கண்காட்சியை ஒட்டிப் பல புதிய நூல்களைப் பதிப்பகங்கள் வெளியிட உள்ளன. ஐம்பது, நாற்பது, இருபத்தைந்து என்று ஒவ்வொரு பதிப்பகமும் எண்ணிக்கையைக் கூறும் போது மலைப்பாகவும் ஆச்சரியமாகவும் இருக்கிறது. தமிழ்ச் சூழலில் ஏதோ ஒரு மந்திரம் சுழன்று அறிவுக் கண்களைச் சட்டெனத் திறந்துவிட்டது போலும். புத்தகச் சந்தை விரிவு பெற்றதற்கான காரணங்கள் ஒருபுறம் இருக்கட்டும். ஆனால் இத்தனை புத்தகங்கள் வெளி வருவதனால் பல்வேறு நன்மைகள் உள்ளன.

பல்லாண்டுகளாக மறுபதிப்பே காணாமல் இருந்த நூல்கள் இப்போது அச்சில் கிடைக்கின்றன. முந்தைய தலைமுறையினர் வாசித்து மகிழ்ந்த மொழிபெயர்ப்பு நூல்களை இன்றைய தலைமுறை வியப்போடும் ஆவலோடும் வாசிக்க வாய்க்கிறது. ஆய்வுக்குறிப்பு ஒன்றைக் கண்டடையவோ இருபதாம் நூற்றாண்டின் பல்துறை வரலாறுகளைத் திரட்டவோ தேவையான ஆதாரங்களைத் தேடி அலைதலை இவை சற்றே குறைக்கின்றன.

இப்படி மகிழ முடிந்தாலும் இன்னொரு வகையில் பார்த்தால் வேதனையும் எரிச்சலும் மிகவே செய்கின்றன. நம் பதிப்பகங்களுக்கு ஒரு நூலைப் பதிப்பிக்கிறோம் என்னும் உணர்வே அடியோடு இல்லை. பதிப்பாசிரியர் ஒருவருடைய வேலைகள் எவை, அவரை எப்படிப் பயன்படுத்திக்கொள்வது என்பனவற்றைப் பதிப்பகங்கள் அறிந்துகொண்டிருக்கவில்லை. போகட்டும். மெய்ப்புத் திருத்துநர் ஒருவர் மூலம் அச்சுப் பிழைகளைத் திருத்த வேண்டும் என்னும் உணர்வுகூட இல்லாமல், ஏராளமான

பிழைகளோடு நூல்கள் வருகின்றன. 'ஒரே ஒரு பிழையைக் கண்டுபிடித்துத் தருவோர்க்குப் பரிசளிக்கின்றேன்' என்று அறிவித்த சி.வை. தாமோதரம்பிள்ளை போன்றவர்கள் பதிப்பாசிரியர்களாக இருந்த அந்தக் காலத்தில் அச்சு வசதி இந்த அளவு வளரவில்லை. ஆனால் அர்ப்பணிப்பும் பொறுமையும் தாம் செய்யும் வேலைகளைப் பற்றிய உணர்வும் இருந்தன. இன்று பதிப்பகங்களுக்கு 'அச்சிடுதல்' என்பது தவிர நூல்களைப் பற்றிய வேறு எண்ணங்கள் ஏதும் இல்லை. இன்று புத்தகச் சந்தையில் இது விலைபோகும் என்று கருதினால் போதும். உடனே அச்சிட்டுவிடுகிறார்கள்.

அச்சிடும்போது ஏற்கனவே உள்ள நூலை அப்படியே அச்சுக்குக் கொடுக்கிறார்களா எனில், இல்லை. உள்ளதை உள்ளபடி அச்சிடாமல், ஏதேதோ குளறுபடிகள் நடக்கின்றன. டால்ஸ்டாயின் *War and Peace* நாவலின் மொழிபெயர்ப்பு குறித்துத் தமிழ் வாசகர்கள் பலரும் அறிவார்கள். சக்தி வை. கோவிந்தன் அதனைப் பதிப்பித்த விதம் மிகச் சிறப்பானது. உலகப் புகழ் பெற்ற அந்நாவல் மூன்று பாகங்களாகக் கெட்டி அட்டையுடன் மிகத் தரமான தாளில் முயன்று பதிப்பிக்கப்பட்டது. டி.எஸ். சொக்கலிங்கம் அவர்களால் மொழிபெயர்க்கப்பட்ட அந்நாவலைச் சமீபத்தில் 'சீதை பதிப்பகம்' 'முதற்பதிப்பாக' வெளியிட்டிருக்கிறது. மிகவும் நல்ல காரியம். 2500 பக்கங்கள் கொண்ட நாவலை வெளியிடும் முயற்சி பாராட்டுக்குரியது. 'சக்தி காரியாலயம்' 1957இல் வெளியிட்ட மொழிபெயர்ப்பை இப்போது அப்படியே வெளியிடவில்லை. சீதை பதிப்பகம் ஒரு மொழிபெயர்ப்புக் குழுவை நியமித்துப் பதிப்பாசிரியரை அமர்த்திப் பழைய மொழி பெயர்ப்பைச் 'சரிசெய்து' இப்போது வெளியிட்டிருக்கிறது. பதிப்பாசிரியரும் மொழிபெயர்ப்புக் குழுவினரும் சேர்ந்து செய்த காரியங்கள் சில:

1. வை. கோவிந்தன் எழுதிய பதிப்புரை நீக்கம்.

2. நாவலின் முக்கியத்துவம், நாவலை டால்ஸ்டாய் எழுதிய விதம், நாவலைப் பற்றிப் பல்லோர் கூறிய கருத்துக்கள், நாவலை வாசிக்கத் தொடங்கும்போது வாசகருக்கு நேரும் இடர்ப்பாடுகள், அவற்றைக் களைந்து உள்ளே செல்லும் வழிமுறைகள் முதலியவற்றை விளக்கி டி.எஸ். சொக்கலிங்கம் எழுதிய அருமையான முன்னுரையைத் தேவையில்லை என்று கருதி நீக்கியது.

3. ஹியூ வால்போல் எழுதிய ஆங்கில முன்னுரையின் தமிழாக்கத்தைத் தூக்கியது.

4. குடும்ப வரலாறு, பாத்திரங்கள், முக்கியமான சம்பவங்கள், அத்தியாயத் தலைப்புக்கள், பொருளடக்கம், ஓவியங்கள் என நாவலை வாசிப்போருக்குத் தேவையான முக்கிய உதவிக் குறிப்புக்கள் அனைத்தையும் எடுத்துக் கடாசியது.

இதற்கெல்லாம் மேல் டி.எஸ்.சொக்கலிங்கம் செய்த மொழிபெயர்ப்பைக் 'காலத்திற்கு ஏற்பச் செம்மைப்படுத்தி' உள்ளனர். அந்தச் செம்மையால் விளைந்திருக்கும் பயன்கள் பல. வருஷம் – ஆண்டு, அந்தஸ்து – தகுதி, வாலிபர் – இளைஞர் என்றெல்லாம் செம்மை செய்துள்ளனர். ஒரு சான்று பாருங்கள்: 'இன்றைய விருந்து ரத்தாய்விட்டதென்று நான் நினைத்திருந்தேன்' (டி.எஸ். சொக்கலிங்கம்), 'இன்றைய விருந்து விலக்கப்பட்டதென்று நான் நினைத்திருந்தேன்' (சீதை பதிப்பகம்). 'ரத்து', 'விலக்கப்பட்டது' – இரண்டும் ஒரு பொருள் உடையவைதானா? இன்னும் இது போல் எத்தனையோ அனர்த்த மாற்றங்கள். மொத்தத்தில் சீதை பதிப்பகம் வெளியிட்டுள்ள மொழிபெயர்ப்பு டி.எஸ்.சொக்கலிங்கம் செய்தது என்று சொல்லக்கூடாது. எதிர்காலத்தில் யாரேனும் ஆங்கில நூலோடு இம்மொழி பெயர்ப்பை ஒப்பிடும் பட்சத்தில் இத்தகைய பிழைகள் அனைத்தும் சொக்கலிங்கம் தலையில்தான் போய் விடியும்.

சீதை பதிப்பக மொழிபெயர்ப்புக் குழுவில் இருந்த ஆசிரியர்கள் யார் யார், அவர்களுக்கு மொழிபெயர்ப்பில் எத்தகைய அனுபவங்கள் உள்ளன, அவர்கள் செய்த மாற்றங்களுக்கு அடிப்படைகள் எவை, அவர்கள் செய்த மாற்றங்களின் பட்டியல் – எந்த விவரமாவது நூலில் உள்ளதா என்றால், இல்லை. நூல் முகப்பில் வை.கோவிந்தன் தன் பெயரைப் 'பதிப்பாசிரியர்' என்று போட்டுக்கொள்ளவில்லை. ஆனால் இப்பதிப்புக்கு 'எஸ்.கெளமாரீஸ்வரி, எம்.ஏ., எம்.எல்.ஐ.எஸ்' பதிப்பாசிரியர் ஆகியிருக்கிறார்.

தமிழ் நூல் வெளியீட்டில் 'சந்தியா பதிப்பகம்' செய்துவரும் சாதனைகள் மிகப்பல. ஏராளமான நூல்களைக் குவியலாக வெளிக்கொண்டு தரும் இப்பதிப்பகம், தமிழ் வாசகர்கள் அனைவரும் எதையும் எதிர்ப்பின்றி ஏற்றுக் கொள்ளும், சகித்துக் கொள்ளும் ஒன்றும் தெரியாத மண்டைகள் என்று கருதுகிறது. விற்பனை மதிப்புள்ள எந்த நூலையும் அச்சிட்டுத் தள்ளும் இந்தப் பதிப்பகம் புதிதாக ஒரு முறையை அறிமுகப்படுத்தியுள்ளது. அதாவது, எந்த நூலாக இருப்பினும் அதைப் பற்றியான பதிப்பு விவரத்தில் 'முதற்பதிப்பு, இரண்டாம் பதிப்பு, பத்தாம் பதிப்பு' என்றெல்லாம் விவரங்கள் இருப்பதைப் பார்த்திருக்கிறோம். சந்தியா பதிப்பக நூல் விவரத்தில் 'பதிப்பு: 2002,

பதிப்பு: 2003' என்று மட்டும் இருப்பதைப் பார்க்கலாம். எத்தனை யாவது பதிப்பு என்பதை யாராலும் அறிந்து கொள்ள முடியாது.

அது மட்டுமல்ல. ஒரு நூல் முதலில் எந்த ஆண்டு வெளி வந்தது என்பதை நூலின் பக்கங்களைக் கொண்டு கண்டு பிடித்துவிடக்கூடாது என்பதில் இப்பதிப்பகம் மிக உறுதி காக்கிறது. மயிலை சீனி. வேங்கடசாமியின் 'புத்தரின் வரலாறு' நூலை 2001இல் இப்பதிப்பகம் வெளியிட்டுள்ளது. இது முதலில் எப்போது வந்திருக்கக்கூடும்? 'பகவன் புத்தர் பிறந்த 2500ஆவது ஆண்டுவிழாவை 1956ஆம் ஆண்டு மே 24ஆம் தேதி வைசாகப் பௌர்ணமியாகிய புண்ணிய நாளிலே அரசாங்கத்தாரும் பொதுமக்களும் சேர்ந்து சிறப்பாகக் கொண்டாடுகிறோம்' என்று முன்னுரையில் வரும் குறிப்பைக் கொண்டு 1956ஆம் ஆண்டாக இருக்கக்கூடும் என ஊகிக்கிறோம். இப்படி ஊகித்துத் தான் பலவற்றை உணர வேண்டியிருக்கிறது.

சந்தியா பதிப்பகம் புதிய தமிழ் எழுத்தாளர் ஒருவரைத் தம் வெளியீட்டுப் பணியின் மூலம் அறிமுகப்படுத்தி இருக்கிறது. அவர் – 'தாஸ்தாயெவ்ஸ்கி'. அந்த எழுத்தாளர் 'சூதாடி' என்றொரு நாவல் எழுதியுள்ளார். அதைத்தான் சந்தியா வெளியிட்டுள்ளது. தாஸ்தாயெவ்ஸ்கி என்னும் பெயர் தமிழ் வாசகர்களுக்கு மிகவும் பரிச்சயமான பெயர் என்று கருதிவிட்டனர் போலும். இந்த நாவலை மொழிபெயர்த்தவர் யார், பழைய மொழி பெயர்ப்பா, புதியதா ஆகிய குறிப்புக்கள் எதுவுமில்லை. நூலின் உள்ளே பிறை அடைப்புக்குள் பதிப்பாசிரியர், மொழிபெயர்ப் பாளர் ஆகியோர் ஆங்காங்கே எழுதியுள்ள குறிப்பு, விளக்கம் ஆகியவை வருகின்றன. அவர்கள் ஆங்கில நூலின் பதிப் பாசிரியரும் மொழிபெயர்ப்பாளருமா? தமிழ் மொழிபெயர்ப்புக்கு உரியவர்களா? எதையும் கண்டுபிடிக்க முடியாது. இப்பதிப்பகம் 'பதேர் பாஞ்சாலி' என்னும் வங்கமொழி நாவலை வெளியிட் டுள்ளது. ஆர். ஷண்முகசுந்தரம் மொழிபெயர்த்த இந்நூலில் 'சேக்கிழார் சீமையின் கலைஞன் ஆர். ஷண்முகசுந்தரம் மொழி பெயர்த்த பதேர் பாஞ்சாலி' என்று குறிப்பிடப்பட்டுள்ளது. இக்குறிப்பு இதுவரை எனக்குப் புரியவேயில்லை. சேக்கிழார் சீமை எது, அதற்கும் ஷண்முகசுந்தரத்திற்கும் என்ன தொடர்பு? எதற்கு இந்தக் குறிப்பு?

சந்தியாவைவிடவும் அனுபவமும் வரலாறும் கொண்டது மணிவாசகர் பதிப்பகம். தொடர்ந்து நிறைய நூல்களை வெளியிடுவதால் அப்பதிப்பகத்தினருக்குக் கவனம் சிதறி விடுகிறதோ என்னவோ. இப்பதிப்பக வெளியீட்டில் முத்திரை பொறிக்கத்தக்க முன்னுதாரணமாக விளங்கும் நூல் ஒன்றுண்டு.

மயிலை சீனி. வேங்கடசாமியின் ‘தமிழர் வளர்த்த அழகுக் கலைகள்’ என்னும் நூல் அது. சில ஆண்டுகளுக்கு முன் அந்நூல் பாடத்திட்டத்தில் இருந்தது. அதற்காக மாணவர்களுக்கு நூல் பிரதிகளை வாங்கிக் கொடுத்தோம். நாங்கள் வாங்கிய நூல்களில் இருவகையான பிரதிகள் இருந்தன. முதலாவது: பக்கம் 232 + XX, விலை ரூ.25, உள்ளுறையாகப் பத்து தலைப்புகளில் கட்டுரைகளைக் கொண்டது. இரண்டாவது: பக்கம் 160 + XXI, விலை ரூ.14, உள்ளுறையாக எட்டுத் தலைப்புகள். இரண்டு வகையுமே நான்காம் பதிப்பாக டிசம்பர் 1989இல் மணிவாசகர் பதிப்பகம் வெளியிட்டதுதான். நாடகக்கலை, கலைகளைப் போற்றுக என்னும் இரண்டு கட்டுரைகள், மிகச் சிறந்த சிற்பப் புகைப்படங்கள் ஆகியவை நீக்கப்பட்டு இரண்டாம் வகை நூல் ஒரே பதிப்பகத்தால் ஒரே சமயத்தில் வெளியிடப்பட்ட நோக்கம் என்ன? அவ்வெளியீட்டில் ‘மாணவர் பதிப்பு’ போன்ற குறிப்புகள் எதுவும் இல்லை. காரணம் எதுவும் முன்னுரையிலும் சொல்லப்படவில்லை. ஏதோ ஒருவகை விற்பனைத் தந்திரம் இதற்குள் அடங்கியிருப்பது மட்டும் புரிகிறது.

பேராசிரியர் சூ. இன்னாசி அவர்களின் முனைவர் பட்ட ஆய்வைச் ‘சதுரகராதி ஆராய்ச்சி’ என நூலாக மதுரை காமராசர் பல்கலைக்கழகம் வெளியிட்டுள்ளது. மிக முக்கியமான ஆராய்ச்சி நூல் இது. ஆனால் இந்நூல் எந்த ஆண்டு வெளியானது என்பதை எத்தனை பெரிய ஆராய்ச்சியாளராலும் கண்டறிய முடியாது.

தமிழ்ப் பல்கலைக்கழகம் மே 2001இல் ‘சேலம் – நாமக்கல் மாவட்டக் கல்வெட்டுகள்’ என்னும் ஆவண நூலை வெளியிட்டுள்ளது. அப்போதைய துணைவேந்தர் கதிர். மகாதேவன் அவர்களது முன்னுரையைக் கொண்ட இந்நூலின் பொருளடக்கம் ‘452 பக்கங்களைக் கொண்டது இந்நூல்’ எனக் குறிப்புத் தருகிறது. ஆர்வமுள்ளவராக இருப்பினும் 291 பக்கங்களுக்கு மேற்பட்டவற்றை நூலில் கண்டுபிடிக்க முடியாது. யாராவது கண்டுபிடித்துக் கொடுத்தால் அவருக்குத் தாராளமாகப் பத்தாயிரம் பரிசு அறிவிக்கலாம். தமிழுக்கென இயங்கும் பல்கலைக்கழகம் ஒன்றின் வெளியீடே இந்த லட்சணத்தில் இருக்குமெனில், பதிப்பகங்களை நோவதால் பயனொன்றும் இல்லை. இவ்விதமாகப் பல்வேறு சான்றுகளைத் தரமுடியும். இத்தகைய குறைபாடுகளுக்குக் காரணங்களும் ஏராளம்.

நூலொன்றின் வருகை என்பது சமூகத்தின் அறிவுச் செயல் பாட்டின் அடையாளம். சமூகம் எத்தகைய ஆர்வங்களைக் கொண்டிருந்தது, தேவைகளைப் பெற்றிருந்தது என்பவற்றை

எல்லாம் உள்ளடக்கிய ஆவணம்தான் நூல். இந்தத் தன்மையைப் பதிப்பகங்கள் உணராமல் விற்பனை நோக்கம் ஒன்றையே கொண்டிருப்பது முக்கிய காரணமாகும்.

அச்சுச் சாதன வளர்ச்சியினால் நூல் வெளியீட்டுப் பெருக்கம் ஏற்பட்டுள்ளது. நூலும் இன்று நுகர்வுப் பொருள் களுள் ஒன்றாக மாறிவருகிறது. நுகர்வோர்களாகிய வாசகர்கள் தரமான நூல்கள் வேண்டும் என்று கோருவதில்லை. நாம் கொடுக்கும் தொகைக்கேற்ற தயாரிப்பா என்று உணர்ந்து நூல்களை வாங்கும் மனோபாவம் வளராமையும் இன்னொரு காரணமாகும்.

தமிழகப் பதிப்பகங்களுக்குப் பதிப்பாசிரியர், மெய்ப்புத் திருத்துநர் ஆகியோருடைய பங்களிப்பு ஒரு நூல் வெளியீட்டில் முக்கியம் என்னும் உணர்வு கிடையாது. மறுபதிப்பு, மறுபிரசுரம் ஆகிய இரண்டுக்குமான வேறுபாடுகளைக்கூட இப்பதிப்பகங்கள் அறிந்திருக்கவில்லை. அறிந்தால் பலருக்கு வேலைவாய்ப்பும் உருவாகும்.

இனியும் இப்படியான குறைபாடுகளைக் களையவில்லை எனில் அப்பதிப்பகங்களின் நூல்களை வாசகர்கள் புறக்கணிக்க வேண்டும். நூல் தொடர்பான தமது குறைபாடுகளையும் வெளிப்படுத்தித் தரத்தைக் கோருவது முக்கியம்.

குறிப்புகள்

1. நூல் தலைப்பு வைப்பது சடங்குத்தனமான செயலல்ல. அதுவோர் உயிர்ப்புள்ள இயக்கம். திரு.வி.க.வின் சுயசரிதம் 'வாழ்க்கைக் குறிப்புகள்' என்னும் தலைப்பில் அவருடைய காலத்திலேயே வெளியிடப்பட்டது. இந்தத் தலைப்பை வைப்பதற்கு அவர் கூறியுள்ள காரணம்:

   'நாட்குறிப்பும் பிறவும் ஒழுங்குமுறையில் அமையாத ஒன்றை வரலாறு அல்லது சரிதம் என்று எப்படிக் கூறுதல் கூடும்? அதனால் இந்நூல் 'வாழ்க்கைக் குறிப்புகள்' என்னும் தலைப்பைத் தாங்கலாயிற்று.'

   இந்நூலைத் தற்போது 'வசந்தா பதிப்பகம்' வெளியிட்டுள்ளது. நூல் தலைப்பு: 'திரு.வி.க. எழுதிவைத்த வாழ்க்கைக் குறிப்பு' என்பதாகும். திரு.வி.க. எழுதி வைத்திருந்த குறிப்புக்கள் பின்னர் கண்டுபிடிக்கப்பட்டு வெளியிடப்படுகிறது என்னும் பொருளையல்லவா இத்தலைப்பு தருகிறது? திரு.வி.க. சொல்லியிருக்கும் காரணத்திற்கும் இதற்கும் ஏதாவது தொடர்பிருக்கிறதா?

2. தமிழ்ப் புலவர்களின் வரலாற்றை வாய்மொழிக் கதைகள் உள்ளிட்டவற்றைக் கொண்டு 19ஆம் நூற்றாண்டில் எழுதப்பட்ட நூல் ‘விநோதரச மஞ்சரி’ என்பதாகும். இதனை எழுதியவர் ‘அட்டாவதானம் வீராசாமி செட்டியார்.’ அக்கால உரைநடைக்கு ஆதார மாகத் திகழும் இந்நூலைத் தற்போது சாந்தா பதிப்பகம், முல்லை நிலையம் ஆகிய இரு பதிப்பகங்கள் வெளியிட் டுள்ளன. இரு பதிப்புகளிலுமே ‘தமிழறியும் பெருமாள் கதை’ என்னும் கட்டுரை விடுபட்டுள்ளது. என்ன காரணமோ தெரியவில்லை. இனிவரும் தலைமுறைக்கு அக்கட்டுரை கிடைக்காமலே போகலாம். ஒன்றின் விடுபாடு என்பது வரலாற்று மறைப்பாகும்.

பெரியார் கட்டுரையின் கதி

பெரியாருடைய கட்டுரைகள் மிகவும் சுவாரஸ்ய மானவை. குறிப்பிட்ட வகைக் கட்டுரைகள் இப்படித் தான் இருக்கும் என்று நாம் வைத்திருக்கும் பொது வரையறையைச் சுக்குநூறாக்கிவிடுபவை. அவர் பயன் படுத்தும் மொழி பேச்சு தொனியைக் கொண்டது. அதனால் அவர் எதிரில் இருந்துகொண்டு நமக்குச் சொல்வது போலவே தோன்றும். அது கட்டுரையின் கூடுதல் பலம். கட்டுரையை வாசிக்கும்போது கவனச் சிதறல் ஏற்படாமல் உள்ளிழுத்துக் கொள்ளும்.

பெரியார் எழுதிய இரங்கல் கட்டுரைகள் சில உள்ளன. இறந்தவர் பற்றிய அனுதாபம் ஏற்படும் வகையில் இரங்கல் கட்டுரை எழுதுவதுதான் மரபு. பெரியார் இயல்பாகவே இந்த மரபுக்கு எதிரானவர். அவர் மனைவி நாகம்மை இறந்தபோது எழுதிய கட்டுரை 'மகிழ்ச்சி மகிழ்ச்சி மகிழ்ச்சி' என்று முடியும். அவர் எழுதியுள்ள இரங்கல் கட்டுரைகள் சிலவற்றை வாய்விட்டுச் சிரித்துக்கொண்டே படிக்கலாம். அவரது தாயார் சின்னத்தாயம்மாள் இறந்தபோது எழுதிய கட்டுரை அப்படியான ஒன்று.

தாய், தந்தையரைப் பற்றி நம் பொதுமனத்தில் உருவாக்கப்பட்டிருக்கும் பிம்பங்கள் அனைத்தையும் உடைத்துவிடும் கட்டுரை இது. சில ஆண்டுகளுக்கு முன் காலச்சுவடு இதழில் இக்கட்டுரை மறுபிரசுரம்கூடச் செய்யப்பட்டிருந்தது. பெரும்பாலோர் தங்கள் பெற்றோரைப் பற்றி எழுதும்போது நெகிழ்ச்சியுடன் எழுதுவதோடு இளவயது வாழ்க்கையைத் துன்பம் நிறைந்ததாகவும் காட்டுவதற்குப் பெரும் முயற்சி செய்வர். பெரியாரிடம் அதெல்லாம் இல்லை. அவருடைய பெற்றோர்களைப் பற்றி அதிரடி வாக்கியங்கள்தான். அவர்கள் ஓரளவு பணக்காரர்களானபின் மேலும் மேலும் பணம் சேர்ந்ததைப்

பற்றிச் சொல்லும்போது 'நாணயஸ்தர்களாகக் காட்டிக் கொள்வதில் இரண்டு பேரும் சமர்த்தர்கள்' என்று எழுதுவார்.

ஏழைகளாக இருந்தபோது இல்லாத நம்பிக்கைகள் எல்லாம் பணம் சேர்ந்தவுடன் வந்துவிடும் என்பதை ரொம்பவும் குத்தலாகச் சொல்வார். அவருடைய தாய் பக்தி உடையவராக ஆனதைச் சொல்கையில் 'பணம் சேர்ந்தவுடன் மதபக்தி, மதச்சின்னம், விரதம், நோன்பு, திதி முதலியவைகள் தானாகவே தேடிவருவது வழக்கமல்லவா?' என்பார். அவர் தந்தையின் பெயர் சமூகத்தில் எப்படியிருந்து எப்படியெல்லாம் மாறி வந்தது என்று சொல்லும் பகுதியும் அருமையானது. கல்தச்சு வெங்கிட்டன், வண்டிக்கார வெங்கிட்ட நாயக்கன், தட்டுக்கடை வெங்கிட்ட நாயக்கன், மளிகைக்கடை வெங்கிட்ட நாயக்கர், மண்டி வெங்கிட்ட நாயக்கர் என்று படிப்படியாக வளர்ச்சி ஏற்பட்டுக் கடைசியில் அவர் வெறும் 'நாயக்கர்' ஆனார்; சின்னத்தாயம்மாள் 'நாயக்கம்மாள்' ஆனார்; என்பதை விவரிக்கும் பகுதியைச் சாதாரண எள்ளல் என்று சொல்லிவிட முடியாது.

அதே போலத் தன்னைப் பற்றி எழுதும் பகுதியிலும் தனக்கென எந்த பிம்பத்தையும் உருவாக்கிக்கொள்ள அவர் முயலவில்லை. இறந்தவர் பற்றி எழுதும்போது நல்ல விஷயங் களையே எழுத வேண்டும். குறை சொல்லக்கூடாது என்னும் மடத்தனமான மரபு ஒன்று எப்படியோ நம்மிடையே புகுந்து விட்டது. ஆனால் பெரியார் அவருடைய தாயாரிடம் இருந்த குறைகளை எல்லாம் பட்டியல் போடுவார். தன் கொள்கையைத் தாயாரிடம் சொல்லக்கூட முடிந்ததில்லை என்னும் அவலத்தை யும் போட்டுடைப்பார். தாயாரின் சாவைப் பற்றிய அக்கட்டுரை 'என் இஷ்டம் நிறைவேறியது' என்று முடியும். பெரியாரின் அற்புதமான கட்டுரை இது. எப்பேர்ப்பட்ட எழுத்தையும் அதன் தொனியை மாற்றிச் சிதைத்துவிடுவதில் தமிழ்ச் சமூகத் திற்கு நிகர் இதுவேதான். ஒருவரின் எழுத்தில் இருக்கும் எல்லா வகை உணர்ச்சிகளையும் நீக்கம் செய்துவிட்டு வெறும் சக்கையாக்கிக் கொடுக்க முடியும் என்பதற்கு நம் பாடப் புத்தகங்கள் நல்ல உதாரணம். எந்த விஷயத்தையும் மொன்னை யான கேள்வி பதிலாக மாற்றிவிடும் திறன் பெற்றது நம் கல்வித்துறை. பெரியார் இயக்கமும் பெரியார் எழுத்துக்களை இன்று பாடநூலாக மாற்றும் காரியத்தைத்தான் செய்துவருகிறது. சாரத்தை உறிஞ்சி எடுப்பதற்கு என்னென்னவோ வழிமுறை களைக் கையாள்கிறது.

அதற்கு நல்ல உதாரணம் இந்தக் கட்டுரையை இப்போது திராவிடர் கழகம் வெளியிட்டிருக்கும் முறை. பெரியாருடைய வாழ்க்கை வரலாற்றைத் 'தமிழர் தலைவர்' என்னும் பெயரில் சாமி சிதம்பரனார் எழுதியிருக்கிறார். அதில் 1939ஆம் ஆண்டு

வரையான பெரியாரின் வாழ்க்கை பதிவாகியுள்ளது. அதற்குப் பின்னான பகுதியை விரிவாக எழுதும் திட்டத்தில் 1949ஆம் ஆண்டு வரையான வாழ்க்கையை 'உலகத்தலைவர் பெரியார் வாழ்க்கை வரலாறு பாகம் 2' என்னும் தலைப்பில் கி.வீரமணி எழுதித் திராவிடர் கழக வெளியீடாக 2007இல் வெளிவந்துள்ளது. இந்நூலில் பெரியார் தமது தாய் இறந்தபோது எழுதிய இரங்கல் கட்டுரையும் உள்ளது.

'சின்னத்தாயம்மாள் முடிவு' என்னும் தலைப்பில் 1936இல் குடிஅரசு இதழில் எழுதிய கட்டுரை இது. கி. வீரமணியின் நூலில் இக்கட்டுரைக்கு 'என்னைப் பெற்ற ஏழைகள்' என்று தலைப்பு கொடுக்கப்பட்டுள்ளது. அத்துடன் கட்டுரையின் இறுதியில் ஒரு குறிப்பு உள்ளது. 'தலைவர் பெரியார் ஏழைக் குடும்பத்தில் பிறந்தவர். பெற்றோர் இருவரும் கூலிவேலை செய்தவர்கள். தம் தாயாரின் குடும்ப வாழ்க்கை பற்றிப் பெரியார் அவர்களே 1936இல் எழுதிய கட்டுரை இது' என்று அந்தக் குறிப்பு கூறுகிறது.

பெரியாரின் பெற்றோர் ஏழைகள்; பெரியார் ஏழைக் குடும்பத்தில் பிறந்தவர் என்னும் கருத்தை உருவாக்கும் முயற்சி இது. ஒருவர் ஏதாவது ஒருதுறையில் சிறந்தவராக இருப்பின் கஷ்டப்பட்டு முன்னேறினார் என்று கூறி உழைப்பின் சிறப்பைப் போற்றும் சுயமுன்னேற்றக் கருத்துக்கள் பொதுமனப் பதிவாக இருக்கின்றன. பெரியார் மீதும் இத்தகைய பொதுப்புத்தி சார்ந்த கருத்தை ஏற்றும் வேலை இது. இயல்பில் பெரியார் இதை ஏற்றுக் கொள்ளமாட்டார். பெரியாரின் அண்ணனும் பெரியாரும் பிறந்தபோது வசதியான நிலைக்கு அவர் பெற்றோர் வந்து விட்டனர். அதைப் பெரியாரே குறிப்பிட்டு எழுதியுள்ளார். ஏழைக் குடும்பத்தில் பிறந்ததாகக் கூறி இரக்கம் தேடுவது பெரியாரின் நோக்கமே அல்ல. இந்தக் கட்டுரை அவரது தாயின் குடும்ப வாழ்க்கை பற்றியதுமல்ல. இரங்கல் கட்டுரை.

அதேபோல இந்தக் கட்டுரைக்குப் பல உள்தலைப்புகள் கொடுக்கப்பட்டுள்ளன. 'ஏழையை மணந்தார்; இன்னல்களை ஏற்றார், கடை வியாபாரம், பிள்ளை வரம் கேட்டு ஸ்தல யாத்திரை, ஊரில் சேவிங்ஸ் பாங்க், மதிப்பு உயர்ந்தது, சின்னப் பிள்ளையிடம் பரிவு' என்பவை அத்தலைப்புகள். இவை பெரியாரால் கொடுக்கப்பட்டவை அல்ல. இந்தத் தலைப்புகள் கொண்டிருக்கும் மதிப்பீடுகளுக்கு எதிரான தன்மையிலேயே பெரியாரின் கட்டுரை தொனி அமைந்திருக்கிறது. பெரியாரின் நோக்கத்தைச் சிதைக்கும் நோக்கம் கொண்ட வேலை இது. பெரியாருக்கும் பெரியார் இயக்கத்திற்கும் எதிரி வேறு எங்கு மில்லை.

○

பெரியார் எழுத்துக்களில் வட்டார வழக்கு

இருபதாம் நூற்றாண்டின் மிகப் பெரும் சிந்தனை யாளரான தந்தை பெரியார் தம் கருத்துக்களை வாழ்நாள் முழுவதும் பேசியும் எழுதியும் வந்துள்ளார். அவரது சமகாலத்தில் இந்தியாவில் செயல்பட்டுக்கொண்டிருந்த சிந்தனையாளர்களான காந்தி, அம்பேத்கர் ஆகியோரும் பேசுவதையும் எழுதுவதையும் தமது முக்கிய நடைமுறை களாகக் கொண்டிருந்தவர்கள். சமூகத்தில் பல மாற்றங் களுக்குக் காரணமான அவர்களது பேச்சும் எழுத்தும் முறையாகத் தொகுக்கப்பட்டுப் பல தொகுதிகளாக வெளியிடப்பட்டுள்ளன. மேலும் அவை பல மொழிகளில் மொழிபெயர்க்கப்பட்டுள்ளன. ஆனால் பெரியாரின் எழுத்தும் பேச்சும் இன்னும் முழுமையாகத் தொகுக்கப்பட வில்லை.

வே. ஆனைமுத்து தொகுத்த 'சிந்தனையாளர் ஈ.வெ.ரா' என்னும் மூன்று தொகுதிகள் முக்கியமானவை. பெரியார் சுயமரியாதைப் பிரச்சார நிறுவனம் 'பெரியார் களஞ்சியம்' என்னும் பெயரில் சில தொகுதிகளை வெளியிட்டுள்ளது. குடியரசு இதழில் பெரியார் எழுதியவற்றை ஆண்டுவாரி யாக வெளியிடும் திட்டத்தில் மூன்று நூல்களைப் பெரியார் திராவிடர் கழகம் வெளியிட்டுள்ளது. அடுத்தடுத்த தொகுதிகள் எல்லாத் தடைகளையும் கடந்து தொடர்ந்து வரவேண்டியது அவசியம். இவற்றைப் போல இன்னும் சில வெளியீடுகள் வந்திருக்கலாம். இவையெல் லாம் முயற்சிகள்தானே தவிர முழுமையானவை அல்ல. பதிப்பு நெறிகளோடு பெரியாரின் எழுத்துக்கள் முழுமை யாகத் தொகுக்கப்பட வேண்டும். இருபதாம் நூற்றாண்டுத் தமிழகத்தின் அரசியலை மாற்றியமைத்தவரும் சூத்திரர் என்று காலகாலமாக இழிவுபடுத்தப்பட்டவர்கள்

அதிகாரம் பெறுவதற்குக் காரணமாக இருந்தவருமான பெரியாரின் சிந்தனைகள் உரிய முறைப்படி தொகுக்கப் படாமைக்குத் தமிழர்களுக்கு வரலாறு சார்ந்து இருக்கும் புறக்கணிப்பு மனோபாவம் காரணமாக இருக்கலாம்.

பெரியாரின் எழுத்துக்கள் காலவாரியாகவோ பொருள் வாரியாகவோ தொகுக்கப்பட்டு வெளியிடப்படுவதற்குப் பல தடைகள் இருப்பது தெரிகிறது. எனினும் பெரியாரின் எழுத்துக் கள் நாட்டுடமை ஆக்கப்பட வேண்டும் என்னும் குரல் இப்போது வலுபெற்று வருகிறது. அவை முழுமையாகத் தொகுக்கப்பட வேண்டும் என்னும் எண்ணமும் உருவாகும் சூழல் கனிந்திருக் கிறது. இச்சமயத்தில் பெரியார் எழுத்துக்களின் பதிப்பு எப்படி உருவாக வேண்டும் என்பது குறித்து விரிவான தளத்தில் சிந்திக்க வேண்டியதும் விவாதிக்க வேண்டியதும் முக்கியம்.

கிடைப்பவற்றை எல்லாம் அப்படி அப்படியே வரிசைப் படுத்தி அச்சிட்டுவிடுதல் போதாது. அவருடைய கட்டுரை ஒவ்வொன்றும் அவர் எழுதிய அல்லது பேசிய அக்காலத்தின் அரசியல், சமூக நிகழ்வுகளை மையமிட்டது. இயக்கத்தின் வேலைத் திட்டம் பற்றியவை மட்டுமல்லாமல் அக்காலத்தில் செயல்பட்டுக்கொண்டிருந்த பிற அரசியல் தலைவர்கள், மதவாதிகள் முதலியோருக்குப் பதில் சொல்லும் விதமாகப் பலவற்றை எழுதியுள்ளார். ஆகவே முடிந்த அளவு கட்டுரை களின் பின்னணி குறித்த விளக்கம் அவசியம். அதுபோல அவர் மேற்கோள் காட்டும் நூல்கள், வாசகங்கள் ஆகியவற்றை இனம் காட்ட வேண்டும். இன்றைய வாசகருக்குப் பெரியாரின் எழுத்துக்கள் முழுமையாக விளங்கும் வகையில் பதிப்புக் குறிப்புக்கள் பல தளங்கள் சார்ந்து அமைய வேண்டும்.

அவ்வகையில் அவர் பயன்படுத்தியிருக்கும் வட்டாரச் சொற்கள் சார்ந்த கவனம் முக்கியமான தேவை. பெரியார் கொங்கு நாட்டின் மையப் பகுதியாகிய ஈரோட்டைச் சேர்ந்தவர். வியாபாரத்தின் பொருட்டுப் பலவித மக்கள் வந்து செல்லும் அங்காடிப் பகுதியில் தம் இளம் வயது வாழ்வைக் கழித்தவர். ஆகவே அவருக்கு மக்கள் மொழி இயல்பாகக் கைவரக் கூடியதாக உள்ளது. அங்காடித் தெருவில் இயல்பாகக் கையாளப்படும் வசைச் சொற்களும் அவருக்கு அத்துபடியாக இருந்துள்ளன. எதையும் போட்டு உடைத்துவிடும் அவரது சுபாவத்திற்கு ஏற்ற வகையில் இம்மொழி அவருக்குக் கைகொடுத்திருக்கிறது. ஆகவே அவரது எழுத்திலும் பேச்சிலும் அவரையறியாமல் வட்டாரச் சொற்கள் இயல்பாக வந்து விழுந்திருக்கின்றன. அச்சொற்களைத் தமிழகத்தின் பிற பகுதியைச் சேர்ந்தவர்கள் சட்டென்று புரிந்துகொள்ள இயலாது.

சில இடங்களில் அவர் பயன்படுத்தியுள்ள வட்டாரச் சொற்களின் பொருளை ஒருவாறு ஊகித்துக்கொள்ள முடியலாம். சில இடங்களில் பொருள் சிறிதும் புரியாமல் திகைத்து நிற்க நேரிடும். பெரியாரின் தாய் சின்னத்தாயம்மாள் இறந்தபோது அவர் எழுதிய இரங்கலுரையில் வட்டாரச் சொற்கள் பல உள்ளன. (இக்கட்டுரை கி. வீரமணி எழுதிய 'பெரியார் வாழ்க்கை வரலாறு இரண்டாம் பாகம்' நூலில் 'என்னைப் பெற்ற ஏழைகள்' என்னும் தலைப்பில் உள்ளது. 'பெரியார் சிந்தனைகள் தொகுதி 3'இல் 'சின்னத்தாயம்மாள் முடிவு' என்னும் தலைப்பில் இக்கட்டுரை அமைந்திருக்கிறது. 'என்னைப் பெற்ற ஏழைகள்' என்னும் தலைப்பு ஒரு சுய இரக்கம் கொண்டதாக அமைந் திருக்கிறது. பெரியாரின் இயல்புக்குப் பொருந்தி வரும் தலைப்பு இதுவல்ல. எனினும் பெரியார் கொடுத்த தலைப்பு எதுவென்பது பதிப்பு ஆராய்ச்சிக்குரியது.) அதில் ஒரு பகுதி:

இது சமயம்தான் அம்மையாருக்கு முன் பிறந்த மூன்று குழந்தைகளும் இறந்துபோய் ஸ்தல யாத்திரைகள், தவங்கள் செய்து, வரடி கல் சுற்றி, நிலத்தை வழித்து அதில் சாப்பாடு போட்டுப் பிசைந்து சாப்பிட்டு, சந்நியாசிகளின் எச்சிலைச் சாப்பிட்டு வரம் பெற்று ஈ.வெ. கிருஷ்ணசாமியையும் ஈ.வெ. ராமசாமியையும் பெற்றெடுத்த காலம். (கி. வீரமணி, ப.9)

குழந்தை பிறப்புக்காகப் பெரியாரின் பெற்றோர் மேற் கொண்ட நம்பிக்கை சார்ந்த வழிமுறைகளை அவருக்கே உரிய வகையில் விவரிக்கும் பகுதி இது.

ஸ்தல யாத்திரை செய்தல், தவம் செய்தல், மண்சோறு சாப்பிடுதல், சந்நியாசிகளின் எச்சிலைச் சாப்பிடுதல் ஆகியவை அந்த வழிமுறைகள். இவை பொதுவானவை. எல்லாப் பகுதியைச் சேர்ந்தவர்களுக்கும் புரிபவை. ஆனால் இவற்றோடு 'வரடி கல் சுற்றி' என்று ஒன்றையும் குறிப்பிடுகின்றார். (வறட்டிக் கல் என்று 'பெரியார் சிந்தனைகள்' தொகுதி 3இல் உள்ளது. 'பெரியார் வாழ்க்கை வரலாறு' இரண்டாம் பாகம் நூலில் வரடி கல் என்று வருகிறது. வரடி கல் என்பதே சரியானது.) குழந்தைப் பேற்றுக்காக வரடி கல் சுற்றுதல் வட்டாரம் சார்ந்த ஒரு வழக்கம்.

ஈரோட்டிலிருந்து இருபது கல் தொலைவில் உள்ள ஊராகிய திருச்செங்கோட்டு மலை உச்சியில் வரடி கல் என்று ஒன்று இருக்கிறது. ஒற்றை அடி மட்டும் வைத்துச் சுற்றி வரக்கூடிய அளவுக்கே இடம் கொண்ட அக்கல் இருக்கும் பகுதி மிகவும் ஆபத்தானது. ஆனால் மக்களிடம் அக்கல்லைச் சுற்றி வந்தால் குழந்தை பிறக்கும் என்று நம்பிக்கை உள்ளது. அவ்வாறு சுற்றும்

போது கீழே விழுந்து பலர் இறந்து போனதால் 1920ஆம் ஆண்டு வாக்கில் சுவர் கட்டித் தடுத்துள்ளனர். அக்கல்லைப் பெரியாரின் தாய் சுற்றியுள்ளார் என்பது தெரிகிறது. இந்த மூட நம்பிக்கையைத்தான் பெரியார் குறிப்பிட்டுள்ளார்.

மேற்காட்டிய வரிகளில் 'நிலத்தை வழித்து அதில் சாப்பாடு போட்டுப் பிசைந்து சாப்பிட்டு' என்று எழுதியுள்ளார். இது மண்சோறு சாப்பிடும் நம்பிக்கை என்பது விளங்குகிறது. ஆனால் 'நிலத்தை வழித்து' என்று சொல்கிறாரே, 'வழித்து' என்றால் பொருள் என்ன? இது கொங்கு வட்டாரச் சொல். சாணம் கொண்டு மண் தரை அல்லது காரைத் தரையை மெழுகுவதைக் கொங்கு வட்டாரத்தில் 'வழித்தல்' என்று சொல்வது வழக்கம்.

அதே கட்டுரையில், 'பிறகு புருஷனுக்குக் கல் சித்திர வேலையில் தினம் பகலில் 8 அணாக்களும் இரவில் 12 அணாக் களும் பெறக்கூடிய யோக்கியதையும் வேலைத் திறமையும் ஏற்பட்டபோது அம்மையார் வெளிவேலைக்குப் போகாமல் இருக்க நேர்ந்தது. ஆனபோதிலும் பின்னால் புருஷன் வண்டி ஓட்டிக்கொண்டு அடிக்கடி வெளியூர்களுக்குப் போவதைச் சகிக்காத அம்மையாரின் தகப்பனார் ஒரு சிறு தட்டுக்கடை வைத்துக் கொடுத்தார்.' (ப.1919) என்று எழுதியுள்ளார்.

இதில் 'வெளிவேலை' என்பது வட்டாரச் சொல். ஒருவர் தன் நிலத்திலோ வீட்டிலோ பிறவகையிலோ வேலை இல்லாமல் மற்றவரிடம் (வெளியார்) கூலி வேலைக்குச் செல்வதையே வெளிவேலை என்பது குறிக்கும். எப்போதும் கூலிவேலை செய்பவருக்கு இது பொருந்தாது. தம்மிடம் வேலை இல்லாத போது மட்டும் கூலிவேலைக்குச் செல்பவரின் பிரயோகம்தான் வெளிவேலை என்பது. வெளிவேலை என்பதற்கு எதிர்ச்சொல் உள்வேலை என்பது அல்ல. அப்படி ஒரு வழக்கு இல்லை. 'நம்ம வேலையே நமக்குச் செரியாயிருக்குது. இதுல வெளி வேலைக்கு எங்க போறது' என்று பேசுவது இயல்பு. வாசிப் பவருக்குக் கட்டுரையின் தொடர்ச்சியில் கூலிவேலை என்பது புரிந்தாலும் வெளிவேலை என்பதற்குரிய குறிப்பான வட்டாரப் பொருள் விளங்காது.

இந்தப் பகுதியில் வரும் 'தட்டுக்கடை' என்பதும் வட்டாரச் சொல்லாகும். பெரியார் தம் தந்தையின் வளர்ச்சியைப் பற்றித் தொடர்ந்து எழுதும்போது 'தட்டுக்கடை வெங்கட்டன்' என்று அதே கட்டுரையில் குறிப்பிடுகின்றார். தட்டு என்னும் பெயர்ச் சொல்லுக்குப் பொதுப் பொருள் தராசுத்தட்டு, வட்ட வடிவி லான பாத்திரம் ஆகியவையே. அவற்றை விற்பதற்குத் தனிக்கடை கிடையாது. பாத்திரக்கடையோ என்று வாசிப்போர் மயங்கக் கூடும். தட்டு என்னும் சொல் கொங்கு வட்டார வழக்கில்

‘பயிர்த்தட்டை’யைக் குறிக்கும். சோளத்தட்டு, கம்மந்தட்டு என்பன வழக்குகள். மாட்டு வண்டிகள் நிற்கும் வண்டிப்பேட்டையில் மாடுகளுக்குத் தீவனமான பயிர்த்தட்டைகளை விற்கும் கடைதான் தட்டுக்கடை. இச்சொல்லுக்கு நிச்சயம் பொருள் கொடுப்பது அவசியம்.

அக்கட்டுரையில் இன்னொரு பகுதி: ‘ஆதலால் இராமனுக்குக் கலியாணம் ஆனவுடன் அவனுடைய அனாச்சாரத்துக்கு ஆகவே அம்மையார் இராமனை வேறு குடும்பம் வைத்துவிட்டார்கள்.’ *(ப.1921)* இதில் ‘வேறுகுடும்பம்’ என்பது தனிக்குடித்தனத்தைக் குறிக்கும். தனிக்குடித்தனம் வைப்பதை ‘வேறவைப்பு’, ‘வேறவைத்தல்’ என்று வட்டார வழக்கில் கூறுவர். அதைத்தான் ‘வேறுகுடும்பம்’ என்று பெரியார் குறிப்பிடுகின்றார்.

சர்.ஏ.டி. பன்னீர்செல்வம் பற்றிய இரங்கலுரையில் வட்டாரச் சொல் ஒன்றைப் பெரியார் பயன்படுத்தியுள்ளார். ‘தமிழர் இயக்கமானது தோன்றிய நாள்முதல் இப்படியே பல தத்துக்களுக்கு ஆளாகி வந்திருக்கிறது’ *(ப.1923)* என்பதில் ‘தத்து’ என்னும் சொல் எதைக் குறிக்கிறது? ஜாதகம் பார்க்கும் போது குறிப்பிட்ட வயதில் உயிருக்கு ஆபத்து இருக்கிறது என்பதை ஜோசியர் ‘தத்து இருக்கிறது’ என்று சொல்வர். ஏதாவது ஆபத்து வந்து நீங்கினால் தத்தில் பிழைத்துவிட்டதாக மக்கள் சொல்வர். உயிர் போய்விடும் ஆபத்துநிலை என்பது தான் வட்டாரப் பொருள். பெரியார் தமிழர் இயக்கத்திற்கு உண்டான ஆபத்துக்களைக் குறிக்கத் தத்து என்னும் சொல்லைப் பயன்படுத்துகின்றார். பெரியாரின் இறுதிச் சொற்பொழிவுகளுள் ஒன்றான ‘சமதர்மம் தழைக்க உதவுக’ என்பதில் ஒரு வரி இப்படிச் சொல்கிறார்: ‘நடை *10* எட்டு அதாவது *15* அடி தூரம் நடந்தால் நெஞ்சுத் துடிப்பு அதிகமாகிக் களைப்பு வந்து விடுகிறது’ *(ப.1954)* இதில் காலடி எடுத்து வைக்கும் தூரத்தைக் குறிக்க ‘எட்டு’ என்னும் சொல்லைக் கையாள்கிறார். இதுவும் கொங்கு வட்டார வழக்கு. வேறு சில பகுதிகளிலும் இச்சொல் வழங்கிவருகிறது. ஆனால் பொதுச்சொல் அல்ல. ‘எங்க காடு ஒன்னும் தூரமில்ல. ரண்டு எட்டு வச்சா வந்திரும்’ என்பது போன்ற பேச்சு கொங்குப் பகுதியில் சாதாரணம். காலடி வைக்கும் தூரம் அனேகமாக ஒன்றரை அடிதூரம் இருக்கும் என்னும் கணக்கில் *15* அடி தூரம் என்று விளக்கமும் தருகிறார் அவர்.

பெரியாரின் இறுதிச் சொற்பொழிவில் பல வட்டாரச் சொற்களைப் பயன்படுத்தியுள்ளார். சில இடங்களைப் பார்க்கலாம்.

1. நம் பெண்டுகளிடத்திலே போய்ச் சொல்லணும் –'அம்மா, விளக்குமாறு எடுத்துக்கொள், இந்த அரசியல் சட்டத்தை எடுத்துக்கொள், தெருவிலே வை. போடு சீவுகட்டையாலே அதைக் குத்திக் குத்தி என்று' *(ப.2063)*

   இதில் விளக்கமாறு, சீவக்கட்டை (சீவுகட்டை என்று நூலில் உள்ளது தவறு) ஆகிய சொற்கள் இதில் உள்ளன. விளக்கமாறு என்பது வாசல் கூட்டுவதற்குப் பயன்படும் துடைப்பம். சீமாறு அல்லது சீவக்கட்டை என்பது வீடு கூட்டுவதற்கு ஆகும் துடைப்பம். கொங்கு வட்டார வழக்கில் இந்த வேறுபாடு உள்ளது. பெண்கள் பேசும் போது 'சீவக்கட்டையிலயே போட்டிருவன்' என்று திட்டு வது உண்டு. விளக்கமாறு என்று தொடங்கியவர் உணர்ச்சி வசத்தோடு வட்டார வழக்கில் 'போடு சீவக்கட்டையாலே' என்று பேசியிருக்கிறார்.

2. 'கடவுளைச் செருப்பாலே அடித்தான்; அதனாலே ஓட்டுப் பண்ண வேண்டாம்' என்று காமராசர் முதற் கொண்டு தப்பட்டை அடித்தார்கள். *(ப.2068)*

   இதில் தப்பட்டை என்னும் சொல்லைப் பயன்படுத்தி யிருக்கிறார். பறை, தப்பு என்று பொதுவிலும் பிற பகுதிகளிலும் வழங்கும் இசைக்கருவியைக் கொங்குப் பகுதியில் 'தப்பட்டை' என்றுதான் சொல்வர்.

3. ஒன்றுமே இல்லாமல் எந்த முட்டாளாவது சொன்னான் என்றால் நினைத்ததெல்லாம் – அரசமரம் கடவுள், வேப்பமரம் கடவுள், பல்லி கடவுள், முடக்கான் கடவுள், பாம்பு கடவுள், அப்புறம் நினைத்ததெல்லாம் கடவுள். *(ப.2071)*

   அரசமரம், வேப்பமரம், பல்லி, பாம்பு என்பவை புரிகின்றன. முடக்கான் என்பது என்ன? பெரியாரின் பேச்சை ஒலிநாடாவிலிருந்து கேட்டு எழுதும் போது நேர்ந்த தவறு இது. 'பல்லி கடவுள், ஓடக்கான் கடவுள், பாம்பு கடவுள்' என்கிறார் அவர். ஓடக்கான் என்னும் கொங்கு வட்டார வழக்கிற்கு ஓணான் என்று பொருள்.

4. சிவனும் அவன் பெண்டாட்டியும் லட்சம் வருஷம் 'வேலை' பண்ணினார்கள். *(ப.2070)*

5. இவன் என்னடா என்றால், 10000 வருஷம், 20 ஆயிரம் வருஷம், தேவ வருஷம் வேலைவிட்டான். *(ப.2071)*

இவற்றில் வரும் வேலை பண்ணுதல், வேலை விடுதல் ஆகிய தொடர்கள் அனைவருக்கும் புரியும். உடலுறவைக்

குறிக்கக் கொங்கு வட்டார வழக்கில் இடக்கரடக்கலாகப் பயன்படுபவை இவை.

பல ஆண்டுகள் தமிழகம் முழுவதும் ஏராளமான மேடைகளில் பேசியும் பத்திரிகைகளில் பல கட்டுரைகள் எழுதியும் வந்தாலும் பெரியாரால் வட்டார வழக்கை விட முடியவில்லை. அவரது இறுதிச் சொற்பொழிவில் இத்தனை வட்டாரச் சொற்கள் பயின்று வருகின்றன. தொடக்கத்திலிருந்தே அவரது எழுத்திலும் பேச்சிலும் வட்டாரச் சொற்கள் இயல்பாகப் புழங்கி வந்திருப்பதைக் காணமுடிகிறது. 16.08.1925 நாளிட்ட குடியரசு இதழில் 'மதுபானம்' என்றொரு கட்டுரை எழுதியுள்ளார். அதன் பகுதி:

1920ஆம் வருஷம் சென்னை ராஜதானியில் உள்ள கள்ளுக் கடைகள் 11,034. இவைகளில் விற்ற கள்ளு 11 கோடி காலன். 8 திராம் புட்டி 1க்கு 2 அணா வீதம் 66 கோடி புட்டிக்கு கிரயம் ரூ. 8½ கோடி ஆகிறது. இதற்கு அனுகூலமாய் செலவாகும் மாமிசம், புட்டு, தோசை முதலிய உபகருவிகளுக்கு 2 கோடி ரூபாய் ஆக 10½ கோடி. (ப.120)

கள்ளுக்கடைகளில் விற்பனையாகும் உணவு வகைகள் மூலம் வரும் வருவாய் பற்றிக் கணக்கிடுகிறார். மாமிசம், புட்டு, தோசை ஆகிய உணவு வகைகளைச் சொல்கிறார். மாமிசம், தோசை ஆகியவை பற்றிப் பிரச்சினையில்லை. புட்டு என்பது என்ன? 'கொழாப்புட்டு' என்று இப்போதும் சில இடங்களில் விற்பனை செய்யப்படும் உணவுப் பண்டமல்ல அது. இட்லியைக் குறிக்கும் கொங்கு வட்டார வழக்கு புட்டு என்பது. கொழாப்புட்டு வகையைப் புட்டுமா அல்லது புட்டு மாவு என்று கூறுவர். கள்ளுக்கடைகளில் கொழாப்புட்டு விற்பனை செய்வது வழக்கமல்ல. இட்லி விற்பனைதான் பெருமளவு நடைபெறும். கொங்குப் பகுதி கிராமங்களில் இன்றும் இட்லியைப் புட்டு என்று சொல்லும் வழக்கு இருக்கிறது.

பெரியாரின் கட்டுரைகளும் பேச்சு தொனியைக் கொண்டவையே. பேசுவதுபோல எழுதுவதுதான் அவரது பாணி. ஆகவே பேச்சிலும் எழுத்திலும் அவரது பொதுவாழ்வின் தொடக்க காலத்திலிருந்து இறுதி வரைக்கும் வட்டார வழக்குப் பயன்பாடு இயல்பாகக் கலந்துள்ளது. இப்போது அவரது எழுத்துக்களை வரும் தலைமுறைக்குப் பயன்படும் வகையில் பதிப்பித்துத் தரும் கடமையை மேற்கொள்வோர் வட்டார வழக்கு பற்றிய கவனம் கொண்டவர்களாகவும் இருத்தல் அவசியம். ஒவ்வொரு கட்டுரையிலும் வரும் வட்டாரச் சொற்களுக்கு அந்தந்தப் பக்கங்களிலேயே அடிக்குறிப்பாகச் சொல்லையும் பொருளையும் கொடுப்பது நல்லது. அல்லது பயின்று வரும் வட்டாரச்

சொற்கள் அனைத்தையும் ஒருசேரத் தொகுத்து அகர வரிசைப் படுத்திப் பொருளோடு பின்னிணைப்பில் கொடுத்துவிடலாம். பொருத்தமான ஒருவகையில் வட்டாரச் சொற்கள் தொகுக்கப் பட்டுப் பொருளோடு வாசகருக்குக் கிடைக்கும்படி செய்ய வேண்டும்.

மேலும் பெரியார் பயன்படுத்தியுள்ள வட்டாரச் சொற்களைக் கண்டறிந்து தொகுப்பது வேறொரு வகையிலும் பயன்தரும். அதாவது குடியரசு இதழில் தலையங்கமாகவும் பெயரில்லாமலும் பல கட்டுரைகள் வந்துள்ளன. அவற்றில் பெரியார் எழுதியவை எவை என்பதைக் கண்டறிவது சிரமமாக உள்ளது எனவும் 'எழுத்து நடை, வாதிடும் முறை, வெளிப்படும் உணர்வு' ஆகியவற்றை வைத்துத் தீர்மானித்ததாகக் குறிப்பிடுகின் றனர். பெரியாருடைய எழுத்துத்தானா என்று தீர்மானிப்பதற்கு இத்தகைய காரணங்களோடு அவர் பயன்படுபடுத்தியுள்ள வட்டாரச் சொற்களையும் ஒரு காரணியாகக் கொள்ளலாம். அவ்வகையிலும் இந்த வட்டாரச் சொல் தொகுப்பு பயன்படு வதாக அமையும்.

பயன்பட்ட நூல்கள்

1. வே.ஆனைமுத்து (ப.ஆ.), பெரியார் ஈ.வெ.ரா. சிந்தனைகள் தொகுதி 3, 1974, திருச்சி, சிந்தனையாளர் கழகம்.
2. கி. வீரமணி, பெரியார் வாழ்க்கை வரலாறு இரண்டாம் பாகம், 2007, சென்னை, திராவிடர் கழக வெளியீடு.
3. குடியரசு 1925 தொகுதி 1, 2003, சென்னை, தந்தை பெரியார் திராவிடர் கழகம்.

வெளியீட்டு விவரங்கள்

1. **சங்க இலக்கியப் பதிப்புச் சிக்கல்கள்**

   குப்பம், திராவிடப் பல்கலைக்கழகம், செம்மொழித் தமிழாய்வு மத்திய நிறுவனத்துடன் இணைந்து 2008, ஜனவரி 22, 23, 24 ஆகிய நாட்களில் நடத்திய சங்க இலக்கியக் கருத்தரங்கில் வாசிக்கப்பட்ட கட்டுரை.

   வெளியீடு : *உயிர் எழுத்து*, ஏப்ரல் 2008.

2. **கவிதையியல் நோக்கில் சங்க இலக்கியப் பதிப்புகள்**

   பெரியார் பல்கலைக்கழகமும் செம்மொழித் தமிழாய்வு மத்திய நிறுவனமும் இணைந்து 2006 பிப்ரவரி 9, 10 ஆகிய நாட்களில் 'பன்முக நோக்கில் சங்க இலக்கியம்' என்னும் தலைப்பில் நடத்திய கருத்தரங்கில் வாசிக்கப்பட்ட கட்டுரை.

3. **சங்க இலக்கியம் : துறைகளின் பொருத்தப்பாடு**

   செம்மொழித் தமிழாய்வு மத்திய நிறுவன உதவியுடன் நாமக்கல் மாவட்டம் பரமத்தி வேலூர், கந்தசாமிக்கண்டர் கல்லூரியில் நடைபெற்ற பயிலரங்கில் வாசிக்கப்பட்ட கட்டுரை.

   வெளியீடு : *உயிர் எழுத்து*, மே 2008.

4. **சங்க இலக்கியம் : என்சிபிஎச் உரை**

   திருச்சியில் நடைபெற்ற என்சிபிஎச் நிறுவனம் வெளியிட்ட சங்க இலக்கிய உரைகளுக்கான கருத்தரங்கில் வாசிக்கப்பட்ட கட்டுரை.

   வெளியீடு : *உயிர் எழுத்து*, ஜூன் 2008.

5. **தீதற விளங்கிய திகிரியோன்**

   காலச்சுவடு, இதழ் 73, ஜனவரி 2003

6. **உ.வே.சாமிநாதையர்: பதிப்பும் உரைநடையும்**

   உலகத் தமிழாராய்ச்சி நிறுவனம் 2009 அக்டோபர் 21, 22, 23 ஆகிய நாட்களில் 'தமிழரின் நிகழ்கலை மரபுச் செல்வங்கள்' என்னும் தலைப்பில் நடத்திய தேசியக் கருத்தரங்கில் வாசிக்கப்பட்ட கட்டுரை.

   வெளியீடு : *உங்கள் நூலகம்*, ஜனவரி 2010.

7. உ.வே.சா. பதிப்பு நெறிகள் : சிந்தாமணியே கிடத்தியால்

காலச்சுவடு, இதழ் 63, மார்ச் 2005

8. கீழ்க்கணக்கு நூல்கள் : ச. வையாபுரிப்பிள்ளை பதிப்புகள்

செம்மொழித் தமிழாய்வு மத்திய நிறுவன உதவியுடன் நாமக்கல், அறிஞர் அண்ணா அரசு கலைக்கல்லூரியில் நடைபெற்ற கருத்தரங்கில் வாசிக்கப்பட்ட கட்டுரை.

வெளியீடு : *உங்கள் நூலகம்*, ஜனவரி - பிப்ரவரி 2008.

9. வட்டார இலக்கியப் பதிப்பு முன்னோடி தி.அ. முத்துசாமிக்கோனார்

புதிய புத்தகம் பேசுது - சிறப்பு மலர், ஏப்ரல் 2009.

10. புனைகதைப் பதிப்புகள் (1900க்கு முன்)

சென்னைப் பல்கலைக்கழகத் தமிழ் இலக்கியத் துறையும் புத்தகம் பேசுது இதழும் இணைந்து நடத்திய கருத்தரங்கில் வாசிக்கப்பட்ட கட்டுரை.

வெளியீடு : *உயிர் எழுத்து*, செப்டம்பர் 2009.

11. நவீன இலக்கியங்களும் நம்பகமான பதிப்புகளும்

காலச்சுவடு, ஜனவரி 2007.

12. புதுமைப்பித்தன் கதைகள் : முன்னோடிப் பதிப்பு

காலச்சுவடு பதிப்பகம் கோவையில் 2006 டிசம்பர் மாதம் நடத்திய கருத்தரங்கில் பேசிய உரையின் எழுத்தாக்கம்.

வெளியீடு : *உயிர் எழுத்து*, நவம்பர் 2009.

13. மறுபதிப்பும் வியாபாரத் தந்திரங்களும்

காலச்சுவடு, இதழ் 51, ஜனவரி - பிப்ரவரி 2004

14. பெரியார் கட்டுரையின் கதி

காலச்சுவடு, ஜனவரி 2009.

15. பெரியார் எழுத்துக்களில் வட்டார வழக்கு

சிந்தனையாளன், பொங்கல் மலர், 2009.

பொருளடைவு